கிடைத்தவரை லாபம்
புத்தகம், பாரதி, நூல் விமர்சனம்

கிடைத்தவரை லாபம்

புத்தகம், பாரதி, நூல் விமர்சனம்

பழ. அதியமான் (பி. 1961)

புத்தகம், பாரதி, நூல் விமர்சனம் என்னும் முப்பொருள் சார்ந்த கட்டுரை நூல் இது. கடந்த பத்தாண்டுகளில் பழ. அதியமான் சிற்றிதழ்களில் எழுதியவற்றிலிருந்து தேர்ந்தெடுக்கப்பெற்றவை.

நூல்களில் இடம்பெறும் காணிக்கை குறிப்பு முதல் எழுத்தாளர்கள் பெறுவதாகக் கருதப்படும் ராயல்டிக்கு அரணாகும் காப்புரிமை உள்ளிட்டு நாட்டுடைமையாக்கம் வரை புத்தகப் பரிமாணங்களைப் பற்றிப் பேசுவன புத்தகக் கட்டுரைகள்.

பாரதி எழுத்துகளின் பதிப்பு வரலாற்றில் வ.ரா.வின் பங்கை எடுத்துரைக்கும் கட்டுரை முதல் பாரதியின் சுயசரிதை, விஜயா கட்டுரைகள் உள்ளிட்டு பாரதி குறித்த நூல்கள் பலவற்றின் விமர்சனங்களைக் கொண்டன பாரதி கட்டுரைகள்.

நவீன இலக்கியத்தில் தளிர்விட்டுப் படரும் பேயோன் எழுத்து, சீர்திருத்தத் தமிழகத்தின் ஆணிவேராய் ஆழ நிற்கும் பெரியார் சிந்தனைகள் நூல் மதிப்புரைகள் என விரிந்த தளத்தில் அமைந்தது நூல் விமர்சனப் பகுதி.

நவீனத் தமிழ் இலக்கியப் பண்பாட்டு அம்சங்களைப் பேசும் சுவாரசியமான மொழியில் அமைந்த நூல் இது.

பழ. அதியமான் வ.ரா. ஆய்வாளர். 'தி.ஜ.ர.', 'அறியப்படாத ஆளுமை: ஜார்ஜ் ஜோசப்', 'வ.ரா.', 'சக்தி வை. கோவிந்தன்', 'சென்னைக்கு வந்தேன்', 'கு. அழகிரிசாமி சிறுகதைகள்: முழுத் தொகுப்பு', 'பெரியாரின் நண்பர்: டாக்டர் வரதராஜுலு நாயுடு வரலாறு', 'சேரன்மாதேவி குருகுலப் போராட்டமும் திராவிட இயக்கத்தின் எழுச்சியும்', 'பாரதி கவிதைகள் முழுத் தொகுப்பு', 'பாரதியின் பாஞ்சாலி சபதம்', 'நவீனத் தமிழ் ஆளுமைகள்' ஆகிய நூல்களின் ஆசிரியர்/தொகுப்பாசிரியர், பதிப்பாசிரியர். தமிழ்ச் சிந்தனை வரலாறு தொடர்பான ஆய்வுகளில் ஈடுபட்டிருப்பவர். அகில இந்திய வானொலியில் நிகழ்ச்சி அமைப்பாளராகப் பணியாற்றுகிறார்.

பழ. அதியமான்

கிடைத்தவரை லாபம்
புத்தகம், பாரதி, நூல் விமர்சனம்

காலச்சுவடு பதிப்பகம்

கிடைத்தவரை லாபம்: புத்தகம், பாரதி, நூல் விமர்சனம் ✦ கட்டுரைகள் ✦
ஆசிரியர்: பழ. அதியமான் ✦ © பா. அமுதா ✦ முதல் (குறும்) பதிப்பு:
மே 2016 ✦ வெளியீடு: காலச்சுவடு பப்ளிகேஷன்ஸ் (பி) லிட்., 669
கே.பி. சாலை, நாகர்கோவில் 629001

காலச்சுவடு பதிப்பக வெளியீடு: 716

kidaithavarai laabam ✦ Essays ✦ Author: Pazha. Athiyaman ✦
© Pa. Amutha ✦ Language: Tamil ✦ First (Short) Edition: May 2016 ✦
Size: Demy 1x8 ✦ Paper: 18.6 kg maplitho ✦ Pages: 192

Published by Kalachuvadu Publications Pvt. Ltd., 669, K.P. Road,
Nagercoil 629001, India ✦ Phone: 91-4652-278525 ✦ e-mail:
publications@kalachuvadu.com ✦ Printed at: Compuprint Premier
Design House, Chennai 600086

ISBN : 978-93-5244-039-9

05/2016/S.No. 716, kcp 1480, 18.6 (1) MLL

அப்பா கோ. பழனிவேலு (1925–2005)வின்
நினைவுகளைப் பௌதீகமாய்
நினைவுபடுத்திக்கொண்டிருக்கும்
அம்மாவுக்கு . . .

பொருளடக்கம்

முன்னுரை 11

புத்தகம்

புத்தகம் சூழ்ந்த வீடு 15

காணிக்கை உரைகள் 22

செம்மையாக்கம் 37

காப்புரிமை 50

நாட்டுடைமையாக்கம் 66

விருது 72

பாரதி

சுயசரிதை 91

பாரதி எழுத்துகள் பதிப்பு வரலாறு 99

'பாரதி 'விஜயா' கட்டுரைகள்' –
ஆ. இரா. வேங்கடாசலபதி 107

'பாரதியின் பாரத ஜனசபை' –
நல்லி குப்புசாமி செட்டி 111

'தங்கம்மாள் பாரதி படைப்புகள்' –
விஜய பாரதி 116

'பாரதிக்குத் தடை' –
வி. வெங்கட்ராமன் 118

9

விமர்சனம்

'முதுகுளத்தூர் கலவரம்' –
தினகரன் – கா. இளம்பரிதி — 125

'முதுகுளத்தூர் பயங்கரம்' –
டி.எஸ். சொக்கலிங்கம் – அ. ஜெகநாதன் — 131

'என் வாழ்க்கை' –
கே.எம். பணிக்கர் — 135

'கெட்ட வார்த்தை பேசுவோம்' –
பெருமாள்முருகன் — 138

'வெள்ளை மொழி' –
ரேவதி — 140

Kasi Diaries –
N.D. Varadachari — 145

'பேயோன் எழுத்துகள்' –
யோபேன் — 152

'பெரியார் ஈ.வெ.ரா. சிந்தனைகள்' –
வே. ஆனைமுத்து — 162

பின்னிணைப்பு

பெரியார் ஈ.வெ.ரா. சிந்தனைகள்:
நூல் விமர்சனம்: எதிர்வினை *சிந்தனையாளன்* — 177

முன்னுரை

இந்நூலின் கட்டுரைகள் இதழ்களில் வெளிவந்த காலத்தில் ஒலித்த பல குரல்கள், கட்டுரைகள் தொகுப்பாகும் இந்நேரத்தில் நினைவடுக்கின் மேல்தளத்திற்கு வருகின்றன. (விருது வாங்கலியோ . . .) 'விருது' பற்றிய கிண்டலைப் படித்த இ. சுந்தரமூர்த்தி உங்களுக்கும் ஒரு விருது வழங்கிவிட வேண்டியதுதான் என்றார். பாராட்டோ வசவோ, வாயடைக்க ஒரு வழி. 'நாட்டுடைமையாக்கம்' கட்டுரையை வாசித்த நாட்டுடைமையான அறிஞர் ஒருவரின் மகன், 'அவை அதிர்ஷ்டப் பரிசுகள்' என எழுதியது பற்றி வருந்தினார். அவர் தந்தை தகுதிமிக்க அறிஞர். அதனால்தான் வருந்தினார். 'முதுகுளத்தூர் கலவர நூல்களின்' மதிப்புரைகள் வெளிவந்த சமயம் 'பார்க்க இப்படி (அப்புராணியா) இருக்கிறவர் எழுதியவையா இவை' என்றார் அ. ஜெகநாதன். ஒரு குறிப்பிட்ட கட்டுரையை 'வ.சுப.' கட்டுரை போலச் செறிவாக இருக்கிறது என்றார் ரெங்கையா முருகன். இது மிகைக் கூற்று. மகிழவில்லை எனினும் மனம் அதை நினைவில் வைத்திருக்கிறது.

பெரியார் ஈ.வெ.ரா. சிந்தனைகள், விரிவாக்கப் பட்ட இரண்டாம் பதிப்பு நூலுக்கு (20 தொகுதிகள், 9304 பக்கங்கள்) எழுதிய மதிப்புரையை, *சிந்தனையாளன்* மறுபிரசுரம் செய்ததோடு, அதற்கு ஒரு விரிவான மறுப்பையும் எழுதியது. அழிந்து விழும் பண்பாட்டுச் சூழலில் நம்பிக்கை தரும் அந்த மறுப்பைப் பின்னிணைப்பில் சேர்த்துள்ளோம். நன்றி நவில்வதல்ல நோக்கம். 'பாரதிக்குத் தடை' மதிப்புரை பெரும் எதிரிகளைச் சம்பாதித்துக் கொடுத்தது.

புத்தகம், பாரதி, நூல் விமர்சனம் எனக் குறிப்பிட்ட பொருள் அடிப்படையில் நான் எழுதியிருந்த கட்டுரைகளின் தொகுப்பு இது. அவற்றிலும் தேர்ந்தெடுத்த சிலவற்றையே வாசகர்களுக்குத் தர விரும்பினேன். இதழ்களில் வெளிவந்த வடிவத்திலேயே கட்டுரைகள் இத்தொகுப்பில் இடம்பெறுகின்றன. சில கட்டுரைகளுக்கு மட்டும் நூலுக்குப் பொருந்த தலைப்புகளை மாற்றியுள்ளேன். 'என் வாழ்க்கை'க்குச் 'சுவை ததும்பும் மொழிபெயர்ப்பு' என்றும், 'கெட்ட வார்த்தை பேசுவோம்' விமர்சனத்துக்கு 'நேற்று காளமேகம், இன்று பெருமாள்முருகன், நாளை ரேவதி' என்றும் புதிய தலைப்பிட்டுள்ளேன். இதழில் அவை 'நூலினில் வளர் சோதியே' என்ற புத்தக மதிப்புரைப் பகுதியில் வெளியாகியிருந்தன. *கணையாழி*யிடம் பரிசு பெற்ற கட்டுரையும் தலைப்புமாறித் 'தானே வந்த தன'மாகியுள்ளது. மேலும் சில நாட்டுடைமையாக்கம், 'மேலும் சில பரிவுகள்' என்றாகியுள்ளது. மற்ற தலைப்புகளில் பெரிதாக மாற்றம் இல்லை. எனினும் சில சுருங்கியுள்ளன.

இந்தியா டுடே, காலச்சுவடு, சாளரம் இலக்கிய மலர், காக்கைச் சிறகினிலே, புதிய புத்தகம் பேசுது, கணையாழி, மீண்டும் அகரம் ஆகிய இதழ்களில் 2006 முதல் 2015வரையிலான காலத்தில் வெளிவந்தவை இக்கட்டுரைகள். அவ்விதழ்களின் கே. முரளிதரன், கண்ணன், வைகறை, ம. இராசேந்திரன், க. பஞ்சாங்கம் ஆகியோரின் விருப்பங்களின் விளைவுகள் அவை. தொழிலின் பகுதியாகவே வெளியீடுகளை மதிக்கும் அவர்கள் நன்றியை விரும்பாதவர்கள். பெருமாள்முருகன் பேச வேண்டிய ஒரு கூட்டத்தில் அவருக்குப் பதிலியாக என்னைப் பேச வைத்தார் க. நாகராஜன். மலைக்குப் பதிலியா மடு? காலம் செய்த கோலம். இவர்கள் எல்லோருக்கும் இந்நூலின்படி ஒன்றைப் பதிப்பகக் கணக்கில் அனுப்பக் கண்ணனிடம் கேட்க வேண்டும். அப்போதுதான் (நன்றி) கணக்கு நேரான திருப்தி கிடைக்கும்.

அரவிந்தன் சில கட்டுரைகளை அழகாக்கினார்; நஞ்சுண்டனின் நகாசு சிலவற்றில் நடந்திருக்கும். அநேகமாக இதில் உள்ள எல்லாக் கட்டுரைகளையும் பிரசுரத்திற்கு முன்பே பார்த்துச் செம்மைப்படுத்தியவர் ஆ.இரா. வேங்கடாசலபதி. நூலைக் கொணர்பவர் கண்ணன். உருவாக்கியவர் சுபா. அட்டையை அழகாக்கியவர் சாரங்கன்.

சென்னை 4 **பழ. அதியமான்**
23 டிசம்பர் 2015

புத்தகம்

புத்தகம் சூழ்ந்த வீடு

தூங்கும் நேரம் தவிர...

என் அப்பா சென்னை சென்று திரும்பும் போதெல்லாம் புத்தகக் கட்டுகளோடு வருவார். பெரும்பாலும் விலை குறைந்த ரஷ்ய இலக்கியங்கள். அக்கட்டுகளில் வெளிர் மஞ்சள் நிற அட்டையில் நீல எழுத்துகளில் எழுதியிருந்த Das Capital, மக்சிம் கார்க்கியின் இலக்கியம் பற்றிய கட்டுரைகள், லெனின் இடதுசாரி கம்யூனிசம் இளம் பருவக் கோளாறு ஆகியவை இருந்தது இப்போதும் நினைவிருக்கின்றது. அவற்றை அவர் படித்து நான் பார்த்ததில்லை. அவரது சேகரிப்பில் மீனாட்சி புத்தக நிலையம் வெளியிட்ட 'ஒரு பிடி சோறு' உள்ளிட்ட ஜெயகாந்தனின் நூல்களும் உண்டு. ஒரு மர ரேக்கை அடைத்துக்கொண்டிருந்தவை அநேகமாக அவரது துறை சார்ந்த நூல்கள். ஊராட்சி ஒன்றிய அலுவலகத்தில் பணிபுரிந்த அவர் பஞ்சாயத்து தொடர்பாக ஆங்கில நூல்களை வைத்திருந்தார். அந்த நூல்களில் பல இடங்களில் கொடி பறக்கும். அடிக்கடி அவர் பரீட்சைகள் (open access system) எழுதிக் கொண்டிருந்தார். அப்படி ஒரு துறைத் தேர்வு எழுத வந்தபோதுதான் நான் விடுதியில் சேர்ந்து படித்துக் கொண்டிருந்த கடலூர் பள்ளியையே அவர் பார்த்தார். பரீட்சை சமயத்தில் எந்நேரமும் அவரது அலுவலக நண்பர்கள் வந்து புத்தகங்களை வாங்கிச் செல்வதும், பரீட்சைக் கேள்விகள் பற்றி அப்பா அவர்களிடம் விவாதிப்பதும் நடக்கும். திண்ணையில் பேசிக்கொண்டிருக்கும் போதே அவர் வீட்டுக்குள் திடீரென நுழைவார். அலமாரியில் இருக்கும் ஒரு நூலைத் தேடி எடுப்பார். அதில் ஒரு பக்கத்தைப் புரட்டிக் கண்டுபிடித்து

ஒரு விரலை அதில் வைத்துக்கொண்டே போய், வந்தவரிடம் காட்டிப் பேசுவார். கிளார்க்குகள் அவர்கள். என் அப்பா ஒரு தேர்ந்த கிளார்க்காக இருக்கலாம்.

எழுத்தராகும் முன் என் அப்பா ஏதோ எழுதிக்கொண்டிருந்தார். விதி அவரை நல்வழியில் திருப்பிக் கிளார்க்காக்கி விட்டது. கதிரவன் (மா. இராசமாணிக்கனாரின் மைத்துனர் புலவர் செல்வராஜ் நடத்திய பத்திரிகை) என்ற பத்திரிகையில் அவரது எழுத்தைப் படித்த கலைவாணர் ஒரு படத்தில் அக்கட்டுரையின் சில வரிகளைப் படித்துக்கூடக் காட்டினாராம். தன் படம் ஒன்றில் அவரைப் பணியாற்றக்கூட அழைத்தாராம். சினிமாவுக்குப் போனால் பையன் கெட்டுப் போய்விடுவான் என முன்னுணர்ந்த பாட்டி தடுத்துவிட்டாராம். அதை ஒரு பெரிய தவறாக என்னிடம் என் அம்மா பலமுறை சொல்லியிருக்கிறார். மாமியார் செய்தது எந்த மருமகளுக்குப் பிடித்திருந்தது?

என் அப்பாவின் சேகரிப்புகளிலிருந்து தொடங்கியது என் வாசிப்பு. அவரது எந்த அறிவுரையும் இல்லாமல். பெரியாரின் கருத்துகளால் ஈர்க்கப்பட்டவராக இருந்தும் பிரச்சாரம் தன் வேலை இல்லை என்பதில் ஒரு கட்டத்திற்குப் பிறகு தெளிவாக இருந்தார். எதையும் வலியுறுத்துகிறவர்கூட இல்லை. யாராவது உன்னிடம் இதற்கு என்ன செய்யலாம் என்று ஆலோசனை கேட்க வந்தால், இதுதான் வாய்ப்பு என்று உளறி வைக்காதே என்று ஏதோ ஒரு சந்தர்ப்பத்தில் சொன்னார். தன்னைக் கொஞ்சமாவது அறிந்தவன்தான் மற்றவனிடம் வந்து நிற்பான். அவனுக்குக் கருத்து இருக்கும். அதை நாம் சொல்கிறோமா என்று பார்க்கவும் அல்லது தன் கருத்தை நம் கருத்தில் அலசவும்தான் அவன் நம்மிடம் வருகிறான். எதுவும் தெரியாமல் யாரும் இல்லை. எல்லோரும் அறிவாளிகள் என்பது என் அப்பாவின் எண்ணம். அதனால்தானோ என்னவோ ஒரு நூலையும் அவர் பரிந்துரைத்தது இல்லை. ஒரு நூலை மட்டும் அவர் குறிப்பிட்டார். அது ராகுல சாங்கிருத்தியாயன் எழுதிய வால்காவிலிருந்து கங்கை வரை. இந்த இரண்டு பெயர்ச் சொற்களும் அப்பாவின் வாயிலிருந்து வந்துதான் என் காதில் முதலில் விழுந்தன.

எங்கள் ஊருக்கு அடுத்திருந்த மயிலத்தில் முருகன் கோயிலில் பங்குனி உத்திரம் வெகு விமரிசையாகக் கொண்டாடப்படும். அந்தத் திருவிழாவில் தரையில் சாக்குகளை விரித்து அதில் பழைய புத்தகங்களைப் போட்டு விற்கும் கடைகள்கூட ஒன்றிரண்டு வரும். பெரும்பாலும் பொறிகடலை, பாத்திரக் கடைகள்தாம் தெருவை அடைத்துக் கொண்டுவிடும். அந்தப் பத்துநாள் திருவிழாவில் கடைகளுக்கு இடம் அளிப்பதும்

பழ. அதியமான்

அதற்கான வாடகைத் தொகையை வசூலிப்பதும் ஊராட்சி ஒன்றியத்தின் வேலையாக இருந்தது. அந்த வேலையை ஒரு குழுவே செய்யும். அந்தக் குழுவில் என் அப்பாவும் ஒருவர். நேரங்காலம் இல்லாமல் அவர் உழைக்கிற காலமாக அது இருக்கும். அந்த விழாவில் முத்துப் பல்லக்குக்கு மறுநாள் அவர் ஒரு புத்தகத்தை வாங்கி வந்து பரிசளித்தார். அப்போது நான் ஐந்தாவது படித்துக்கொண்டிருந்தேன்.

மறுநாள் அந்தப் புத்தகத்தை என் வகுப்பு ஆசிரியரிடம் கொண்டுபோய் பெருமையாகக் காண்பித்தேன். அவர் பெயர் சின்னராஜ். ஐந்து வகுப்புகள் கொண்ட அந்தப் பள்ளிக்கு இரண்டு ஆசிரியர்கள். இவர் தலைமையாசிரியர். இன்னொரு ஆசிரியர் எழுத்தாளர் அஸ்வகோஷின் அப்பா. சின்னராஜ் புத்தகத்தைப் பார்த்துவிட்டு இது உனக்குப் புரியுமா என்று தெரியவில்லை இருந்தாலும் படி என்றார். பெயர் எழுதித் தாருங்கள் என்றேன். பழ. அதியமான் என்று நூலின் முதல் பக்கத்தின் நடுவில் எழுதினார். என் பெயரை அந்த வடிவத்தில் நான் பார்த்தது அதுதான் முதல் முறை. இன்ஷியலை இரண்டு எழுத்துகளாய்ப் பார்த்ததும் ஆச்சரியப்பட்டுப் போனேன். 'ப' என்றுதானே எழுதுவார்கள் என்று அவரிடம் கேட்டேன். பெரிய ஆட்கள் எல்லாம் இப்படித்தான் இரண்டு எழுத்துகளில் இன்ஷியல் போட்டுக்கொள்ளுவார்கள் என்று சொன்னார். பெயர் எழுதுவதில் இம்முறையைப் பின்பற்றும் ஒரு குறிப்பிட்ட சாதியைச் சேர்ந்தவனாக நான் இருக்கக்கூடும் என்று சிலர் நினைக்கலாம். அதனாலேயே வை. கோவிந்தன் (2008) பற்றிய என் நூலில் அந்தச் சாதியில் பிறந்தவனல்லன் என்று முன்னுரையில் எழுத நேர்ந்தது. திருவிழாவில் அப்பா வாங்கித் தந்தது சென்னை இரத்தின நாயகர் சன்ஸ் வெளியிட்ட தனிப் பாடற்றிரட்டு (1939).

மயிலத்தில் கிளை நூலகம் ஒன்று இருந்தது. இரண்டு அறைகள். மூன்று பக்கத் தாழ்வாரமும் நடுவில் சூரியன் பரவும் முற்றமும் கொண்ட சிறு இடம். அது ஒரு பெரிய சத்திரத்தின் கிழக்குப் பகுதி. மேற்குப் பகுதியில் ஒரு நடுநிலைப்பள்ளி. நடுப்பகுதியில் 1938இல் தொடங்கப்பட்ட தமிழ்க் கல்லூரி (இங்கு தான் பிரபஞ்சன் படித்தார்). முருகன் கோயிலிருந்ததால் அந்த ஊரில் பல பக்தி யாத்ரீகர்கள் தங்கும் சத்திரங்கள் இருந்தன. காலமாற்றத்தால் தங்குவார் இன்மையால் சத்திரங்களின் ஆதிப் பயன்பாடு ஒழிந்தது. கல்லூரிகள், பள்ளிகள், விடுதிகள், பல குடித்தனங்கள் கொண்ட பெரிய குடியிருப்புகள் எனச் சத்திரங்கள் மாறின. சில திருமணக் கூடங்களாகச் சில காலம் செயல்பட்டன. இன்று அவற்றின் நிலைமை தெரியவில்லை.

குறிப்பிட்ட கிளை நூலகம் அரசு நடத்தியது. அந்தச் சிறு நூலகத்தின் இடப்பக்கத் தாழ்வாரத்தில் ஒரு சிறிய மேசை கொண்ட நாற்காலியில் உட்கார்ந்து படித்த ஒரு புத்தகம் இன்னும் எனக்கு நினைவில் இருக்கிறது. எனக்குள் ஏதோ வெளிச்சம் பரவியது போன்ற உணர்வு, அதுவரை படித்த புத்தகங்கள் தராத எதையோ அது தந்தது. கண்கள் விரிந்தன. கண்டறியாதன கண்டேன். அது குறிப்புதவி புத்தகம். வீட்டுக்குத் தர மாட்டார்கள். மறுநாள் காலை எப்போது வருமென்று காத்திருந்து ஓடிப் போய் படித்தேன். அந்தப் பரவசம் உணர்ந்த நிமிடங்களுக்கு ஏறக்குறைய 30 ஆண்டுகளுக்குப் பிறகும் இப்போதும் என்னால் சில வினாடிகளாவது போய் வர முடிகிறது. அந்த நூல் வே. ஆனைமுத்து தொகுத்த பெரியார் ஈ.வெ.ரா. சிந்தனைகள்.

அளவில் பெரிய நூல்களைப் படிப்பது எனக்கு எப்போதும் பிரச்சனையாக இருப்பதில்லை. ஏழாவது படித்துக்கொண்டிருந்த போது ஒரு சமயம் எனக்கு அம்மை போட்டது. அம்மைக் காலத்தில் பள்ளிக்கு அனுப்பமாட்டார்கள். வீட்டை விட்டு வெளியேயும் போக முடியாது. வேப்பிலை சூழ்ந்த படுக்கையில் கிடக்க வேண்டியதுதான். படுக்கை என்பது அம்மாவின் பழைய புடவைகள். நன்றாகத் துவைத்துக் காயப்போட்ட நான்கைந்து புடவைகளைத் தரையில் விரித்துப் படுக்க வைப்பார்கள். அப்போது நான் தணியாத ஆர்வத்துடன் படித்த புத்தகம் மு.வ.வின் 'பெற்ற மனம்.' என் அம்மா படிக்கும் நாவலாசிரியர்களில் மு.வ., கல்கி போன்றவர் இருப்பர். கல்கியும் சாண்டில்யனும் ஏனோ எனக்கு முதலிலிருந்தே பிடிக்கவில்லை. மு.வ. பிறகு பிடிக்காமல் போனவர். இன்றைக்கு முற்றாக அவர்கள் அன்னியமாகி விட்டார்கள். எனினும் இவர்கள் வழியாகத்தான் இன்றைய வாசிப்பின் ருசிக்கு வந்து சேர்ந்திருக்கிறது நான் உள்ளிட்ட ஒரு தலைமுறை என்பது எனக்குத் தெரியும்.

சிறு வயதில் படித்த வெகுஜன ரசனை நூல்களும் *குமுதம்*, *கல்கண்டு* போன்ற வெகுஜன இதழ்களும் படுத்தின பாட்டைப் புத்தகங்கள் பற்றிய இந்தக் குறிப்பில் சேர்க்க வேண்டுமா என்று யோசித்தேன். அவற்றின் தரத்தை இன்று நான் திரஸ்கரிக்கலாம். ஆனால் அந்தப் படியேறித்தான் அல்லது படி இறங்கித்தான் மாடிக்கு வந்திருக்கிறோம் அல்லது கிணற்றுக்குள் நீந்துகிறோம். மேலோ கீழோ அவற்றின் பங்கு உண்டு. அவற்றை மறுக்கலாம்; நிராகரிக்க முடியாது.

ஞாயிறு காலையில் *குமுதமும் கல்கண்டும்* இரட்டைக் குழந்தைகளாய் வந்து சேரும். பத்திரிகை ஏஜண்ட் மயிலம் தணிகாசலம் சைக்கிளில் வந்து போடுவார். யார் முதலில்

படிப்பது என்று வீட்டில் மூவருக்கும் போட்டி. வழக்கமாக அக்காவோ சின்ன அண்ணனோ வெற்றி பெறுவார்கள். 10 வருட இடைவெளி என்பதால் பெரிய அண்ணன் இப்போட்டிக்கு வருவதில்லை. அவருக்குத் தணிகாவுடன் தனி dealing இருந்ததாகத் தோன்றும். சங்கர்லால்தான் எங்கள் ஹீரோ. நாற்காலியில் உட்கார்ந்து காலை மேசைமேல் பின்னி நீட்டி அவர் தந்த காட்சி இன்றும் நினைவில் இருக்கிறது. அந்தத் தொப்பியைக் கறுப்புக் கண்ணாடியை மறக்க முடியுமா? கத்தரிக்காய் என்பது வேலைக்காரனின் பெயர். சங்கர்லாலின் திறமைகளைப் பற்றிய பேச்சிலேயே ஞாயிறு முழுவதும் கழியும். வாசிப்பில் ஆர்வத்தை மூட்டிய அவர்களை நன்றியுடன்தான் இன்று அலட்சியம் செய்ய முடிகிறது. நவீன எழுத்தில் பரிச்சயம் உள்ள வாசிப்புப் பழக்கம் உள்ள ஒரு பேராசிரியர் (வயது 59) பல்லாண்டுகளுக்கு முன் பேசிக்கொண்டிருந்தபோது தான் சங்கர்லாலைப் படித்ததில்லை என்று சொன்னார். எங்கள் தலைமுறையைச் சேர்ந்த படிப்பாளி ஒருவருக்கு அது சாத்தியம் என்று என்னால் கற்பனைகூடச் செய்ய முடியவில்லை. அவர் ஒவ்வொரு படிக்கட்டாக ஏறாமல் தாண்டித் தாண்டி இப்போதிருக்கும் இடத்துக்கு வந்திருக்க வேண்டும். அவரை நினைக்கும்போது சரியாகப் பாவப்படாத தரையில் அவர் நிற்பது போன்ற காட்சி என் மனத்தில் தோன்றி மறையும்.

நான் இளமறிவியல் படித்தவன் என்பது இப்போதைய என் நண்பர்களுக்குத் தெரியுமா என்றே தெரியவில்லை. கல்லூரியின் மூன்றாண்டுகளில் ஆண்டு விழாக்களின்போது பெற்ற புத்தகப் பரிசுகள் ஏராளம். போட்டிகளில் மட்டுமல்ல பாடத்திலும் பரிசுகள் வாங்கியிருக்கிறேன். ஒரு ஆண்டு விழாவில் பரிசு வாங்க மேடைக்கு அடிக்கடி ஏறி ஏறி இறங்கிக் கொண்டிருந்ததைப் பார்த்து அலுப்புற்ற சிறப்பு விருந்தினர் வேதகிரி சண்முகசுந்தரம் இங்கேயே நில் தம்பி என்று மேடையிலேயே நிறுத்திக்கொண்டது நினைவிருக்கிறது. அது மத்திய தர சென்னைக் கல்லூரி. எல்லாப் பரிசுகளும் புத்தகங்கள்தாம். அவையும் பாரி நிலைய வெளியீடு களாகவே இருந்தன. ஏன் இப்படி என்று பரிசுப் புத்தகம் வாங்கும் பொறுப்பிலிருந்த தமிழ்ப் பேராசிரியர் சிவ. சிவராமலிங்கத்திடம் கேட்டு விட்டேன். பாரி நிலையம் இருக்கும் மண்ணடிப் பகுதியில் அவர் குடியிருந்ததும், பரிசுப் புத்தகம் என்பதால் அவர்கள் அதிகக் கழிவினை அளித்ததும் காரணம் என்ற உண்மையைச் சொன்னார்.

பரிசு நூல்களில் சொ. முருகப்பா பதிப்பித்திருந்த ‘இராம காதை’ (1969) இருந்தது. அதைப் பார்த்த ஆசிரியர் சுப.வீ. இவர் என் மாமா என்றது நினைவில் இருக்கிறது. புத்தக

ஆர்வம் கொண்ட ஆசிரியர்கள் சிலர் (அப்போதும் சிலர்தான்) நூல்களைப் பார்வையிடுவார்கள். அப்படிப் பார்த்த இன்னொரு ஆசிரியர் Ten days with Astrologer என்ற ஆர்.கே. நாராயண் எழுதிய புத்தகத்தைப் படித்துவிட்டுத் தருவதாக எடுத்துப் போனார். அவர் ஒரு ஆங்கிலப் பேராசிரியர். குமரன் என்பது அவர் பெயர். கால் நூற்றாண்டு ஆகிவிட்டது. அவர் இன்னும் படித்து முடிக்கவில்லை. இப்படிப் படிக்காமலே இழந்த புத்தகங்கள் அதிகமில்லை என்றாலும் இந்தப் பறிகொடுப்பு மட்டும் மனதில் தங்கி இருக்கிறது. அடுத்த ஆண்டு விழா வருவதற்குள் எல்லா நூலையும் படித்துவிட வேண்டும் என்று ஒவ்வொரு ஆண்டு விழாவின்போதும் எண்ணுவேன். புத்தாண்டுத் தீர்மானங்கள் போல ஆண்டு விழாத் தீர்மானம் இது.

நான் படித்தது படிக்கும் சூழ்நிலை உள்ள மேல்நிலைப் பள்ளி. நான் இங்கு வந்து சேர்ந்தது தனிக்கதை. அதற்கும் புத்தகச் சம்பந்தம் உண்டு. Talent Hunting என்ற மத்திய அரசின் திட்டம் ஒன்று கிராமத்தில் எட்டாம் வகுப்புப் படிக்கும் சிறந்த மாணவரைத் தேர்வு செய்து நகரத்துப் பள்ளியில் படிக்க மாற்றும் நோக்கம் கொண்டது. அப்படி நகரத்துக்கு வந்தவன் நான். தினமும் இறை வணக்க நேரத்தில் இயற்பியலில் முதுநிலைப் பட்டம் பெற்ற எம். பீட்டர் என்ற அந்தத் தலைமையாசிரியரான பாதிரியார் ஏதேனும் ஒரு கருத்தை விவரித்துச் சொல்லுவார். அந்த நிகழ்வே நன்றாக ஒத்திகை பார்க்கப்பட்ட ஒரு நாடகக் காட்சிபோல நடக்கும். அவர் சொன்ன கருத்தை ஒரு நோட்டில் எழுதி மறுநாள் அவரிடம் குறிப்பிட்ட நேரத்தில் காட்டலாம். தவறு இருந்தால் திருத்தித் தருவார். விரும்புகிறவர்கள் செய்யலாம். 1600 பேர் படித்த பள்ளியில் பத்து இருபது பேர் அதைச் செய்வோம். அந்தப் பள்ளியில் படித்த மூன்றாண்டுகளும் தவறாமல் எழுதி வந்தேன். அந்த நோட்டுகளைப் பல காலம் பாதுகாத்து வந்தேன். When the going gets tough, the tough gets going என்பது அக்கருத்துகளுள் ஒன்று. இப்படித்தான் மற்றவையும் இருக்கும். என்னவோ சார்தர், பூக்கோ மாதிரி ஏதாவது இருக்கும் என்று கருதிவிடாதீர்கள். எல்லாம் The Prayer Of the Frog மாதிரியான நூல் கருத்துகளாகவே இருக்கும். 'போப் தானே விரும்பினாலும் புரட்சிக்காரர் ஆக முடியாது' தானே.

அந்தப் பாதிரியார் நிறையப் படிப்பவராக இருக்கலாம். எப்போதும் புத்தகமும் கையுமாகவே இருப்பார். அவரிடம் சில புத்தகங்களைக் கேட்டு வாங்கிப் பார்த்திருக்கிறேன். அதில் ஒரு புத்தகம் How to win friends, தலைப்புச் சரியா என்று ஐயம். ஆனால் இந்த வகையிலான சுய முன்னேற்ற ஆங்கில நூல் என்பது மட்டும் உறுதி. அதிலிருந்து பெற்ற ஒரு வரிகூட இப்போது என்

மூளையில் இல்லை. அதிலிருந்து கற்றுக்கொண்ட பாடமே வேறு. அந்த நூலை நான் தொலைத்துவிட்டேன். விடுதியில் தங்கியிருந்த இன்னொரு படிக்கும் நண்பன்தான் அதை எடுத்திருப்பான் என்று எனக்குச் சந்தேகம். எடுத்திருப்பான் என்பது நாகரீகமான வார்த்தைப் பிரயோகம். எப்போதும் நண்பர்கள் சூழ இருப்பான். இப்போது ஜாம் ஜாம் என்று ஒரு சிறு நகரத்தில் டாக்டர் தொழில் பார்க்கிறான். பாதிரியார் என்னை மன்னிக்கவில்லை. கர்த்தரிடம் அந்தப் பொறுப்பை ஒப்படைத்திருக்கக்கூடும். மெஸ் பில்லுடன் தண்டத் தொகையையும் சேர்த்துப் போட்டு அனுப்பிப் பணத்தை என் அப்பாவிடம் வசூலித்துவிட்டார். இது 10ஆம் வகுப்பில் நடந்த கதை.

எனக்குப் புத்தகங்களைப் படிப்பதோடு பாதுகாக்கும் எண்ணம் தோன்றுவதற்கு அச்சம்பவம் காரணமாகியிருக்கக்கூடும். அதனால்தான் சென்ற பத்தி ஒன்றில் நான் குறிப்பிட்டிருந்த அந்தப் பேராசிரியர் என்னைச் சித்த மருத்துவர் என்று கிண்டல் செய்யுமாறு நிலைமை போய்விட்டது.

இருபதாவது வயதில் வ.ரா.வைப் படிக்கத் தொடங்கிய பிறகு என் இலக்கிய ருசி திசை திரும்பிவிட்டது. வாசிப்பு, சிந்தனை, செயல் எல்லாம் அதே உலகத்தின் வேறு பாதையில் திரும்பி விட்டது. 23ஆம் வயதில் பி.எச்.டி. ஆராய்ச்சியில் சேர்ந்தது முதல் 30ஆம் வயதில் வேலையில் சேரும்வரை தூங்கும் நேரம் தவிர மற்ற முழு நேரமும் படித்தேன். அதனூடாகத்தான் பழைய தமிழ்ப் புத்தகங்களுக்குப் பெயர் பெற்ற அந்த நூலகத்தில் ஒரு காலைப் பொழுதில் என்னிலும் இளைய (வயதில்) அந்த நவீன மனிதனைச் சந்தித்தேன். நான் ஆச்சர்யம் அடைந்தேன். ஆ.இரா. வேங்கடாசலபதியுடனான அந்தச் சந்திப்புக்குப் பிறகு என் வாசிப்பு, சிந்தனை, செயல், ருசி எல்லாம் அழுத்தமும் கூர்மையும் தெளிவும் பெற்றன. அதைப்பற்றி எழுதுவது என் பிற்கால ஆராய்ச்சி அனுபவத்தை எழுதுவதாக மாறி நீண்டுவிடும். நான் நடுப் பகலில் நிற்கிறேன். அதைப் பிறகொரு மாலையில் பேசுவோம்.

***புதிய புத்தகம் பேசுது*, ஜனவரி 2013**

காணிக்கை உரைகள்

அன்பினுக்கு நிவேதனமாய்

அன்பின் மரியாதையின் அடையாளமாக ஒருவருக்குச் செய்யப்படுவது நூல் சமர்ப்பணம். முன்னுரை, முகவுரை முதலிய சம்பிரதாயங்களுக்குப் பிறகு நூல் தொடங்குவதற்கு முன் பெரும்பாலும் முழுப் பக்கத்தில் அமைவன இச்சமர்ப்பணங்கள். இவை காணிக்கை, அர்ப்பணம், படையல் எனப் பல பெயர் தாங்கி வருகின்றன. சில சமயம் இத்தகைய தலைப்பெயர் ஏதும் இல்லாமலும் அமைகின்றன. படையல் என்னும் தமிழ்ச்சொல்லையே சிலர் ஓர்மை யுடன் பயன்படுத்துகின்றனர். தொடர்புடையவர்கள் அன்றி மற்றவர்களால் இவை அவ்வளவாகக் கண்டு கொள்ளப்படுவதில்லை. தமிழ் நூல்களில் இந்தச் சமர்ப்பணங்கள் செய்யப்படும் விதவிதமான முறை களைக் கண்டு இரசிப்பது இக்குறிப்பின் நோக்கம்.

1900களில் எழுத வந்த, தமிழின் மறுமலர்ச்சி எழுத்தாளர்களின் தலைவராகக் கொண்டாடப் பெறும் வ.ரா. 'சுந்தரி அல்லது அந்தரப் பிழைப்பு' (1917) என்னும் தன் முதல் நூலைத் தன் 'பரமகுரு, ஸ்ரீமான் அரவிந்த'ருக்குச் சமர்ப்பித்தார். 'மாயா மேயோ அல்லது மேயோவுக்குச் சவுக்கடி' (1928) என்னும் இரண்டாம் நூலைத் தன் பெற்றோர்களுக்குச் சமர்ப்பித்தார். பொதுவாகப் பெற்றோர்களுக்குச் செய்யப்படும் காணிக்கைகளே பெரும்பான்மையாக இருக்கின்றன.

வ.ரா.வின் காலகட்டத்தில், தந்தையின் பெயரை முதல் எழுத்தாகக் கொள்ளும் மரபைப் பின்பற்றாது ஊர்ப் பெயரைப் பெயரின் முன் ஒட்டாகக் கொண்டு இயங்கிய முதுபெரும் எழுத்தாளர் வெங்களத்தூர்

சாமிநாதசர்மாவுக்குப் பெற்றோர் பேரில் அன்பில்லையோ என்று நாம் எண்ண அவர் இடம்வைக்கவில்லை. 'பாணபுரத்து வீரன்' (1924) நாடக நூலை 'அன்னையின் அடியிணைக்கு' அர்ப்பணித்துள்ளார். அடியிணை என்னும் சொல் அபிராமித் தாயைக் குறிக்கிறதோ என்று குழம்பவும் வாய்ப்பு இருக்கிறது. தனது 'அபிமன்யு' (1934) நூலை இந்தச் சந்தேகத்துக்கு இடம் வைக்காமல் பெற்றோரின் பெயரை எழுதியே சமர்ப்பித்தார். எனது வளர்ச்சியே தங்களது வாழ்வு எனக் கொண்ட என் பெற்றோர்கள் ஸ்ரீமான் கங்கையாடி முத்துசாமி ஐயர், ஸ்ரீமதி பார்வதி அம்மாள் இவர்களின் பொன்னடிகட்கு' என்பது அவ்வாசக வரி. இங்கேயும் பரமனின் பாதார விந்தங்களை நினைவூட்டும்படி 'பொன்னடி' வரினும் அதை உயர்வு நவிற்சியாகக் கொள்ளலாம்.

பெற்றோருக்கு நூலைச் சமர்ப்பிக்கும் ஆர்வம் இரண்டு தலைமுறைகளுக்கும் மேலாகத் தொடர்ந்து நீடிக்கிறது. வா.செ. குழந்தைசாமி 'அறிவியல் தமிழ்' (1985) நூலை மட்டு மல்லாமல் தன் கவிதைகளின் மொத்தத் தொகுப்பு நூலையும் பெற்றோர்க்கே படையல் செய்தார்.

<blockquote>
என்னை வளர்த்தாரின் இரவு பகலாகத்
தன்னை அழித்தெனக்குத் தடம் அமைத்த தந்தையரின்
அன்னை எனும் பெயரின் அழியாத காவியத்தைப்
பொன்னை நிகர்த்த பதம் போற்றிப் படைக்கின்றேன்
</blockquote>

என்பது அந்தக் கவிதைப் படையல். அறிவியல் தமிழ் நூலில் மேற்கண்டவாறு நான்கு வரிகளாகவும் மொத்தக் கவிதை நூலில் ஒடிந்து வளைந்து பல வரிகளாகவும் இதே கவிதை படையலாகி உள்ளது.

தன் பெற்றோருக்கு மட்டும் காணிக்கையாக்கினால், மனைவி கோபித்துக்கொண்டால்? 'லோட்டஸ் எடிசன்' தன் 'வெள்ளை மனசு' (2004) நூலைத் தம்முடைய அம்மா, அப்பா மற்றும் மாமியார், மாமனார் ஆகியோருக்குக் காணிக்கையாக்கினார். எல்லோரையும்போலப் பெற்றோருக்குக் காணிக்கையாக்கினால் தனக்கு என்ன மரியாதை என்று நினைத்த சுரதா, 'துறைமுகம்' (1978) கவிதைத் தொகுப்பை இப்படிக் காணிக்கை செய்தார். என் தந்தையார் திருவேங்கடம் அவர்கட்கும் என் அன்னை செண்பகம் அம்மையார் அவர்கட்கும் இந்நூலைப் படைக்கலாம் என்று முதலில் நினைத்தேன். இந்நூலுக்கு நான் துறைமுகம் என்று பெயரிட்டிருப்பதால் நான் வாழும் சென்னையிலுள்ள துறைமுகத்திற்கே துறைமுகம் என்னும் நூலைப் படையலாக்கு கிறேன்.' ஊதாரியின் மனப்போக்கில் சொற்செலவு இருப்பினும் வித்தியாசமான காணிக்கைதான்.

எல்லோரும் அப்பாவுக்கே அர்ப்பணித்தால், சித்தப்பா என்ன நினைப்பார்? 'எங்கள் சிறிய தகப்பனார் மர்ஹூம் ம.உ. முஹம்மது மீரான் பிள்ளை அவர்களுக்கு இக்கலைப் படைப்பைச் சமர்ப்பணம் செய்கிறேன் என்று இப்பிரச்சனையைத் தன் நாவல் 'கூனன் தோப்பு' (1993) மூலம் தீர்த்தார் தோப்பில் முஹமது மீரான். சிறிய தகப்பனாரைக் கவனிக்கும் வாசகர்கள் 'கலைப்படைப்பு' என்னும் பெரிய சுய அங்கீகார வார்த்தையையும் கவனிக்க வேண்டுகிறேன், இடைப்பிறவரலாக.

நூல் சமர்ப்பணங்களில் பெற்றோர்களுக்குக் கிடைக்கும் மதிப்பு மற்றவர்களுக்குக் கிடைப்பதில்லை என்றாலும் தாத்தாக்களின் பங்கைக் குறைத்து மதிப்பிட்டுவிட முடியாது.

என்னைப் பெற்றவளைப் பெற்றெடுத்த பெருமான்
என்னை வளர்த்து ஆளாக்கிய பூமான்
அமரர் மானாமதுரை திரு.ச. திருஞான சம்பந்தம்பிள்ளை
அவர்கள் திருவடிக்கு

என்பது ஒரு படைப்பாளியின் வாசகம் (1984). பெருமான், பூமான் என்னும் சொல்லாட்சிகளால் இப்படைப்பாளி ஒரு புதுக்கவிஞர் என்பது வெட்ட வெளிச்சமாகி இருக்கும். 'என் ஆளுமையை ஆள்வதும் என் வாழ்விற்குள் வாழ்வதும் என் பாட்டனார் அமரர் Dr. L.A. சப்தரிஷி L.M.P அவர்களுக்குப் பணிவுடன் சமர்ப்பணம்' என்று இரா. நடராசன் தன் 'தொலைப்புச் செய்திகள்' (1991) நூலைச் சமர்ப்பித்திருந்தார். பவுத்த அய்யனார் மேன்ஷன் கவிதைகளைத் (2005) 'தாயின் முகமறியாத எனக்குத் தாயாய் தந்தையாய் இருந்து வளர்த்து ஆளாக்கிய அப்பத்தாள் . . . அப்பச்சி . . .' ஆகியோரின் நினைவுக்குக் காணிக்கையாக்கினார். மகன்களின் படையலை வாழும் தந்தைகள் பார்க்க வாய்ப்புண்டு. ஆனால், பேரன்களின் படையல்களைத் தாத்தாக்கள் எங்கே பார்ப்பது? அதனால்தான் பேரன்களின் வார்த்தைகளில் பணிவும் போற்றலும் தூக்கலாகத் தொனிக்கின்றன. இரத்த உறவு, போஷிப்புக்கான நன்றி ஆகிய காரணங்களால் தாத்தாக்களுக்கு நூல்கள் காணிக்கையாவதை மிகப் பரவலாகப் பார்க்க முடிகிறது. இதில் சற்று மாறுபட்டு, தாத்தாவின் நினைவில் மிளிரும் கலை அம்சத்தை அழுத்திச் சமர்ப்பணத்தைச் செய்திருக்கிறார் கோணங்கி. 'தன் கொல்லனின் ஆறு பெண்கள்' (1990) நூலை, 'விடுகதை மன்னரான என் தாத்தாவுக்கு (அன்று என் தாத்தா போட்ட விடுகதைகளை 18 பட்டிகளிலும் யாரும் அழித்ததாக வரலாறு இல்லை. இலக்கியத்தைவிடவும் என் தாத்தாவின் விடுகதை, புதிரானது)' என்பது கோணங்கியின் விவரிப்பு.

தாத்தாவுக்கான சமர்ப்பணங்களையே பார்த்துப் பழகிய சூழலில் ஒரு படைப்பாளித் தாத்தா மறைந்து போன பேரனுக்குத் தன் சிறுகதைத் தொகுப்பைச் (1998) சமர்ப்பித்திருப்பது ஒரு மாறுதலாய் இருக்கிறது. 'உன் மேலான பார்வைக்குத் தபாலில் இப்புத்தகத்தை அனுப்ப நினைத்தேன். வந்து சேராது. உன்னிடம் விரைந்து வந்து நேரிலேயே தர இருக்கும் உன் . . .' என்பதாக மரணத்தின் கதவருகே நிற்கும் அந்தத் தாத்தாவின் சமர்ப்பண வரிகள் செல்கின்றன.

முன் உறவுச் சமர்ப்பணங்களில் மரியாதை உணர்வு மிகுந்திருக்கப் பின் உறவு சமர்ப்பணங்களின் நிலைமை என்னவாக இருக்கிறது?

தன்னுடைய மனைவிக்கு 'எது வாழ்க்கை?' (1994) நூலைச் சமர்ப்பித்த தங்கப்பாவின் படையல் சொற்கள், கணவன் – மனைவி ஒற்றுமையை மட்டுமல்ல, புதுவையில் அவரை நோக்கி மானசீகமாக வைக்கப்படும் ஒரு கேள்விக்கான பதிலையும் சூசகமாக வெளிப்படுத்துகிறது. 'என் கொள்கைகளில் சிறிதும் வழுவாது வாழ்விலும் உறுதுணையாற்றி என்னை ஊக்குவித்து வரும் என் மனைவிக்கு இந்நூலை அன்புடன் படைக்கிறேன்' என்பது அவரது வாசகம். மனைவிக்குச் சமர்ப்பணமாகும் நூல்கள் தமிழில் அரிதாகவே கண்ணில் படுகின்றன.

குடும்ப அமைப்பில் அடுத்திருக்கும் மூத்த உறவுகள் அண்ணனும் அக்காவும். அண்ணனுக்குத் தன் நூலைச் சமர்ப்பித்திருக்கும் ஞானி, யூமா வாசுகி ஆகியோரின் சமர்ப்பணங்களில் இழைத்திருக்கும் சோகம் சமர்ப்பணத்திற்கு உயிர்ச்சத்தை வழங்கி விடுகின்றன. இரத்த உறவு, அமுத பருவம், வலம்புரியாய் அணைந்ததொரு சங்கு ஆகியவற்றை யாருக்கும் அர்ப்பணிக்காத யூமா வாசுகி இரவுகளின் நிழற்படத்தைக் காசி அண்ணனுக்குச் சமர்ப்பித்திருந்தார்.

காசி . . .

நீங்களான நதியின் மிக மெல்லிய மேற்படத்தைச் சுருட்டியவாறு
கரையோரமாக நடந்து வருகிறேன். வீசிய வலைகளினால்
கூறுபட்ட
விநோத வடிவங்களாக நீர்த்துண்டுகள் ஏராளமாய் குவிந்து
கிடக்கின்றன.
தத்திய துடும்புகள் துளைத்த இடங்களுடன் படகுகள் போன
பாதைகள் குழிந்து நீள்கின்றன. நிரக்காத பள்ளங்கள் நீராடிய
இடமனைத்தும், உள்நீச்சல் நிர்ணயித்த குகைகளின் மேலே
இரைமீட்ட பறவைகளின் அலகுத் தடங்கள், உறைந்த போக்கில்
பதிந்து கிடக்கின்றன நட்சத்திர நிலவுச் சூர்யாதிகளின் பிம்பங்கள்

சிதைகளின் சாம்பல் கரைத்த இடங்கள் ஒன்றில் ஆழத்து
தரிசனங்களைக்
குறிப்புணர்த்தும் நிழல்போல ஒருமீன் காத்திருந்து
என்னைப் பார்த்து மூழ்கக் கண்டேன். இப்போதைக்குப்
படலத்தை விரித்து நதியைப் போர்த்துவிட்டு இதை எழுதுகிறேன்.

'காசி அண்ணா . . . இக்கவிதைகள் உங்களுக்குச் சமர்ப்பணம்.'

காணிக்கைகள் ஏற்படுத்துகிற பாதிப்பு சில சமயம் வாசகனை நூலுக்கு நெருக்கமாக்கிவிடக்கூடும். குறிப்பாக, துக்கம் பொங்கும் காணிக்கைகள். தமிழகத்தில் 'பண்பாட்டு நெருக்கடிகள்' (1994) நூலை அமரர்களான தன் அண்ணன், அண்ணி ஆகியோருக்குக் காணிக்கையாக்கினார் ஞானி. படிப்பைத் தியாகம் செய்து தன்னை வளர்த்த அண்ணனையும், குடும்பத்திற்கு உழைத்த அண்ணியின் விபரீத (?) மரணத்தையும் துக்கச் சொற்களால் ஞானி பதிவு செய்துள்ளார்.

ப்ரிய ராஜேஸ்வரிக்கு, வசந்தி பிரகலாதன் ஆகியோருக்கு, மகாலிங்கத்துக்கும் உமாவுக்கும், *Guillory Joseph* . . . என்று பெயர்களை மட்டும் குறிப்பிடும் விவரிப்பற்ற காணிக்கைகளே இன்று நடைமுறையாய் உள்ளன. விவரக் குறிப்புகள் இல்லாத இந்தச் சமர்ப்பணங்கள் வாசக உறவிலிருந்து தம்மைத் துண்டித்துக்கொண்டு மேலெழும்பி அந்தரங்கமாகிவிடுகின்றன. தொடர்புடையவர்களை நாணச் செய்யக்கூடும் என்னும் உயர்ந்த நாகரிக நோக்கத்தில் விவரிப்புகள் தவிர்க்கப்பட்டிருக்கலா மெனினும் வாசகர் உறவை இந்தச் சமர்ப்பணங்கள் முற்றாக இழந்துவிடுகின்றன. தெளிவாக அமையாத விவரிப்புகளும் உண்டு. ஆசிரியர் – சமர்ப்பண ஆகிருதி இவர்களுக்கு இடையிலான உறவைத் தெரிவிக்கவும் (அ) உணர்த்தவும் தவறிவிடுகின்றன. 'எனது கனவுகளுக்குச் சிறகாய் விரிந்து எனது திசைகளுக்குத் தீபமாய் எரியும் அன்பு ருக்மணி தேவிக்கு' என்னும் சமர்ப்பணம் இதற்குச் சான்று (1985). ஆனால், சமர்ப்பணம் என்பது முதன்மை யாக அந்தரங்கமான ஒன்று என்னும் வகையில் இத்தகைய காணிக்கைகளை நாம் புரிந்துகொள்ள முடியும்.

குடும்ப வட்டத்தைத் தாண்டி நண்பர்கள், சக எழுத்தாளர்கள், மூத்தவர்கள், ஒரு துறையின் முன்னோடிகள் ஆகியோருக்குச் செய்யப்படும் காணிக்கைகளே மிகுதி. வணங்காமுடி பாரதிதாசன் தன் முதல் தொகுதியைச் (1938) சைவத் தொண்டரும் தன் நண்பருமான 'கீழ்மருதூர் நாராயணசாமி நாயுடு'வுக்குச் சமர்ப்பித்திருக்கிறார். அசோகமித்திரன் 'விமோசனம்' (1982) சிறுகதைத் தொகுப்பைக் க.நா.சு.வுக்கு என்று எந்த அடைமொழியும் இல்லாமல் சமர்ப்பித்திருந்தார். க.நா.சு. தன்

இறுதிக் காலத்தில் 'கலை நுட்பங்கள்' (1988) நூலின் முன்னுரையில், சோர்வுற்றிருந்த காலத்தே தன்னை ஊக்குவித்த, அந்நூலை வெளியிட்ட ஓர் இளைஞருக்குச் சமர்ப்பணம் போல ஒரு வரி எழுதியிருந்தார். முன்னுரையோடு கலந்துகிடக்கும் 'இந்த நூலை . . . அன்புடன்' என்னும் சொற்களிலிருந்து சமர்ப்பண உணர்வை நாம் பிழிந்தெடுக்க வேண்டியபடி சிக்கனமாக அமைந் திருந்தது ஒவ்வொரு வரியும். தனித்தாள் அந்தஸ்தும் அதற்குக் கிடையாது. கிழவர்களுக்கு மனது வர மறுக்கிறது. இங்கேதான் சுந்தர ராமசாமி என்னும் மனிதர் என் நினைவுக்கு வருகிறார். அழகிரிசாமியின் மனைவி, மகன், மகள் என ஒருவர் பெயரையும் விடாமல் எழுதித் தன் நூல் (2002) ஒன்றை அழகிரிசாமியின் குடும்பத்துக்கே சமர்ப்பித்தார் சு.ரா. நண்பர் அய்யனாருக்கும் அவர் மனைவி முத்துப்பிள்ளைக்கும் இன்னொரு நூலைச் (1996) சமர்ப்பித்திருக்கிறார் சுந்தர ராமசாமி.

'சக்ரவாகம்' என்னும் சிறுகதைத் தொகுப்பு, 'நாகமணி', 'இதய நாதம்' ஆகிய நாவல்கள் மூலம் பிரபலமாக விளங்கிய ந. சிதம்பர சுப்ரமணியம், ஊர்வசி முதலிய நாடகங்கள் (1944) நூலை ஸ்ரீ.தி.ஐ.ரவுக்குக் காணிக்கையாக்கினார்.

கலாச்சாரம்: 'அ–கலாச்சாரம்: எதிர்–கலாசாரம்' (1991) என்னும் அமைப்பியல்வாத விமர்சனக் கட்டுரை நூலை, நண்பன் ஜான் ஆப்ரஹாமுக்குக் காணிக்கை செய்திருப்பது வழமையான கலாச்சாரச் செயல் என்றாலும் எவ்வளவு பொருத்தமானது. அக்ரஹாரத்துக்குக் கழுதையை ஓட்டிவந்தது எவ்வளவு அ–கலாச்சாரச் செயல்!

ஒருதுறையின் பிதாமகர்களுக்குச் சமர்ப்பிக்கும் முறை பரவலாக இருக்கிறது. 'நாடகக் கலை' (1959) நூலை அவ்வை தி.க. சண்முகம், சங்கரதாஸ் சுவாமிகளுக்குக் காணிக்கையாக்கி இருந்தார். தொல் பழம் கிரேக்க நாடகங்களைத் தமிழாக்கி வரும் ஸ்டாலின், இத்தகைய ஒரு மொழிபெயர்ப்பு நாடக நூலைத் (2004) தமிழின் சிறப்புகளை வெளிக்கொணர்ந்த அறிஞர்களான Burrow Emeneau ஆகியோருக்குச் சமர்ப்பித்தார். அவ்விவரிப்பில் திராவிடச் சொற்பிறப்பியல் ஆய்வுக்கு இவர்களுக்கு முன்னோடி களாய் இருந்த எல்லிஸ் (1816), கால்டுவெல் (1856) ஆகியோரை ஆண்டு குறிப்புடன் நினைவுகூர்ந்திருந்தது முக்கியமானதாய்ப் படுகிறது. தன் முதல் நூலை ('வானப்ரஸ்தம்') அம்மாவுக்கும், 'சுட்டி மகாபாரதம்' (2006) நூலைத் தன் குழந்தைகளுக்கும் சமர்ப்பணம் செய்திருந்த அரவிந்தன், தனது இரண்டாம் சிறுகதைத் தொகுப்பைப் (2006) புதுமைப்பித்தன் நினைவுக்குக்

காணிக்கையாக்கி முன்னோடியின் மீதான தனது மரியாதையைப் பதிவு செய்திருந்தார்.

அகரம் கற்றுத்தந்த ஆசிரியருக்கு (2005, அழகிய பெரியவன்), தாட்சாயணி டீச்சருக்கு (1991, விக்ரமாதித்யன்), டாக்டர் க. கைலாசபதிக்கு (1982, அறிவுமதி), பாவேந்தருக்கு (1991, குருவிக்கரம்பை சண்முகம்) என ஆசிரியர்களுக்கு அமையும் நன்றிக் காணிக்கைகள் ஏகலைவனின் காலத்திலிருந்து தொடர்ந்து வருகின்றன.

பழைய மன்னர்களுக்கும் புலவர்களுக்கும் சில கவிஞர்கள் செய்திருக்கும் காணிக்கைகளைக் கிண்டலாகக் கருதாமல் உண்மை ததும்புவனவாகவே கொள்ள வேண்டும். ஏறக்குறைய பரம ஏழைகளின் வாழ்க்கையைப் படம்பிடித்துக் காட்டிய 'இவர்கள் வாழ்ந்தது' (1994) நூலை 'இளந்தத்தனுக்கும், கோவூர்கிழார்க்கும், நெடுங்கிள்ளிக்கும்' பழமலய் படைத்திருப்பதை அப்படித்தான் கொள்ள வேண்டும். அவரே, 'குரோட்டன்ஸ்களோடு கொஞ்ச நேரம்' (1991) நூல் உள்ளடக்கம் சார்ந்து செய்திருந்த பின்வரும் படையலையும் புரிந்துகொள்ள முடிகிறது. 'தாவரங்களின் இரகசிய வாழ்க்கையின் ஊடான பயணம் என்னும் தலைப்பில் பாடல்கள் வழங்கியுள்ள அமெரிக்க நீக்ரோ பாடகர் பிறவிக் குருடர் ஸ்டிவி வொண்டருக்கு நிரம்பி வழியும் வியப்புடனும் தொலைவை வென்ற தோழமையுடனும் என்பது அந்தச் சமர்ப்பண வாசகம். ஜார்ஜ் தாம்சன் தன் *Human Essence (1974)* நூலைக் 'கிளாரியன் இசைக் கலைஞர்களுக்குக்' காணிக்கையாக்கி இருந்தது இவ்விடத்தில் நினைவுக்கு வருகிறது. நூலின் உள்ளடக்கத்தோடு ஒட்டிய சமர்ப்பணங்கள் பொருத்தமாக்கப்படுகின்றன. ந. சிதம்பர சுப்ரமணியன் *வாசகர் வட்டம்* மூலம் வெளியிட்ட 'மண்ணில் தெரியுது வானம்' (1969) காந்திய நாவலைப் 'பணம் பதவி புகழ் ஒன்றையுமே எதிர்பார்க்காமல் தங்கள் உடல், பொருள், ஆவி மூன்றையும் தேசத்திற்கே அர்ப்பணித்த காந்தியுக தேச பக்தர்களுக்குச் சமர்ப்பித்தார்.

தொழில்முறை மருத்துவர்களுக்கும் சிலர் தம் நூல்களைக் காணிக்கையாக்குகிறார்கள். அதில் தனிப்பட்ட நன்றி பாராட்டலும் சிலசமயம் பொது நலமும் தொனிக்கின்றன. கு.ப.ரா. தன் 'துர்கேச நந்தினி' (1944) நூலைத் தனக்குக் கண் வைத்தியம் பார்த்த கும்பகோணம், கண் டாக்டர் மகாலிங்கத்துக்குச் சமர்ப்பித்தார். வ.ரா.வின் மூன்று சமர்ப்பணங்களில் மூன்றாவது டாக்டருக்கு உரியதாகிறது. 'படாடோபமில்லாமல் பரந்த நோக்கத்துடன் தொழிலின் மூலமாக ஜன சமூகத்துக்குப் பேருபகாரம் செய்து வரும் என் நண்பர் டாக்டர் வி.டி. தேசிகாச்சாரியார் அவர்களுக்கு

இந்நூல் அன்புடன் சமர்ப்பிக்கப்பட்டது என்பது 'கோதைத் தீவு' (1945) நாவலின் சமர்ப்பண வாசகம்.

அன்பையும் மதிப்பையும் தெரிந்த மனிதர்களிடம் மட்டுந் தான் நான் வெளிப்படுத்த வேண்டுமா? கொண்ட கொள்கை, முகம் தெரியாத மனிதர்கள் போன்றோரிடமும் வெளிப்படுத்தினால் என்ன தவறு? சென்னை, ரோசா லக்சம்பர்க் படிப்பு வட்டம் வெளியிட்ட உதயன், விஜயன் எழுதிய 'இந்து மகா சமுத்திரப் பிராந்தியமும் இலங்கை இனப் பிரச்சனையும்' (1987) என்னும் ஆய்வு நூல் சமர்ப்பிக்கப்பட்டிருப்பது தியாகத்துக்கு. 'தமிழீழ விடுதலைக்காக இதுவரை காலமும் சிந்திய இரத்தத்திற்கும் மையிற்கும் இவ்வாய்வு சமர்ப்பணம்.'

'இந்திய அரசியல் சட்டம் – ஒரு மோசடி' (1980) என்ற தன் நூலை திருச்சி வே. ஆனைமுத்து, 'சாதி அமைப்பைக் காக்கும் அரசியல் அமைப்புச் சட்டத்தை 1957இல் எரித்துத் தன்னுடன் சிறைப்பட்ட 3000 தோழர்கட்கும் சிறை நோயால் மாண்ட பதினெண்மருக்கும்' காணிக்கை ஆக்கினார். வாசகர்களுக்குக் காணிக்கையாக்கும் மரபும் இருக்கிறது.

அன்பு, மரியாதை இவற்றைத் தாண்டிக் கிண்டலான சமர்ப்பணங்களும் உண்டு. அஸ்வகோஷின் பல நூல்கள் சமர்ப்பணம் இல்லாமலேயே வந்திருந்தும், அவரது பகடி நூல் பரிதாப எழுத்தாளர் திருவாளர் பரதேசியார் 'பண்டித புராணம்' (1977) 'பரிதாப எழுத்தாளர் திருவாளர் பரதேசிப் பண்டிதரின் பாரியாளு'க்குச் சமர்ப்பிக்கப்பட்டிருந்தது.

காணிக்கை என்னும் மனம் தழுவிய உயர்ந்த விடயத்தை, கேவலம் பொருள் லாபத்துக்காகக் கீழிறக்கிவிடுகிற நேர்வுகளும் தமிழில் இருக்கின்றன. ஒரு கவிஞர் தன்னைச் சினிமாவுக்கு அறிமுகப்படுத்திய இயக்குநருக்குத் தன் கவிதை நூலைச் சமர்ப்பித் திருக்கிறார். ஒருவர் தன் திரைப்படப் பாடல் தொகுதியை ஒரு சினிமாகூட எடுக்காத பா. சிவந்தி ஆதித்தனுக்குச் சமர்ப்பித்து நன்றி பாராட்டியிருக்கிறார். ஒரு எழுத்தாளர் தன் நூலை ஒருவருக்குக் காணிக்கையாக்குகிறார் என்றால், அடுத்த நூலின் பொருளாதாரப் பலத்துக்கு அஸ்திவாரக் கல்லை எழுப்பி விட்டார் என்று அர்த்தம் என்று ஒரு நண்பர் சொன்னார். வாய்மொழிப் பாடல் தொகுப்பு ஒன்று, பங்காரு அடிகளாருக்குச் சமர்ப்பிக்கப்பட்டிருக்கிறது.

அ. சீனிவாசராகவன் 'நிழல்கள்' (1943) நாடகத் தொகுதியைத் திருநெல்வேலி இலக்கியச் சங்கத்தினருக்கும் சங்கத் தலைவர் ஸ்ரீடி.கே. சிதம்பரநாத முதலியார் அவர்களுக்கும் சமர்ப்பித்

திருந்தார். 'காவிய அரங்கு' (1936) நூலைச் சென்னைப் பல்கலைக்கழகத் துணைவேந்தர் டாக்டர் ஆ. லக்ஷ்மண ஸ்வாமி முதலியார் அவர்களுக்குக் காணிக்கையாக்கினார். 'இலக்கிய மலர்கள்' (1960) தொகுதியைத் தான் பணியாற்றிய கல்லூரியின் தாளாளருக்கு அர்ப்பணித்தார். 'வெள்ளைப் பறவை' (1967) நூல் 'செட்டிநாட்டு அரசர் டாக்டர் எம்.ஏ. முத்தையா செட்டியார் அவர்களுக்கு அன்புடன் அ.சீ.ரா.' என்னும் வாசகத்துடன் சமர்ப்பிக்கப்பட்டிருக்கிறது. தலைவர், துணைவேந்தர், தாளாளர், அரசர் என்பதாக அமைந்த காணிக்கைகள் எதிர்பார்க்காவிட்டாலும் பயன்மிக்க விளைவை ஏற்படுத்தியிருக்குந்தானே.

சிலர் ஒரே நூலைப் பலருக்குச் சமர்ப்பணம் செய்கிறார்கள். பல நூல் எழுதவல்ல அவர்கள் ஏன் அப்படிச் செய்கிறார் என்று தெரியவில்லை. 'தாத்தா கொங்குப் புலவர் வையாபுரி அவர்கள், மாமனார், அண்ணார், மாமா, பேராசிரியர்கள்... என் நினைவில் நீங்காது இருக்கும் இவர்களுக்கு எளிய காணிக்கையாக இந்த என் மூன்றாவது தொகுதி' என்பது ஒரு கவிஞரின் காணிக்கை. இப்படிப் பகுத்துண்பித்துப் பல்லுயிர் ஓம்ப வேண்டிய புலமை வறுமையாளர் அல்ல அக்கவிஞர். இன்னொரு இந்திய ஆங்கில எழுத்தாளர் கே. நட்வர் சிங் தான் தொகுத்த *Stories from India* (1972) என்னும் நூலைத் தன் தந்தை கோவிந்த சிங் (1899 – 1965) நினைவுக்கும், எழுத்தாளர் இ.எம். பாஸ்டர் (1879 – 1970) நினைவுக்கும் பங்கிட்டுச் சமர்ப்பித்திருக்கிறார்.

ஆ

1900களில் எழுத வந்த முதல் தலைமுறைப் பெண் படைப்பாளி களுள் நாவல்களை எழுதிக் குவித்த வை.மு. கோதைநாயகி அம்மாள் தன் நாவல் மலைகளை யாருக்கும் காணிக்கை யாக்கியதாகத் தெரியவில்லை. கணபதி, கலைமகள் துதிகளுடன் தொடங்கும் பகவத் சம்பந்தம் உள்ள தன் நாவல்களைக் கேவலம் மனிதர்களுக்கா சமர்ப்பிப்பது? என்று அவர் நினைத்திருக்கலாம் அல்லது நாவல்களின் எண்ணிக்கை அளவுக்குச் சமர்ப்பண ஆகிருதிகள் கிடைக்கமாட்டார்கள் என்று அவர் முன் யோசனை யுடன் செயல்பட்டிருக்கலாம். வை.மு.கோவுக்கு இணையாக இல்லையாயினும், அதிக எண்ணிக்கையில் நாவல்களை எழுதிய மற்றொரு பெண் படைப்பாளி செய்யூர் எஸ். சாரநாயகி அம்மாள். இவரது நாவல்களும் எவருக்கும் காணிக்கையாக்கப்பட்டதாகத் தெரியவில்லை. இவரது பதிப்பாளரான எம்.எஸ். ராமுலு கம்பெனியின் உரிமையாளர் எம். ஸ்ரீராமுலுவுக்கே இவரது நாவல்கள் காப்புரிமை செய்யப்பட்டுள்ளன. மேலும் ஆசிரியர்

பெயராக எஸ். சாரநாயகி அம்மாள் என்னும் பெயர் வருமிடமெல்லாம் *(Mrs. M.S. Thambu Naidu)* என்று ஆங்கிலத்தில் அடைப்புக்குறிகளுக்குள் தவறாது கணவர் பெயர் இடம் பெற்றிருக்கிறது. புகழ்பெற்ற பெண் நாவலாசிரியைக்கு அவர் பெயரில் நூல் காப்புரிமை இல்லை. கணவர் பெயர் உடன் வராது தன் பெயரோடு மட்டும் புழங்கும் நிலைமையும் இல்லை. இப்படிப்பட்ட சூழலில் அவர் நாவலை அர்ப்பணிப்பது எப்படிச் சாத்தியமாகும்?

சாரநாயகிக்கு அடுத்த தலைமுறையைச் சேர்ந்த எழுத்தாளர் ரங்கநாயகி தாத்தம் என்னும் இயற்பெயர் கொண்ட குமுதினி எழுதிய ‘கிராம இயக்கம்’ (1946) என்னும் ஜே.சி. குமரப்பாவின் பிரபலமான நூலின் மொழிபெயர்ப்பாகட்டும், ‘மக்கள் மலர்ச்சி’ (1949) என்னும் குழந்தைகள் ஆரோக்கியம் தொடர்பான நூலாகட்டும், ‘நந்துவின் பிறந்த நாள்’ (1949) என்னும் சிறுகதைத் தொகுப்பாகட்டும் எதையும் அர்ப்பணிக்கவில்லை. இதே தலைமுறையைச் சேர்ந்த சரோஜா ராமமூர்த்தி இருகதைகள், ‘நவராத்திரிப் பரிசு’, ‘மாளவிகா’, ‘அன்னை’, ‘குழலோசை’ முதலிய புகழ்பெற்ற கதைத் தொகுதிகளை வெளியிட்டிருந்தும், நவராத்திரிப் பரிசைத் ‘தன் அன்னையின் ஞாபகார்த்தத்துக்கு’ அளித்ததைத் தவிர வேறு எதையும் காணிக்கையாக்கவில்லை.

இவ்வாறு சமூகப் பின்னணியை எழுதும் திறமை, அறிவு, இவற்றின் துணைகொண்டு வெளி உலகைக் காண வந்த எழுத்தாளப் பெண்கள்கூடத் தம் அன்பையும் மதிப்பையும் வெளிப்படுத்தாத அல்லது முடியாத கடுமையான மவுனம் சமர்ப்பணப் பிரதேசம்வரை நீண்டிருந்ததை இதிலிருந்து உணர முடிகிறது. ஆனால், சில பெண் படைப்பாளிகள் இம்மவுனத்தை உடைத்தனர். வி.எஸ். விசாலாட்சி அம்மாள், ‘ஒரு ஐக்கிய குடும்பச் சரித்திரம்’ (1935) என்னும் நூலைத் தன் தகப்பனாருக்கும் கூடுதலாகச் சிறிய தகப்பனாருக்கும் அர்ப்பணித்து, சமர்ப்பண தர்மத்தை வழக்கம்போல வீட்டிலிருந்து தொடங்கினார். தன் குடும்ப மரபின் மூன்று தலைமுறை வரலாறாக அந்நூல் உள்ளது. கிளை மரபுகளுடன் வரைபட விளக்கத்துடன் கூடிய குடும்ப ஆவணமான அந்நூல் பெற்றோர்களுக்குச் சமர்ப்பிக்கப்பட்டிருப்பது பொருத்தமானதே. ‘ராஜப்பிரபா கௌரி’, ‘விராஜினி’ ஆகிய நாவல்களை எழுதி ஒரு நாவலையும் சமர்ப்பிக்காத பண்டிதை விசாலாட்சி அல்ல இந்த வி.எஸ். விசாலாட்சி.

நாம் மவுன உடைப்பைக் கொண்டாடினாலும் ஆண்களைப் போலப் பெண்களின் சமர்ப்பணங்களும் குடும்பத்தையே சுற்றி வருகின்றன. 1940களில் தமிழ்நாட்டுச் சிறுகதைகள் என்னும்

பெயரிலான வரிசையில் பல பிரபலமானவர்களின் சிறுகதைத் தொகுதிகளை அல்லயன்ஸ் வெளியிட்டது. அவ்வரிசையில் வெளிவந்த 'தங்கம்மாள்' (1944) என்னும் சிறுகதைத் தொகுப்பின் ஆசிரியை ஸ்ரீமதி வேங்கட லஷ்மி (இவர் மலையாளத்தைத் தாய்மொழியாகக் கொண்டவர்) தன் நூலைப் பெற்றோருக்கே காணிக்கையாக்கினார். இதே காலத்தில் 'தேவகி' முதலிய கதைகள் (1945), 'ஜீவகலை' (1945) ஆகிய சிறுகதைத் தொகுப்புகளையும் தொ.மு.சி. ரகுநாதன் முகவுரை எழுதியிருந்த 'தம்பி மனைவி' (1950), 'சந்திரிகா' (1939) முதலிய நாவல்களையும் எழுதிப் புகழ் பெற்றிருந்த குகப்ரியை, 1945இல் வெளிவந்த 'தேவகி', 'ஜீவகலை', 1946இல் வெளிவந்த 'சஞ்சீவி' முதலிய மூன்று நாவல்களையும் மறைந்த (அல்லது பிரிந்த) அவரது துணைவர் டாக்டர் எம்.வி. சுப்பிரமணிய ஐயருக்குச் சமர்ப்பித்திருந்தார். 'கல்வி கேள்விகளில் எனக்கு உற்ற துணையாகவும், தூண்டு கோலாகவும் இருந்து ஊக்கமளித்தவரும் கணமும் பிரிய மனமில்லாதவரும் விதியினால் குரூரமாய் வஞ்சித்துப் பிரிக்கப்பட்டவருமான என் இன்னுயிர்த் துணைவருக்கு' என்று மூன்று நூல்களிலும் ஒரே சமர்ப்பண வரிகள் அமைந்திருக்கின்றன. துன்ப நினைவுகள் அலைமோதும் இதே வாசகங்கள் அமைந்திருப்பது மாறாத சோகத்தைக் காட்டுவதாக இருக்கிறது. இதேபோல எல்லாப் புத்தகங்களையும் ஒருவருக்கே காணிக்கையாக்கும் பழக்கம் பம்மல் சம்பந்த முதலியாருக்கும் உண்டு. அளவில்லாத நாடகங்களை எழுதிக் குவித்த அவர், ஐம்பது அல்லது அறுபது நூல்களைத் தம் தாய் தந்தையருக்கும் நண்பர் ரங்க வடிவேலுக்கும் காணிக்கை யாக்கியிருந்தார்.

1940களில் புகழ்பெற்று விளங்கிய ஸ்ரீமதி ஜயலஷ்மி ஸ்ரீனிவாசன், 'புஷ்ப ஹாரம்' (1944) சிறுகதைத் தொகுதியை, அவர் தன் மாமாவுக்குச் சமர்ப்பித்ததன் மூலம் காணிக்கை வட்டத்தைப் பெரிதாக்கினார். சி. ஆர். ஸ்ரீனிவாசன் முன்னுரையுடன் வெளிவந்த அந்நூல் தமிழ்நாட்டுச் சிறுகதைகள் வரிசையில் அமைந்த நூல்.

'தமிழ் இலக்கியச் சுவையில் எனக்கு ஊக்கம் அளித்து உதவிய என் மாமா சேலம் அட்வகேட் ஸ்ரீ வி.எம். ராமஸ்வாமி ஐயர் பி.ஏ.பி.எல் அவர்களுக்கு மிகப் பணிவுடன் ஸமர்ப்பணம் செய்கிறேன்' என்பது ஜயலஷ்மியின் வாசகம்.

தற்காலப் படைப்பாளி வைகைச்செல்வி தன் அம்மியைப் (2002) பெற்றோர்க்கும் கடவுளுக்கும் பகிர்ந்தளித்து வட்டத்தைக் கடவுள்வரை இழுத்துவிட்டார். மித்ரா தன் ஹைக்கூ கவிதை களை (1990) அண்ணாமலைப் பல்கலைக்கழகத்திற்கும், ஹைக்கூ என் தோழியை (1944) ஹைக்கூவை நேசிப்பவர்கட்கும் வாசிப்பவர்

கட்கும் சமர்ப்பித்துள்ளார். வத்ஸலா தன் 'சுய'த்தை (2000) 'எனக்குள் இருந்த என்னை எனக்கறிவித்த என் ஆருயிர்த் தோழி ஹேமாவுக்கு என் முதலடி சமர்ப்பணம்' என்று அர்ப்பணித் துள்ளார். மனைவி அல்லாத பெண்ணுக்குச் சமர்ப்பிக்கப்பட்ட ஆணின் நூலும், கணவன் அல்லாத ஆணுக்குச் (குடும்ப உறுப்பினர் தவிர்த்த என்னும் பொருளில்) சமர்ப்பிக்கப்பட்ட பெண்ணின் நூலும் தமிழில் கண்ணுக்குப் புலப்படாதது என் குறையாக இருக்கலாம். மனுஷ்யபுத்திரன், கனிமொழிக்குச் செய்திருக்கும் சமர்ப்பணம் ஒன்று அக்குறை நீக்கமாக அமைகிறது.

காணிக்கை, சமர்ப்பணம், படையல், நேர்ந்தளித்தல் ஆகிய சொற்கள் இந்திய மொழிச் சொற்களாக இருப்பினும் இந்தக் காணிக்கை வழக்கம் மேற்கு உலகிலிருந்து நாம் பெற்றதுதான். இங்கிலாந்தில் இந்தக் காணிக்கைகள் செய்யப்படுவதற்கு முன் தொடர்புடையவர்களிடம் இசைவுபெற வேண்டும். இசைவு என்று குறிப்பிடப்படுவது மரியாதைக்காகவே. உண்மையில் தொடர்புடையவரிடம் பணம் (சம்பாவனை) பெற்றுக் கொள்வது தான் நடைமுறையில் இருந்தது. 16ஆம் நூற்றாண்டில் அரசியாக இருந்த எலிஸபெத்துக்கு, ஒரு புலவர் நூலொன்றைக் காணிக்கையாக்கினார். அரசிக்குக் கோபம் வந்துவிட்டது. 'நான் செய்யச் சொன்ன வேலைகளுக்குப் பணம் கொடுப்பதே பெரிய காரியமாகிவிட்டது. சொல்லாத இப்படிப்பட்ட வேலைகளுக் கெல்லாம் எங்கிருந்து பணம் கொடுப்பது?' என்று சத்தம் போட்டாராம்.

இசைவு இல்லாமல் காணிக்கைகள் செய்யக்கூடாது என்று சில நாடுகளில் சட்டம் இயற்ற வேண்டிய அளவுக்குப் பணப்பறிப்பு அதிகமாகிவிட்டது. எழுத்து மூலமான இசைவை முன்னதாகவே பெற வேண்டும். இல்லையெனில், அது தண்டிக்கத் தக்க குற்றம் எனச் சட்டம் ஏற்படுத்தப்பட்டது. ஒரு இசை யாசிரியர் இசைப் பாடலை இயற்றி அதைக் காலஞ்சென்ற ஒரு இசைவாணரின் ஐந்தாம் நினைவு தினத்தில், 'அவருடைய ஆன்மாவுக்கு'க் காணிக்கையாக்கினார். இசைவாணருடைய குடும்பத்தாரிடமிருந்து இசையாசிரியருக்குச் சட்ட ஓலை வந்து விட்டது. 'இறந்து போனவருடைய ஆன்மாவிடமிருந்து எழுத்து மூலமாக அனுமதி பெற்றுக்கொண்டு வந்து காட்ட வேண்டும். இல்லாவிட்டால் காணிக்கையைத் திரும்பப் பெற வேண்டும்' என்று அந்த ஓலையில் எழுதியிருந்தது.

தொடர்புடைய சமர்ப்பண ஆகிருதிக்கு, சமர்ப்பணங்கள் எப்போதும் மகிழ்ச்சியைத் தந்துவிடும் என்று சொல்ல முடியாது. முன்னால் பார்த்தறியாத புதுமைப்பித்தனுக்கு 'ஒரு ஏகலைவனின்

காணிக்கை' என்று 'குஞ்ஞாலாடு' (1946) நூலைச் சமர்ப்பித்திருந்தார் வல்லிக்கண்ணன் (நையாண்டி பாரதி), இதைப் பற்றிக் கேள்விப்பட்ட புதுமைப்பித்தன், 'அப்படியானால் கட்டை விரலைக் கேட்டு வாங்கிவிட வேண்டியதுதான்' என்று கிண்டல் செய்தாராம்.

தான் கட்டிய சிறு வீடு ஒன்றுக்கு, இராஜாஜியின் பெயரை வைக்க விரும்பி, கோவை அய்யாமுத்து அவரிடம் அனுமதி கோரியிருந்தார். அதற்கு இராஜாஜி, 'இப்போது என் குடும்பம் வசதியாய் இருக்கிறது. பின்னால் ஏதாவது ஆகி என் பெயர் உள்ள அந்த வீட்டை என் வீடு என்று கருதி என் சந்ததியினர் சண்டை போடவும் உரிமைகோரவும் நேரலாம். எனவே, என் பெயரை வைக்க வேண்டாம்' எனப் பொருள்படப் பதில் எழுதினாராம். காணிக்கையைப் பற்றிப் பேசும்போது பெயர் சூட்டல் பற்றிய இதையும் நினைக்க வேண்டியிருக்கிறது.

இப்புத்தகக் காணிக்கைகள், தொடக்க காலத்தில் 1900களில் உரிமை உரை என்னும் பெயரிலேயே வழங்கி வந்தன. முன்னுரை, முகவுரை, அணிந்துரைபோல உரை என்ற பின்னொட்டோடு உரிமை உரையாகி இருக்கக்கூடும். வி.கோ. சூரிய நாராயண சாஸ்திரி (பரிதிமாற்கலைஞர்) எழுதிய 'ரூபாவதி' அல்லது 'காணாமற்போன மகள்' (1902) என்னும் நாடக நூல் நீதிபதி எஸ். சுப்ரமண்ய ஐயருக்கு மரியாதையின் அடையாளமாகக் காணிக்கையாக்கப்பட்டபோது, உரிமை உரை என்றே குறிப்பிடப் பட்டது. எழுசீர்க் கழிநெடிலடி ஆசிரிய விருத்தத்தில் அமைந்தது அவ்வுரிமை உரைப் பாடல்.

சொல்வளர் மதுரைத் தொன்னகர் மணியே
  தோமில் அந்தணர் குலவிளக்கே
நல்வளம் சான்ற சுப்பிர மணிய
  நம்பியே நியாய வான்மதியே
கல்விசேர் ரூபாவதி என்னும் நூலைக்
  களிபுரை கையுறை கொடுத்தும்
ஒல்வகை உணர்தந்து உடன்பொருள் நாடி
  உரிமையில் கொள்ளுதி உவந்தே

என்பது அந்தத் தமிழ் உரிமை உரை. அதே பக்கத்தில் ஆங்கிலத்திலும் காணிக்கை செய்யப்பட்டிருந்தது.

1940களில்கூட உரிமை உரை என்னும் சொல்லாட்சி வழக்கில் இருந்தது. கவிமணி தேசிய விநாயகம் பிள்ளையின் 'மலரும் மாலையும்' நூலில் உள்ள உரிமை.

செந்தமிழ் நாட்டுச்
  சிறுவர் சிறுமியர்க்கு
இந்த நூல் உரியதாய்
  என்றும் வாழ்கவே

பொதுவாகத் தன் சொந்தப் படைப்புகளையே காணிக்கை யாக்குவது வழக்கமாக இருக்க, தான் தொகுக்கும், பதிப்பிக்கும் நூல்களைக் காணிக்கை செய்ய ஆசிரியருக்குத் தார்மீகமான உரிமை இருக்கிறதா என்னும் கேள்வி எழுகிறது. தொகுக்கும், பதிப்பிக்கும் வகையிலான பணியைப் படைப்பு ரீதியான மனோபாவத்திலும் உழைப்பிலும் தரத்திலும் செய்யும்போது அந்த உரிமைத் தானாய் அவருக்குக் கிடைத்துவிடுகிறது என்று இதற்குப் பதில் சொல்லலாம். தமிழின் முதற்கட்ட நாவலாசிரியர் களில் ஒருவரான ச.ம. நடேச சாஸ்திரியாரின் 'தீனதயாளு' நாவல் ஐந்தாம் பதிப்பாக 1971இல் மறுபதிப்பு கண்டபோது, பதிப்பாளரான அவரது பேரன் முல்லைக்குடி ப. சீனிவாசன், 'தன்னைத் தவிக்கவிட்டுப் போன தாயின் பாதக் கமலங்களுக்கு' அந்நூலை அர்ப்பணித்தார்.

'என்னை, பிறந்த இருபத்திரண்டாம் நாள் புவியில் கண்டு களித்துக் கொண்டாடாமல் தாயாரின்றித் தவிக்கவிட்டு, விரைந்து புண்ணிய உலகம் சென்ற என் அன்னையின் பாதக் கமலங்களில் இது அர்ப்பணம்' – ப. சீனிவாசன். ஆசிரியர் பேரன்.

பதிப்புகளைப் படைப்பெனச் செய்யும் ஆ.இரா. வேங்கடா சலபதி முதலிய பதிப்பாசிரியர்கள் காணிக்கைகள் செய்வது தொடர்கிறது.

ஓர் உரிமை உரை காரணமாக ஒரு கெட்ட மனிதன் நல்லவனாகிவிட்டான் என்றால் நம்ப முடிகிறதா? அப்படி ஆகிவிட்டதாக ஒரு சம்பவம் சொல்லப்படுகிறது. 17ஆம் நூற்றாண்டின் கடைசியில் சர் சைமன் டெக் என்பவர் 'குருக்களுக்கு மந்திரி' என்றொரு புத்தகம் எழுதினார். அதை வீக்பீல்ட் என்னும் ஊரின் குருக்களுக்கு அர்ப்பணம் செய்தார். அவ்வூர்க்கோயில் அப்போது இடிந்து குட்டிச்சுவராய்க் கிடந்தது. உரிமை உரையில் டெக் குருக்களை, 'கோயில் திருப்பணி செய்ததற்காக' அளவு கடந்து புகழ்ந்திருந்தார். உண்மையில் அந்தக் குருக்கள் அப்படியொன்றும் செய்யவே இல்லை. ஆயினும் இவ்வுரிமை உரையைப் பார்த்த பிறகு அவருக்கு வெட்கமுண்டாகிவிட்டது. சீக்கிரத்திலேயே கோயிலைக் கட்டி முடித்தாராம். இதற்கு எல்லாம் வெட்கம் வருமென்றால் உலகம் எப்போதோ திருந்தியிருக்கும். அதேபோலத் தமிழிலும் செயலைக் கோரும், கிண்டல் தொனிக்கும் சமர்ப்பணம் ஒன்று வெளியாகி இருந்தது.

"இனிவரும் காலத்திலாவது தம்மை உணர்ந்து தம்மரபின் மூத்த கலைஞர்களைக் கௌரவிக்கவிருக்கும் தமிழர்களுக்கு"

என்று நாகை வே. சாமிநாதனின் சமதர்ம கீதம் தமிழ்க் காற்றில் கரைந்து இருபது வருடங்களாகிவிட்டன.

'வரகவிகளுக்குத் தக்கவாறு கைங்கர்யங்கள் செய்யப்போகிற பிரபுக்கள்' இல்லாது ஒழிந்ததை நினைவூட்டிக்கொண்டே இருக்கின்றன, வரகவிகளின் தொடர் வறுமையும், பாரதியின் பாஞ்சாலி சபத சமர்ப்பண வாசகங்களும். பாரதி செய்திருந்த மூன்றில் மூன்றாவது பாஞ்சாலி சபத சமர்ப்பணம், முதல் இரண்டும் 'நெஞ்சில் இருளுக்கு ஞாயிறா'ய் அமைந்த குரு நிவேதிதா தேவிக்கு' ஸ்வதேச கீதங்களின் முதல் (1908), இரண்டாம் (1909) பாகங்களுக்காகச் செய்யப்பெற்றவை.

வித்தியாசமான காணிக்கைகள் வாசக மனதில் பல காலம் வாழ்கின்றன. காந்தி நூல் தொகுப்பாசிரியராகப் பின்னால் அறியப்பட்ட கே. சுவாமிநாதன் தன் 'கட்டை வண்டி' நாடக நூலுக்குச் செய்திருந்த காணிக்கை இவ்வகையில் அடங்குவதாகும்.

"மீன் குஞ்சுக்கு நீச்சலும், தமிழனுக்குத் தமிழும் சொல்லிக் கொடுக்க வேண்டுமா? சும்மா எழுதையா எழுது என்று சொன்ன டி.கே.சிக்கு அர்ப்பணம்" என்பது அந்த ஆங்கிலப் பேராசிரியரின் சமர்ப்பண வாசகம்.

நூலின் மொத்தச் சொற்களோடு ஒப்பிடுகையில், ஒரு பொருட்டாகவே கருத முடியாத அளவு மிகமிகக் குறைந்த சொற்களோடு இயங்கும் சமர்ப்பணத்தையும் வாசகர்கள் கவனிக்கிறார்கள் என்னும் உணர்வை இக்குறிப்பு தரலாம். அவ்வுணர்வு 'அன்பின் முழுப் பரிமாணத்தையும் மரியாதையின் உச்ச வெளிப்பாட்டையும்' உணர்த்தும் சொல் ஒன்றைத் தேடிய படி நகரும். சமர்ப்பணத்தை உயிர்ச்சூடு உள்ளதாயும் மாற்றலாம்.

சாளரம் இலக்கிய மலர், ஜனவரி 2008

செம்மையாக்கம்

ஒளிநகல் எடுத்து
அச்சுக்கு அனுப்புவதல்ல...

சென்ற ஆண்டு சென்னைப் புத்தகச் சந்தை தொடங்குவதற்கு ஒரு மாதம்கூட இல்லாத நிலையில் ஓர் இலக்கிய, பதிப்பாள நண்பர் என்னிடம் தொலைபேசியில் பேசினார். ஒரு பிரபலமான நவீனக் கவிஞரின் பழைய கவிதைத் தொகுதியைக் கேட்டார். படிக்கவா என்றேன். பதிப்பிக்க என்றார். என்னிடம் அது இல்லை என்பதைச் சொல்லிப் புதுக்கோட்டை ஞானாலயாவுக்குக் கை காட்டி விட்டேன். சந்தையில் அந்தக் கவிதைத் தொகுதி என்னைப் பார்த்துக் கண் சிமிட்டியது. குறைந்த பக்கங்கள் கொண்ட இந்தக் குறிப்பிட்ட கவிதை நூலை 30 நாள்களில் தயாரித்துவிட முடியும். ஆனால் வேதங்களும் உபநிஷத்களும்கூட இதைவிடக் குறைந்த நாள்களில் பதிப்பாகிவிடுகின்றன.

நூல் பிரதியை அச்சுக்குத் தயார் செய்தலில் (copy editing) எனக்கு ஏற்பட்ட அனுபவங்களைப் பகிர்ந்து கொள்வதாய் இக்கட்டுரை அமையும். உண்மையில் அச்சுக்கான பிரதியைத் தயார்செய்வது அவ்வளவு எளிதல்ல. மெய்ப்புப் பார்த்தல் என்னும் நூல் உருவாக்கத்தின் முதல் படியிலிருந்து கட்டுரையைத் தொடங்குவோம். அழகிரிசாமியின் கரிசல் மொழி புழங்கும் கதை ஒன்றின் உரையாடல் பின்வருவது:

"என்ன, ராமக்கவுண்டரே, மிளகாய்த் தோட்டத்திலிருந்து வர்ராப்லேயா?" என்று கேட்டார்.

"ஆம, சித்தப்பா. இப்பத்தான் வர்றேன்" என்றார் ராமக் கவுண்டர் ('கு. அழகிரிசாமி சிறுகதைகள் முழுத்தொகுப்பு', ப. 917).

மேற்கண்ட உரையாடலில் 'ஆம சித்தப்பா' என்பதை மெய்ப்புப் பார்த்த தமிழாசிரியர் 'ஆம் சித்தப்பா' என்று திருத்தியிருந்தார். குறிப்பிட்ட வட்டார வழக்கில் 'ஆம்' எனச் சொல்வார்களா என்று நண்பர் யோசிக்கவில்லை. ஆம் என்ற ஒரு வடிவமே சரியானது என்ற எண்ணம் மேலோங்கி இருப்பதே அவரது இத்திருத்தத்திற்கு அடிப்படை. பிரதியின் மொழிநடையைக் கொண்டு திருத்தம் அமைய வேண்டும்.

'பேமிலி' என்று கதவில் எழுதப்பட்ட அறைக்கு அப்போது ராஜன்தான் செல்வார்' (மேலது, ப. 827) என்பது மெய்ப்பில் அடுத்துத் திருத்தம் கோரி நின்ற தொடர். ஆங்கிலம் கலந்த மறுமலர்ச்சிக்காலத் தமிழ்த்தொடர் இது. இதில் நாம் ஏன் கையை வைத்து மாட்டிக்கொள்ள வேண்டும் என்று எதையும் திருத்தாமல் விட்டுவிட்டார். தொடரின் இறுதிச் சொல்லான 'செல்வார்' என்ற சொல் நெருடுகிறதே என்றுகூட அவர் யோசிக்கவில்லை. Server என்ற ஆங்கிலச் சொல்லின் தமிழ் ஒலிபெயர்ப்பான செர்வர் என்பதுதான் 'செல்வார்' எனத் தவறாக அடிக்கப்பட்டிருக்கிறது. (செர்வர் என்பது 60களின் வழக்கு. பிறகு அது சர்வர் என்றானது. சர்வர் சுந்தரம் என்ற நாகேஷ் நடித்த திரைப்படம் 40 வயதைக் கடந்தவருக்கு நினைவுக்கு வரலாம்.) கதை முழுவதையும் படிக்கும் ஒருவருக்குத்தான் அது தெரியவரும். மெய்ப்புப் பார்ப்பவருக்கு இலக்கணம் மட்டும் அல்ல. இலக்கியமும் தெரிந்திருக்க வேண்டும்.

"நண்பனோடு ஸ்டூடியோவில் ஷூட்டிங் பார்த்தேன்" என்றான் ராஜன். லலிதா அதை 'பாதி நம்பினாள், பாதி நம்ப விரும்பினாள்' (மேலது, ப. 839). இந்தத் தொடரைப் படித்தார் நண்பர். பாதி நம்பினாள் என்பதற்கு எதிர்மறை பாதி நம்பவில்லை என்பதுதானே. இது என்ன 'பாதி நம்பினாள், பாதி நம்ப விரும்பினாள்.' தவறான சொற்றொடர் என்று நினைத்தார். திருத்த முடிவு செய்தார். பாதி நம்பினாள், மீதி நம்ப விரும்பவில்லை என்று திருத்திவிட்டார். எதிர்மறையோடு பாதி, மீதி என்று சேர்ந்து வந்ததில் அவருக்குப் படுதிருப்தி.

நண்பனோடு ஸ்டூடியோவில் ஷூட்டிங் பார்த்தேன் என்ற தொடரில் (ஷூட்டிங் பார்த்தேன் என்ற) பின் பாதியை நம்பினாள். ராஜன் மீது கொண்ட ஆசையால் நண்பனோடு என்ற முன் பாதியை நம்ப விரும்பினாள் அது உண்மையல்ல என்றபோதிலும். இதுதான் கதாசிரியர் உணர்த்த வரும் கருத்து. திருத்தத்தில்

எப்படி மாறிவிட்டது பாருங்கள். அர்த்தம் அனர்த்தமாகவில்லை என்றாலும் கலைஞனின் நுட்பம் போய்விட்டதே! இதனால்தான் நகுலன் சொன்னார் 'அழகிரிசாமியின் கதைகளை அனுபவிக்கும் வாசகனும் நுண்ணுணர்வு பெற்றவனாக இருக்க வேண்டும்' என்று. புனைகதை மெய்ப்புத் திருத்துபவன் கவனமிக்கவனாகவும் கூர்மையானவனாகவும் இருக்க வேண்டும்.

"கிருஷ்ணசாமி ஐயன் பணத்துக்கு ஆசைப்பட்டு கொரங்கைப் போய் கல்யாணம் பண்ணின்டான்னு ஊரிலே ஒருத்தன் பாக்கியில்லாமல் பேசினான்" (மேலது, ப. 1063). இந்தத் தொடரில் ஐயன் என்பது கேவல வழக்கு. சாதியின் பெயர் அப்படிக் குறிப்பிடப்பட்டிருக்கிறது. முதல் மெய்ப்புத் திருத்துநர் அதைப் 'பையன்' என்று திருத்தினார். இரண்டாமவர் 'ஐயர்' என்று மாற்றி மரியாதை சேர்த்தார். 'பண்ணின்டான்னு' ஒரு சொல் பிறகு ஒருமையில் வருகிறதே என்று அவர் யோசிக்கவில்லை. பொருள் மட்டுமல்ல 'தொனி' தெரியாமல் புனைவுப் பிரதியை மெய்ப்புத் திருத்தவே கூடாது. முடியாது.

புனைவுப் பிரதியின் மெய்ப்புத் திருத்தும் பிரச்சனையைப் பின்வரும் சான்றோடு முடித்துக் கொள்வோம். கிராமத்தில் இருட்டில் அமர்ந்து கூத்து பார்த்துக்கொண்டிருந்த இருவர் பங்கேற்ற காட்சியே சூழல்.

"அப்போது பக்கத்தில் உட்கார்ந்திருந்த உள்ளூர்க்காரர் ஒருவர் . . . பாம்போடு அவன் ஒருவன்தான் தைரியமாகப் பழகக்கூடியவன் என்றும் அதனால்தான் வயதைக்கூடப் பொருட்படுத்தாமல் அவனையே லோகிதாசனாக்கிவிட்டார்கள் என்றும் சொன்னார். சொல்லிவிட்டு நாராயண பிள்ளையிடம் நம்பிக்கையோடு ஓசிப்பொடி கேட்டார். நாராயண பிள்ளை நாராயண பிள்ளை என்று அந்த ஆசாமிக்குத் தெரியாது. தெரிந்தால் வாய் திறந்து பொடி கேட்க அவருக்குத் தைரியம் வந்திராது" (மேலது, ப. 484).

இப்பத்தியில் நாராயண பிள்ளை, நாராயண பிள்ளை என்று அடுத்தடுத்து இரண்டு தடவை பெயரைத் தவறாகத் தட்டச்சு செய்துவிட்டார்கள் என்று நினைத்தார் மெய்ப்புத் திருத்துநர். ஒரு நாராயண பிள்ளையை நீக்கிவிட்டார். பொருளைப் புரிந்து கொள்ளலாம் என்றாலும் உணர்ச்சியும் தெளிவும் குறைகிற தல்லவா? இந்த அபாயமும் புனைகதை மெய்ப்புத் திருத்துதலில் இருக்கிறது.

அல்புனைவுப் பிரதியிலிருந்து இரண்டு சான்றுகளோடு மெய்ப்புத் திருத்துதலைக் கடந்து போவோம்.

“நிலா வெளிச்சத்தில் ஏதேனும் தெளிவு கிடைக்கிறதாவென்று பார்க்க ரயில் பாலத்திலிருந்து அணைவரையும் நதிக்கரை யோரமாய்த் தேடியும் பயன்படவில்லை” (சேரன்மாதேவி குருகுல தினசரிப் புத்தகத்தின் 1924 ஆடி 15ஆம் தேதிய குறிப்பு). இதை மெய்ப்புப் பார்த்த நண்பர் ‘அணைவரையும்’ என்பதை அனைவரையும் என்றாக்கிவிட்டார். பொருள் புரிந்து மெய்ப்புத் திருத்துவது என்பது முக்கியம். இல்லையெனில் இப்படித்தான் *Dam* (அணை) என்பது *All* (அனைவர்) என்பதாகிவிடும்.

“மாலை 4.30 மணி வண்டியில் தந்தாயார் சிரார்த்தத்துக்காக சிவராமய்யர் திருநெல்வேலி போயருளினார்” (மேலது, 1924 ஆடி 19ஆம் தேதிய குறிப்பு). இக்குறிப்பை மெய்ப்புப் பார்த்த நண்பர் தாயாரின் தந்தையாரின் சிரார்த்தமாக்கிவிட்டார். தன்+தாயார் என்பது ‘தந்தாயார்’ என்றாகும் என்பது நவீன கால மெய்ப்புத் திருத்துநருக்கு மனத்தில் படவில்லை. பழைய இலக்கியப் பயிற்சி இருப்பது அக்காலப் படைப்புகளைப் பதிப்பிப்பார்க்கு அவசியம்.

குறியீடுகள்

“பாதிரியாா தமிழிலே பிரித஦ெழுதின தமபிரான வணககம” என்பது தமிழின் முதல் அச்சுப் புத்தகமான ‘தம்பிரான் வணக்கம்’ நூலில் (1578) உள்ள ஒரு வரி. புள்ளிகள் அற்ற தமிழ் எழுத்து முறை. பாதிரியார் தமிழிலே பிரித்தெழுதின தம்பிரான் வணக்கம் என்பதுதான் புள்ளியில்லாமல் எழுதப்பட்டுள்ளது. எந்த இதழும் / தட்டச்சும் பிரசுரித்ததில்லை / அடித்து அனுப்பியதில்லை. மீண்டும் *அகரம்* இதழிலும் கூர்ந்து கவனிக்கும் தமிழ்மணி இருந்தும் புள்ளிகளோடுதான் வந்தது. எழுத்தாளன் தவறாகத்தான் எழுதுவான் என்று சமூகம் கருதுகிறது அல்லது சரியாகக் கவனிப்பதில்லை. புள்ளிகள் உள்ளிட்ட மொழிக் குறியீடுகள் வீரமாமுனிவர் காலத்திற்குப் பிறகு தமிழில் ஏற்பட்ட மாற்றங்கள். அவற்றைத் தவிர்க்க நினைப்பது மொழியை மீண்டும் பழைய நிலைக்கு இட்டுச் செல்லக்கூடும்.

ஒற்றை மேற்கோள், இரட்டை மேற்கோள் குறிகள் இடமறிந்து பயன்படுத்தப்படுவதில்லை. இதற்குச் சான்றே அவசியமில்லை. பிறர் கூற்றை அப்படியே அவரது சொற்களிலேயே சுட்டும்போது இரட்டை மேற்கோளையும், பிறர் கூற்றைத் தன் சொல்லில் குறிப்பிடும்போது ஒற்றை மேற்கோளையும் பயன்படுத்துவது தற்போது கடைபிடிக்கப்படும் முறை.

சிறப்புப் பெயர்ச் சொற்களைச் சுட்ட, பிரதிக்கு இடையில் இரட்டை மேற்கோள் குறியை அதிகம் பயன்படுத்துவது வாசிப்புக்கு இடைஞ்சலாக இருக்கிறது. இந்த இடங்களில் சாய்வெழுத்தைக்

காலச்சுவடு பதிப்பகத்தார் பயன்படுத்துகின்றனர். '*தாமரையில் இக்கட்டுரை வெளிவந்தது*' என எழுதலாம். 'தாமரை' என்று எழுதுவதைத் தவிர்க்கலாம்.

மேற்கோள் காட்டும்போது உள்வெட்டுத்தடம் (Indent) பயன் படுத்தினால் மேற்கோள் குறிகளைத் தவிர்த்துவிடலாம். என் நண்பர் ஒருவரைப்போல இரண்டையும் போட்டு வாசகனை மேலும் குழப்ப வேண்டாம்.

நக வளைவு (( )), பகர வளைவு ([ ]) இவ்விரண்டுக்கும் உள்ள பயன்பாட்டு வித்தியாசத்தைப் பல காலமாக நூலுக்கான தட்டச்சுப் பிரதி தயாரிக்கும் நண்பர்களே கவனிக்கத் தவறி விடுவார்கள். திரும்பத் திரும்ப, நாம் திருத்தி அனுப்பினாலும் பயன் விளையாது.

> நன்னு பாலிம்ப நு வச்சிதிவோ? ('என்னைப் பரிபாலிக்க நடந்தே வந்தாயோ') என்று ராமனைப் பார்த்துக் கேட்கிறார். தியாகய்யரைப் பார்க்க திருவையாறுக்கு ராமன் எப்போது வந்தான் நடந்தே? (மேலது, ப. 1218)

மேலே கண்ட பத்தியை எழுதிய கு. அழகிரிசாமி 'நன்னு பாலிம்ப' எனத் தொடங்கும் தெலுங்குப் பாடலின் பொருளை நக வளைவுக்குள் தந்துவிடுகிறார். அதைக் கையாளுபவர் அதில் மேலும் செய்ய வேண்டுவது ஏதுமில்லை. எனவே அங்கு நக வளைவே பயன்படுத்தப்பட வேண்டும்.

"ஐந்தாம் தேதி [அக்டோபர் 1910] ஜே.என். இராமநாதன் என்னிடம் [மாவட்ட ஆட்சித் தலைவரிடம்] மனு ஒன்றைக் கொடுத்தார். அவரும் இன்னுமிரண்டு பிராமணரல்லாதாரும் அதில் கையொப்பமிட்டிருந்தனர். அதில் பேச்சாளர் [வரதராஜுலு] பயன்படுத்தும் மொழியைக் குற்றஞ்சாட்டியிருந்தனர்."

இது பிரிட்டிஷ் அரசின் உளவுத்துறை அறிக்கை ஒன்றின் தமிழாக்கப் பகுதி. இதில் பகர வளைவுக்குள் குறிப்பிடப் பட்டிருப்பவை வாசகர் அப்பகுதியை மேலும் புரிந்துகொள்ள, கையாளுபவர் தரும் விளக்கங்கள். மேற்கோள் பகுதிக்குள் கையாள்பவர் சேர்க்கும் இவ்வகை விளக்கக் குறிப்புகளைப் பகர வளைவுக்குள் தருவது வழக்கம்.

காற்புள்ளி (,), அரைப்புள்ளி (;), ஆச்சர்ய குறி (!), கேள்விக்குறி (?), உடுக்குறி (*) உள்ளிட்ட குறிகளைப் பயன்படுத்துவது உரைநடையில் மட்டும் இப்போது வழக்கத்தில் உள்ளது. நவீனக் கவிதைகள் இவற்றைத் துறந்து பல காலம் ஆகிவிட்டது. வாசகனின் அனுபவம், அறிவு, உணர்ச்சி ஆகியவற்றை நம்பி நவீனக் கவிதை உலகம் இயங்குகிறது. கவிஞன் எந்தக் குறியீட்டையும் பிரதியில் பயன்படுத்துவதில்லை. முழுவதும் உணர்ச்சித் தளத்தில் இயங்கும்

கவிதைக்கு இம்முறை செல்லுபடியாகக்கூடும். உரைநடைக்கு இன்னும் தேவையாகவே குறியீடுகள் இருக்கின்றன.

ஒரு பத்தியின் தொடக்கத்தில் வரக்கூடாது என்று கருதப் படும் . . . என்ற குறியீட்டின் பயன்பாடு இன்று அருகிவிட்டது. என்றாலும் இத்தலைமுறையினர் இக்குறியீட்டைப் பார்த்திருக்க வாய்ப்புண்டு. 'இன்னும் இவை போல இருக்கின்றன' என்பது இக்குறியீடு உணர்த்தும் பொருள். இதை ஆங்கிலத்தில் *Ellipsis* என்று அழைக்கிறார்கள். தமிழில் இதற்கான பெயர் பிரபலமாக இல்லை. மேலும் சொற்களை அவாவி (வேண்டி) நிற்பதைச் சுட்டுவதால் 'அவாய் நிலை' என்று இதை அழைக்கலாம். மூன்று புள்ளிகளுக்கு மேல் . . . இப்படிப் பல புள்ளிகள் கொண்ட குறியீடு என்பது 'இங்கே ஏதோ விடுபட்டுள்ளது' என்பதைச் சுட்டுகிறது. இதன் பெயரும் தெரியவில்லை.

'பிரதியிலேயே இப்படித்தான் இருக்கிறது' என்பதைக் குறிக்கும் *Sic* என்ற குறியீட்டிற்கும் தமிழாக்கம் தெரியவில்லை. பெயர் என்று ஒன்று சூட்ட வேண்டும். 'மேலது' என்ற பொருளைக் குறிப்பது *Ibid* என்றறியாமல், அது மேல்நாட்டு அறிஞர் ஒருவரின் பெயர் என்று புரிந்துகொண்டிருந்தோம் என்று ஒரு பேராசிரியர் சமீபத்தில் பேசக் கேட்டேன். அதனால் *Sic* என்ற புதிய அறிஞர் உருவாக வேண்டாமே என்று தமிழ்ப் பெயர் சூட்ட விரும்பினேன். ஆங்கிலப் பெயராக இருப்பதால் தமிழ்ச் சூழலில் அறிஞராவதும் எளிது.

காலத்தைக் குறிக்கும்போது 5:30 என மணிக்கும் நிமிடத்துக்கும் இடையில் நெடுக்கு வாட்டில் சீரான இடைவெளிகொண்ட இரண்டு புள்ளிகளை வைக்கும் முறையையே உலகெங்கிலும் பயன்படுத்துகிறார்கள். 5.30 என்று இடையில் ஒரு புள்ளி வைப்பதை வேறு பயன்பாட்டுக்குக் கொள்ளலாம். அதேபோலப் பிரதியில் ஒன்றிலிருந்து ஒன்பது வரையுள்ள எண்களை எழுத்தில் எழுதலாம். இரண்டு இலக்கம் தொடங்கும் 10 முதல் எண்ணில் எழுதலாம். ஆங்கில நூல்களில் கடைபிடிக்கப்படும் இந்தச் சீர்மையை நாமும் கையாள்வது விரைவான நூலாக்கத்துக்கும் வாசிப்புக்கும் பிழையற்ற நிலைக்கும் உதவக்கூடும். இன்னும் இவைபோலப் பல உண்டு. சொன்னால் கட்டுரை படிக்கச் சுவையற்றதாகி விடும்.

பத்திகளும் இயல்களும்

நீண்ட பத்திகள் சலிப்பைத் தருவன. ஒரு பக்கத்திற்கு மேல் நீளும் அல்புனைவுப் பத்திகள் வாசிப்பைத் தொடர விடாதவை.

ஒரு பத்தியில் ஓர் அம்சத்திற்கு மேல் எழுதாமல் இருப்பது நல்லது. அதற்காக வல்லிக்கண்ணன் 'சரஸ்வதி காலம்' நூலில் செய்திருப்பதுபோல ஒரு வரியை ஒரு பத்தியாக்க வேண்டாம்.

சீர்மை தோன்ற இயல்களின் பக்க எண்ணிக்கையைப் பேணுவது நல்லது. ஒரு இயல் 300 பக்கம். அடுத்த இயல் 30 பக்கம் என்ற நிலையை முடிந்தவரை தவிர்க்கலாம். இயன்றவரை நூலின் வலப்பக்கம் இயல் தொடங்குவது நல்லது. ஒரு இயல் முடிந்ததும் அப்பக்கத்தை வெற்றிடமாக்கி விட்டு அடுத்த இயலை அடுத்த பக்கத்தில் தொடர்வது வழக்கம். நீண்டுவிட்ட ஒரு வரிக்காக ஒரு முழுப்பக்கம் வெற்றிடமாகிவிடும். *Widow Page* என்று சொல்லி ஆங்கிலத்தில் இதைத் தவிர்ப்பார்கள். எந்தச் சமூகத்திலும் விதவைகள் இல்லாமல் இருப்பது நல்லதுதானே.

இயலின் பக்க எண்ணிக்கை சீர்மையாக இல்லையெனில் அது வாசகனுக்கு எவ்வளவு எரிச்சலைத் தரும் என்பதற்கு மிகச்சிறந்த உதாரணம் தமிழில் உண்டு. தஞ்சை பிரகாஷ் எழுதி சாகித்திய அகாதெமி வெளியிட்ட க.நா.சு. பற்றிய நூல் (2001). மொத்தம் 125 பக்கம் உள்ள நூலின் இயல் எண்ணிக்கை 12. பெரிய இயல் 17 பக்கம். சிறிய இயல் இரண்டு பக்கம். இரண்டு பக்கமும், எட்டுப் பக்கமும் கொண்டவை முறையே இரண்டாவது இயலும், ஆறாவது இயலும். அந்த இரண்டு பக்கங்களும், எட்டுப் பக்கங்களும் ஒரே பத்தியாக அமைந்திருப்பதுதான் இதில் *High Light*. படிக்க எரிச்சலூட்டாதா இவ்வமைப்பு?

பின்னிணைப்பு

அனுபந்தம் என்று பழைய நூல்களில் சுட்டப்பெறும் பின்னிணைப்புகள் இல்லாத நூலை இக்காலத்தில் நூலாகவே மதிப்பதில்லை. குறிப்புதவி, ஆய்வு நூல்களில் மட்டும் இணைந்து வந்தவை இப்போது எல்லா நூலுக்கும் என்றாகிவிட்டது. மூலநூலான சிலப்பதிகாரத்தை எளிய உரையுடன் பதிப்பித்த ப. சரவணன் அதற்கும் பல பின்னிணைப்புகளைச் சேர்த்துவிட்டார்.

'பின்னால் இணைக்கப்படுபவை' என்று பொருள்படும் அனுபந்தங்கள் முன்னால் உள்ள பிரதியை நன்கு புரிந்துகொள்ள வாசகனுக்கு உதவ வேண்டும். பக்க எண்ணிக்கையை அதிகமாக்கி நூலின் விலையைக் கூட்ட அல்ல. அகர வரிசையில் கதைகள், கால வரிசையில் கதைகள், தொகுப்புகளின் முதல் பதிப்பு முன்னுரைகள் ... போன்றவை ஒரு புனைகதை முழுத்தொகுப்பு நூலின் பின்னிணைப்பில் எதிர்பார்க்கப்படுபவை. ஒரு நூலின் உள்ளடக்கம் சார்ந்தே அதன் பின்னிணைப்புகள் முடிவு பெறுகின்றன.

நூலைப் பயன்படுத்த உதவிபுரியும் பெயர் அகராதி, பொருள் அகராதி, பாடல் முதற்சொல் அகராதி போன்றவை அளவில் பெரிய நூலின் இன்றியமையாத பகுதிகளாக்கப்பட வேண்டும். 700 பக்கத்திற்கு மேல் நீளும் ஒரு பொருள் குறித்த அல்புனைவு, வரலாற்றுத் துறை சார்ந்தவை பெரிய நூல்களாகக் கருதப்பட வேண்டும். பெயர் மற்றும் பொருள் அகராதிகள் இரண்டையும் இணைத்து ஒரே அகராதியாக கு.ப.ரா. கட்டுரைகள் (அடையாளம், 2011) நூலில் தந்துள்ளார்கள். அதற்குச் சுட்டி என்று பெயர் வைத்திருப்பது புதுமையாக இருக்கிறது.

பின்னிணைப்புகளின் அளவு வரவரக் கூடி வருகிறது. எவ்வளவுதான் கூடினாலும் அது பிரதி (inner)ஐவிடக் குறைவான அளவில் இருப்பதுதான் பார்க்க நன்றாக இருக்கும். மாட்டைவிட வால் பெரிதாகி விடக்கூடாது. வால் அழகு என்றாலும் மாடுதான் பால் தருவது.

அடிக்குறிப்புகள்

அடிக்குறிப்புகளைப் போல் சராசரி வாசகனுக்கு இடையூற்றையும் நூலாசிரியனுக்கு வேலைப் பளுவையும் தரும் இன்னொரு நூல் பகுதி இல்லை. எவ்வளவு சிறியதாக இருந்தாலும் அடிக்குறிப்பு எண், நூலைப் படிக்கும் வாசகனைத் தொந்தரவு செய்துவிடுகிறது. பக்கத்தின் அடிப்பகுதியில் பக்கத்தின் பாதியை அல்லது முக்கால் பகுதியை அடைத்துக்கொண்டு விடும் விளக்கம் பக்க அழகைக் குலைத்து விடுகின்றது. அடிக்குறிப்புகள் இப்போது நாவலிலும் வரத்தொடங்கிவிட்டன. எனக்குத் தெரிந்து முதன் முதலில் 'ஜே.ஜே.: சில குறிப்புக'ளில் கிண்டலாக நுழைந்தன அடிக்குறிப்புகள். அவற்றின் எண்ணிக்கையும் குறைவு. இப்போது வெளிவந்துள்ள 380 பக்கப் 'பயணக்கதை' நாவலில் மொத்தம் 95 அடிக்குறிப்புகள். எழுதும் வகையைப் பற்றிய புனைவானதால் அத்தனை அடிக்குறிப்புகள் தேவைப்படுவதாக அதன் ஆசிரியர் கருதுகிறார்.

சான்றுக் குறிப்பு என்ற நாமகரணமும் அடிக்குறிப்புக்கு உண்டு. அடிக்குறிப்பின் விவரத்தை அப்பத்தியின் இறுதியிலேயே தருவது இப்போதைய நூல்களில் நடைமுறையாக இருக்கிறது. அடிக்குறிப்பு விவரத்தை இயலின் இறுதியில் சேர்ப்பது பல்கலைக் கழக ஆய்வேடுகளின் வழக்கம். மொத்தமாக எல்லா இயலின் அடிக்குறிப்பு விவரத்தையும் நூலின் இறுதியில் சேர்க்கும் முறையும் உண்டு. சிட்டி – சிவபாத சுந்தரம் எழுதிய நாவல் மற்றும் சிறுகதை வரலாற்று நூல்களில் இம்முறையே பின்பற்றப் பட்டுள்ளது.

சான்றுக் குறிப்பில் ஆசிரியரின் பெயர், அந்நூல் வெளிவந்த ஆண்டு ஆகியவற்றை மட்டும் குறிப்பிடும் முறையியல் இப்போது கையாளப்படுகிறது. பின்னால் நூற்பட்டியலைச் செம்மையாகத் தரும்பட்சத்தில் இது நன்கு பயன்படும்.

மேற்சொன்ன எந்த முறையையும் நூலாசிரியர் குறிவைக்கும் வாசகனை மனத்தில் வைத்து முடிவு செய்து பயன்படுத்தலாம். ஆனால் நூல் முழுவதும் ஒரே முறையில் அமைய வேண்டும் என்று சொல்ல வேண்டியதில்லை. பலர் எழுதிய கட்டுரைகளைத் தொகுத்து வெளியிடும் தொகுப்பாசிரியர், கட்டுரையாசிரியர் கையாண்டுள்ள சான்றுக்குறிப்பு முறையில் ஒரு சீர்மையைக் கொண்டு வரலாம். இந்த வகை நூல்களில் சீர்மையற்று அமையும் வகைவகையான சான்றுக் குறிப்புகள் வாசகனை எரிச்சலூட்ட வைப்பவை.

சொற்கள்

சொற்களைப் பிழையாகப் பயன்படுத்துவதைப் பற்றிப் பரந்தாமனார் முதல் நன்னன் உள்ளிட்டு நஞ்சுண்டன் வரை நிறையபேர் எழுதிவிட்டார்கள். அவர்கள் வலியுறுத்தும் இலக்கண, மரபுப் பிழைகளைத் தொடர்ந்து நினைவூட்டி வாசகனை அலுப்புறச் செய்ய விரும்பவில்லை. நவீன இலக்கியத்தில் மிகுதி யாகப் பயன்படுத்தப்படும் சில சொற்கள் மீது மட்டும் கவனத்தை இழுக்க விரும்புகிறேன். பத்திரிகை, பிரசாரம், கலாசாரம், சத்தியாக்கிரகம், இராஜிநாமா, சுவாரசியம், வகையறா போன்ற அயற்சொற்களை வேறுவிதமாகவும் எழுதும்போக்கு இருக்கிறது. ஒரு நூலில் ஒரே மாதிரி இவற்றைப் பயன்படுத்தலாம் என்ற சீர்மையை மட்டுமே நான் கோருகிறேன்.

எழுத்தாளர் சி.சு. செல்லப்பாவுக்குச் சமையல் செய்யத் தெரியுமே தவிர அதை எழுதத் தெரியாது. ‘சமயல்’ என்றுதான் எழுதுவார் (இதிலும் பிடிவாதம்தான்). இது தவிர வைதவ்யம் போன்ற அயற்சொற்கள் மட்டுமின்றி நாட்டுடைமை, ஏற்கெனவே போன்ற தமிழ்ச்சொற்களும் பெரும்பாலும் தவறாகவே நவீனச் சிற்றிதழ்களில் பயன்படுத்தப்படுகின்றன. இந்த வகையில் அண்மை யில் சேர்ந்துள்ள சொல் விஷயம். இதை விசயம், விஸயம் என்று பயன்படுத்துவது கணிப்பொறிப் பயன்பாட்டுக்குப் பிறகு மிகுந்திருக்கிறது. புஷ்பம், புஸ்பம் ஆனமாதிரி. இதற்கான அழகான தமிழ்ச்சொற்கள் இருக்கின்றன. வடமொழிச் சொல்லை எழுதினால் அதன் சரியான வடிவத்தைப் பயன்படுத்தலாம் என்பது என் கருத்து.

சம்பிரதாயம் என்ற சொல்லைப் பிரித்துத் தட்டச்சு செய்திருந்தார் ஒரு நண்பர். அது சேர்ந்திருக்கும் சொல் இல்லையா? 'நான்தான் அப்படி' என்ற தொடரில் 'தான்' என்ற சொல்லை, 'நான்' இடமிருந்து பிரித்து எழுதினால் பொருள் வருகிறதா? எதைச் சேர்த்து, எதைப் பிரித்து எழுத வேண்டும் என்பது மெய்ப்புத் திருத்துநருக்குத் தெரியவேண்டும். அல்லது ஆசிரியரே மெய்ப்பினைத் திருத்த வேண்டும். ஆயிரம் பக்கம் நாவல் எழுதுவோமா மெய்ப்புத் திருத்துவோமா என்கிறீர்களா? அதுவும் சரியான கேள்விதான். சேர்த்து எழுதுவதும் பிரித்து எழுதுவதும் வாசிப்பில் பெறும் முக்கியத்துவத்தைச் சிற்றிதழின் தீவிர வாசகர்களே புரிந்துகொள்ள மறுத்தால் என்ன செய்வது? மொழி சார்ந்தது அல்ல இது. பொருள் சார்ந்த விஷயம் என்பது கொஞ்சம் யோசித்தாலே புரிந்துவிடும்.

பதிப்புப் பெருக்கம்

என் நூலகத்திலிருந்து 300 நூல்களுக்கு மேல் எடுத்துக் கொண்டுபோய் பதிப்பித்திருக்கிறார்கள் என்று பழம் நூல் சேகரிக்கும் பிரபல நூலகத்தின் நிறுவனர் பெருமையுடன் சமீபத்தில் குறிப்பிட்டார். மறு அச்சு எல்லாம் இப்போது பதிப்பாக்கம் என்ற பெயருடன்தான் வெளியாகின்றன. ஒரு கோயில் திருமுழுக்கு விழா மலர் பார்த்தேன். பதிப்பாசிரியர்.............. என்று அதில் அச்சிடப்பட்டிருந்தது. மலர் ஆசிரியர்கூடப் பதிப்பாசிரியர் என்று போட ஆரம்பித்துவிட்டார்கள். மீள் பதிப்பாசிரியர் என்பது உள்ளிட்ட விதவிதமான திருநாமங்களுடன். இது பதிப்பாசிரியர் காலம். பதிப்பாசிரியருக்கு இருக்க வேண்டிய பல தகுதிகளுள் முக்கியமானது தான் பதிப்பிக்கும் நூலின் பொருள் பற்றிய பரந்த அறிவு. உதாரணமாக, குறிப்பிட்ட ஒரு நூற்றாண்டு நூலைப் பதிப்பிக்கும் ஒருவருக்கு அந்நூற்றாண்டின் வரலாறு, பண்பாடு, இலக்கியம் ஆகியவற்றில் மிகக் குறைந்தபட்சம் சொற்கள் பற்றிய புலமையாவது வேண்டும். அது போதுமானதாகவாவது இருப்பது பதிப்பைக் குற்றம் குறைந்ததாக்கும்.

"இராஜிநாமா கொடுத்துவிட்ட உத்தியோக ஸ்தானங்கள் காயமாய் பூர்த்தி செய்யப்பட்டிருந்தால் இராஜிநாமா கொடுத்தவர்க்கு மறுபடி உத்தியோகம் கொடுக்கப்படமாட்டாது" என்றொரு தொடர் சமீபத்தில் பதிப்பிக்கப்பட்ட நூல் ஒன்றில் வந்துள்ளது. 'காயமாய்' என்ற சொல் தவிர மற்றவை அநேகமாய் இன்னும் பயன்பாட்டில் குறைவாகவேனும் இருப்பவை. காயமாய் என்ற சொல் இத்தலைமுறைக்குப் புரியாத சொல் என்பதைப் பதிப்பாளர் உணர்ந்து 'ஏற்றுக்கொள்ளப்பட்டு' என்று அச்சொல்லுக்குப் பொருள் கொடுத்துள்ளார். காயமாய்

என்பதற்கு நிலையான (Permanent) என்பதுதான் பொருள். வர்ஜா வர்ஜமில்லாமல் (வரையறை இல்லாமல்), பத்ததி நிர்ணயம் (தெளிவான நோக்கம்) என்பதாக அதே நூலில் வரும் மேலும் சில சொற்களுக்கும் பிழையான பொருளே தரப்பட்டுள்ளது. 'விலக்கத்தக்கது இது, விலக்கத்தகாதது இது' என்றும் 'வரம்பிடுதல் அல்லது முறை நிர்ணயம்' என்றும் அச்சொற்களுக்குப் பொருள் கூறலாம். இந்தக் குறிப்பிட்ட பதிப்பாளர் அவர் பதிப்பித்த நூல் பற்றிய அறிவு நிரம்பியவரே. அவரைப் பொறுத்தவரை இது விடுபடல் வகை சார்ந்த தவறு. ஆனால் பெரும்பான்மையோருக்கு அப்படி இல்லை.

பதிப்பு என்பது ஞானாலயாவில் புத்தகத்தை வாங்கி ஒளிநகல் எடுத்து அச்சுக்கு அனுப்புவதல்ல. ஞானாலயா கிருஷ்ணமூர்த்தி சாரிடம் நல்லுறவைப் பேணியிருந்தால் நூலைப் பெற்றுவிட முடியும். Zerox கருவியை இயக்கத் தெரிந்து சுருக்கவும் பெரிதுபடுத்தவும் சரியான இடத்தில் தாள்களை வைத்துத் தட்டவும் தெரிந்தால் ஒளிநகல் எடுத்துவிட முடியும். பதிப்பு அப்படி அல்ல.

பின்னட்டைக் குறிப்புகள்

Blurb என்று ஆங்கிலத்தில் அழைக்கப்படும் பின்னட்டைக் குறிப்புகள் பற்றிய அக்கறை தமிழில் இல்லை என்று சொல்ல முடியாது. சக்தி காரியாலய நூல்களில் 1940களின் தொடக்கத்திலேயே அதைச் செய்திருக்கிறார் சக்தி வை.கோவிந்தன். என்றாலும் சிரத்தையாக அதைப் பலரும் தொடரவில்லை. நவீன எழுத்தாளரின் படைப்புகளை வெளியிடும் பதிப்பகங்கள் அதில் இப்போது கவனம் செலுத்துகின்றன.

'ஒரு கிராமமும் ஒரு நகரமும்' நூலுக்குப் பெருமாள்முருகன் எழுதிய பின்னட்டைக் குறிப்பைப் படித்துவிட்டு ஆசிரியரான எஸ். நீலகண்டன் நூலைவிடக் குறிப்பு நன்றாகயிருக்கிறது என்று சொன்னார். *Love Stands Alone* என்ற தங்கப்பா நூலின் வெளியீட்டாளர்கள் *Arvind Krishna Mehrotra*வின் பின்னட்டைக் குறிப்புக்காக நூல் வேலை முடிந்து மூன்று மாதங்கள் காத்திருந்தார்களாம். நற்றிணை வெளியீடாக வந்திருக்கும் 'சிவபாலனின் இடப்பெயர்ச்சிக் குறிப்புகள்' என்ற அழகிய பெரியவனின் சிறுகதைத் தொகுப்பில் இடம் பெற்றிருக்கும் பின்னட்டைக் குறிப்பு குறிப்பிடத்தக்கது. தலித் எழுத்துகளின் பட்டியலில் அழகிய பெரியவனின் எழுத்து வகிக்கும் இடத்தைப் பொருத்திக் காட்டியதுடன் அதன் தனித்தன்மையை அடங்கிய தொனியில் தெளிவாகக் காட்டும் குறிப்பு அது. எழுதியவர் பெயரில்லாமல்

அது இருக்கிறது. எழுதியவர் பெயரைக் குறிக்க அப்பதிப்பகத்திடம் வற்புறுத்த வேண்டுமென அதைப் படித்தபோது தோன்றியது.

பெரும்பாலும் பின்னட்டைக் குறிப்புகள் முன்னுரையிலிருந்து எடுக்கப்பட்ட சிறந்த வரிகளாகவே இருக்கின்றன (சிந்திக்கும் ஆசிரியரின் படம் வேறு பயமுறுத்தும்). அதற்கெனத் தனியாக எழுதப்படுவதில்லை. இந்நிலை மாற வேண்டும். பொருத்தமான பின்னட்டைக் குறிப்பு என்பது ஒரு வகையில் விமர்சனம்தான். நூலின் உள்ளடக்கம், நூல் வகிக்கும் இலக்கிய இடம், சந்தை நிலை, வாசக விருப்பு, மனித மனோபாவங்கள் ஆகியவற்றை உள்கிரகிக்கும் ஆற்றல் கொண்ட, அதை வெளிப்படுத்தவும் முடிந்த அழகியல் உணர்ச்சிகள் நிறைந்த அறிஞனாகவும் இருக்கும் கலைஞனே சிறந்த பின்னட்டைக் குறிப்பை எழுத முடியும். முன் அட்டையை விடவும் பின்னட்டைகள் நூலின் விற்பனைக்கு உதவுவனவாக இப்போது மாறி வருகின்றன. இதை உணர்ந்துதான் 'மாற்றுவெளி' ஆய்விதழ் வெளியீட்டாளர்கள் பின்னட்டையில் நூலின் உள்ளடக்க விவரத்தைத் தவறாது தருகிறார்கள்.

சக்தி, வாசகர் வட்டம் ஆகியவற்றின் தொடர்ச்சியாக நல்ல புத்தகங்களை வெளியிடும் *க்ரியா, காலச்சுவடு, அடையாளம், உயிர்மை, சந்தியா, ஆழி* போன்ற இடைநிலைப் பதிப்பகங்களின் பெயர்ப்பட்டியல் இன்னும் நீள வேண்டும். உள்ளடக்கப் பிரச்சனைகள், மொழிப்பிழைகள், கவனக்குறைவுகள் பற்றிய விமர்சனங்கள் பல இருப்பினும் வடிவ நேர்த்திமிக்க நூல்களின் காலமாக நிகழ்காலம் திகழ்கிறது. வடிவ நேர்த்திக்குச் செலுத்தும் கவனத்தை உள்ளடக்கத் தேர்விலும் பிரதியிலும் செலுத்த வேண்டுமென்பதே நம் ஆவல். அது வேறு.

மோசமான செம்மையாக்கத்துக்குப் பரிசளிக்கச் சொன்னால் எந்தவிதத் தயக்கமும் இன்றி நான் பரிந்துரைப்பது இந்திய இலக்கியச் சிற்பிகள் வரிசையில் சாகித்திய அகாதெமி வெளியிட்ட தஞ்சை பிரகாஷ் எழுதிய 'க.நா. சுப்ரமண்யம்' என்ற நூலைத்தான். கவனமற்ற பத்திப்பிரிப்பு, சீர்மையற்ற இயல் அளவுகள், குவிமையமற்ற எழுத்து நடை, முழுமையை அவாவும் க.நா.சு.வின் புத்தகப்பட்டியல், நோக்கமும் பயனும் அற்ற பின்னிணைப்புகள் ஆகிய அம்சங்களின் அடிப்படையில் அந்நூலைப் பரிந்துரைக்கலாம். வேறு பல புத்தகங்களும் இப்பரிசைப் பெறக் கடுமையான முயற்சி செய்யும் எனினும் அவை இந்நூலைப் பார்த்தால் வெட்கப்பட்டு மண்ணைக் கவ்விக் கொண்டுவிடும்.

வாசகனை நூல் வரம்புக்குள் கொண்டு வரவும், அங்கே தக்கவைக்கவும், வாசகர் பரப்பை மேலும் பெருக வைக்கவுமே இந்தக் குறிப்புகள். தரத்தைச் சமரசம் செய்யாமல், பிரதியைக் கெடுக்காமல், எதிர்கால வாசகனுக்குக் குழப்பம் ஏற்படாத வகையிலான ஒரு தொடர்ச்சியை நிலைநிறுத்தியபடி என்னவும் செய்யலாம். ஆனால் யார் கேட்க முடியும் என்ற எண்ணத்தில் சுயக் கட்டுப்பாடு இல்லாமல் போனால், வெளியிலிருந்து கட்டுப்பாடு வரலாம். வாசகன் ஒருங்கிணையும் வசதி இன்மை யால் பலமில்லாதவனாக இருக்கலாம். ஆனால் அவன் முட்டாள் அல்லன்.

மீண்டும் அகரம், செப்டம்பர் – நவம்பர் 2013

(பபாசி, நிமி *(National Instructional Media Institute)* சென்னை ஆகியவற்றுடன் இணைந்து தேசியப் புத்தக நிறுவனம் 9 நவம்பர் 2011இல் சென்னையில் நடத்திய புத்தக வெளியீட்டுக்கான பயிற்சிக் கூட்டத்தில் நிகழ்த்திய உரையின் விரிவு இக்கட்டுரை. நன்றி: பெருமாள்முருகன், க. நாகராஜன்).

காப்புரிமை

கிடைத்தவரை லாபம்

ஒரு எழுத்தாளருக்குத் தன் படைப்பின் மீது பொருளாதாரம், அறம் சார்ந்து இரண்டுவித உரிமைகள் இருக்கின்றன. படைப்பைப் பதிப்பித்தல், மக்களிடம் பரப்புதல், வேறுவடிவத்துக்கு மாற்றுதல், மொழிபெயர்த்தல் போன்றவற்றின் மூலம் வருமானம் பெறுதல் ஆகியன பொருளாதார உரிமைகள். ஆசிரிய நிலையை நிறுவிக்கொள்ளுதல், முழுமையைப் பாதுகாத்தல் அறவுரிமையில் பிரதானமானவை. நூலில் ஆசிரியர் தம் பெயரைப் பொறித்துக்கொள்ளுவது இந்தவகை அறவுரிமை சார்ந்தது.

தமிழ்நாடு அரசு கண்ணகி சிலையை (2001ஆம் ஆண்டு) மக்கள் பார்வையிலிருந்து நீக்கியது. அப்போது, அந்தச் சிலையை உருவாக்கிய சிற்பி முழுமை உரிமை (integrity) சிதைவுபடுவதாகக் கூறி அணுகியிருந்தால் மனுவை வழக்குமன்றம் விசாரணைக்கு ஏற்றிருக்கும் எனக் கேரள வழக்கறிஞர் ஒருவர் என்னிடம் தெரிவித்தார். படைப்பை உருவாக்கும் படைப்பாளியின் அறவுரிமையை அந்த வகையில் சட்டம் பாதுகாக்கிறது. பொருளாதார உரிமையை மற்றவருக்கு மாற்றிக்கொடுத்துவிட்டிருந்தாலும் அறவுரிமை எப்போதும் படைப்பாளியிடமே தங்கியிருக்கிறது. இது சந்தையின் ஆதிக்கம் ஓங்கியுள்ள நாடுகளிலும்கூடப் பேணப்படுகிறது.

எந்தப் படைப்புமே வாசகனின் பயன்பாட்டுக்குத்தான் உருவாகிறது எனினும் அதைப் பயன்படுத்தும் முறைதான் காப்புரிமையில் *(copyright)*

பழ. அதியமான்

முதன்மையான பிரச்சினையாகவும் மாறுகிறது. ஒரு படைப்பு என்பது என்னதான் எழுத்தாளனின் மூளை, எண்ணம், உழைப்பு ஆகிய தனிப்பட்ட ஆற்றல்களின் வெளிப்பாடு என்றாலும், அது சமூகத்தின் விளைபொருள்தான். எல்லா அம்சங்களிலும் சமூகத்தோடு தொடர்பு கொண்ட அப்படைப்பைப் பிரசவிப்பது மட்டும்தான் அவர். சமூகம் இல்லையெனில் அவ்விளைவு இல்லை என்பது உண்மையாயிருக்க, சமூகம் அதைப் பயன்படுத்தக் கூடாது என்று சொல்லப் படைப்பவருக்குத் தார்மீக உரிமை இல்லை. ஆனால் சட்டம் ஓரளவுவரை அவ்வுரிமையைத் தந்துள்ளது. அதே சமயம் அந்தப் பரிமாறலில் படைத்தவருக்கும் பயன் இருக்க வேண்டும். அவரது உற்சாகம், படைப்பூக்கம் தொடர்ந்தியங்கவும் வளரவும் அவரது தேவைகள் கவனிக்கப்பட வேண்டும். இந்த இரு பக்கங்களையும் சமன்படுத்தச் செய்யப்பட்ட ஒருவகை ஏற்பாடுதான் இன்றைய காப்புரிமைச் சட்ட உருவாக்கமும் நிர்வாகமும்.

நினைப்பவை நிறைவேறினால் – வானொலி அறிவிப்பாளர் ஒருவரின் சுயசரிதை எனத் தலைப்பிட்ட ஒரு நூலை அக்டோபர் 2011இல் பார்க்க நேர்ந்தது. சோவின் வாழ்த்துரை கொண்ட அந்நூலின் விவரக் குறிப்பு இடம்பெறும் பகுதியில் கீழ்க்காணும் எச்சரிக்கைகள் அச்சிடப்பட்டிருந்தன.

எச்சரிக்கை: காப்பிரைட் சட்டத்தின் கீழ் பதிவுபெற்றுள்ள இந்நூலில் இருந்து எப்பகுதியையும் முன் அனுமதியின்றிப் பிரசுரிக்கக் கூடாது. தவறினால் சிவில், கிரிமினல் சட்டங்களின்படி நடவடிக்கை எடுக்கப்படும்.

Copy right Warning: No part of this book may be reproduced or transmitted in any means electronic or mechanical including photographing or recording or by any information storage and retrieval system without permission in writing from R. Nagarajan c/o N. Mahalakshmi, Pondicherry. Any violation of these conditions legal action will be initiated in civil and criminal proceedings under Copy Right Act 1957.

இந்தவகை எச்சரிக்கைகளைப் பல நூல்களில் பார்த்திருக்கலாம். தமிழ் நூல்களிலும்கூட ஆங்கிலத்திலேயே பெரும்பாலும் அவை இருக்கும். மேற்கண்ட நூலில் இரு மொழிகளிலும் அது அமைந்துள்ளது. இந்நூலும் ஆங்கிலத்தைத் தவிர்க்காததைக் கவனியுங்கள். மிரட்டும் மொழி அதிகார மொழியாக இருக்க வேண்டும்; முழுவதும் புரிந்துவிடாமலும் இருக்க வேண்டும் என்னும் மனோபாவங்கள் இம்மொழித் தேர்விற்குப் பின்னால் இயங்குகின்றன.

மேலே கண்ட எச்சரிக்கையில் வரும் 'காப்பிரைட் சட்டத்

தின் கீழ் பதிவுபெற்றுள்ள நூல்’ என்ற தொடர் பற்றி நண்பர் ஒருவருக்குச் சந்தேகம். பதிப்புரிமை என்பது எழுதி முடித்தவுடன் தானாகவே வந்துவிடும் உரிமை அல்லவா! அதைப் பதிவு வேறு செய்ய வேண்டுமா என்று அவர் கேட்டார். தானாகவே அவ்வுரிமை வந்து வாய்க்குமென்றாலும் விரும்பினால் பதிவும் செய்துகொள்ளலாம். இத்தகைய பதிவுபெற மூன்று பிரதிகளும் பதிவுக்கட்டணம் ரூ. 50உம் சேர்த்துத் தில்லியில் இருக்கும் காப்புரிமைப் பதிவாளருக்கு அனுப்ப வேண்டும். விண்ணப்பத்தைப் பரிசீலித்துப் பதிப்புரிமைச் சான்றிதழையும் ஒரு பிரதியில் முத்திரையும் குத்தி அனுப்பிவைப்பார்கள். பதிவுக்குத் தரம் அளவுகோல் அல்ல. அது அசலாக இருக்க வேண்டும் என்பதுதான் பிரதான விதி. பிரச்சினை எழும் போது வழக்குமன்றத்தில் இப்பதிவு முதனிலைச் சான்றாக ஏற்றுக்கொள்ளப்படும் என்பதை விளக்கினேன்.

காப்புரிமைச் சட்டத்தை மீறுவோர்மீது சட்ட நடவடிக்கை எடுக்க முடியுமா என்பது நண்பரின் அடுத்த ஐயம். முடியும். தண்டனைகூட உண்டு. குறைந்தபட்சம் ஆறு மாதங்களும் ஐம்பதாயிரம் ரூபாயும்; அதிகபட்சம் மூன்று ஆண்டுகளும் இரண்டு லட்சம் ரூபாயும். இவை கிரிமினல் சட்டத்தின் வழியான தண்டனைகள் என்றால் நஷ்டஈடு, தடையாணை முதலியவை சிவில் வழித் தண்டனைகள். இந்த நீதிமன்ற ஆணையைப் பெற இந்தியாவில் ஆகும் காலத்தைப் பற்றி ஒன்றும் உறுதி சொல்ல முடியாது.

‘எப்பகுதியையும் முன் அனுமதியின்றிப் பிரசுரிக்கக் கூடாது’ என்று ஒரு வரியும் எச்சரிக்கையில் வருகிறது. இது முற்றிலும் தவறு எனக் கூற முடியாது. ஆனால் சரியுமல்ல. எழுத்தாளனுக்குப் பொருளாதார இழப்பு நேராத வகையில் மற்றவர் படைப்பைப் பயன்கொள்ளச் சட்டம் அனுமதிக்கிறது. அதற்கு முன் இசைவு அவசியமல்ல. சொந்தப் பயன்பாட்டிற்காக, ஆராய்ச்சிக்காக, விமர்சனம் மற்றும் மதிப்புரைக்காக, சட்டம் தொடர்பான பணிகளுக்காக (‘*fair use*’ என்று சட்டம் இதைக் குறிப்பிடுகிறது) எழுத்துப் படைப்பின் சில பத்திகளை, சில பக்கங்களை, ஏன் சில பகுதிகளைக்கூடப் பயன்படுத்துவது உரிமை மீறலாகாது. நீதிமன்ற நடவடிக்கைகளுக்கு முழுநூலையுமே பயன்படுத்தலாம்.

கறுப்புக் குயிலின் நெருப்புக்குரல் (1985) என்ற பாரதிதாசனின் வாழ்க்கை வரலாற்று நூலின் இத்தகைய எச்சரிக்கை குறிப்பு இத்தொடர்பில் கவனிக்கத்தக்கது. ‘ஆய்வு மாணவர்களாயினும் வேறு எவராயினும் இந்நூலின் வரிகளை – பகுதிகளை – எப்படி – எதை எடுத்தாள விரும்பினாலும் என்னுடைய முன் இசைவைப்

பெற்றுக்கொள்ள வேண்டியது இன்றியமையாதது. சட்டப்படி மட்டுமல்ல பிறரால் சரியானபடி கையாளப்படுகிறதா என்று பார்க்க வேண்டியதும் என் கடமை.' நூலில் கூறப்பட்ட நோக்கத்திற்கு மாறாகத் திரித்துக் கூறப்படுவதை மறுக்கும் நிலையை அந்நூலாசிரியருக்கு அறவுரிமை தரலாம் என்றாலும் சில நிபந்தனைகளுக்கு உட்பட்டுச் சில பகுதிகளை எவரும் பயன்படுத்த முடியும்.

சொந்தப் புத்தகங்களின் காப்புரிமை மூலம் வருமானத்தைப் பெற ஒரு எழுத்தாளனும் அவனது உயிரியல் வாரிசுகளும் விரும்புவதைத் தவறு என்று எப்படிச் சொல்ல முடியும். என்றாலும் அதைப் பற்றிக் கவலைப்படாத வள்ளாள மகராஜன்களும் இல்லாமலில்லை. அஸ்வகோஷ் 1987இல் பாசறைப் படைப்புகள் வழியாக 'நாளைவரும் வெள்ளம்' என்னும் நாடக நூலை வெளியிட்டார். அச்சமயம் அறிமுகமான புதிய கல்விக் கொள்கையை எதிர்த்து எழுதப்பட்டது அது. பிரதியின் நுழைமுகத்தில் அவர் தெரிவித்திருப்பது இக்கவலையின்மையை வெளிப்படுத்துகிறது.

இந்த நாடகத்தின் கூறுகளை, பகுதியாகவோ முழுமை யாகவோ யாரும் எடுத்துக் கையாளக் கூடாது என்று உரிமைகோரவோ யாரும் முன் அனுமதி பெற்றுத்தான் இதை நடிக்க வேண்டும் (என்று) யாருடைய ஆர்வத்துக்கும் தடைவிதிக்கவோ உத்தேசமில்லை. எனவே புதிய கல்வியைக் கோட்பாட்டு ரீதியில் எதிர்க்கும் யாரும் எந்தக் குழுவும் பகுதியாகவோ முழுமையாகவோ அல்லது கூட்டியோ குறைத்தோ தங்கள் வசதிக்கேற்ப இதை நாடகமாக்கி நடிக்கலாம்.

இப்படித் தன் உரிமையைச் சமூகத்துக்கு வழங்கிவிடும் பிரக்ஞை மிக்க எழுத்தாளர்களும் இருக்கிறார்கள். மழை பெய்ய வேண்டுமே! இந்தியா வெப்பநாடு அல்லவா? திருத்தி விடுவார்களோ மாற்றிவிடுவார்களோ என்ற அச்சங்கள் அஸ்வகோஷுக்கு இல்லை. கோட்பாட்டு ரீதியில் புதிய கல்விக் கொள்கையை எதிர்ப்போர் பயன்படுத்தலாம் என்பதே அவரது நிபந்தனை.

இந்த நேர்வில், அஸ்வகோஷ் தன் படைப்பை எவரும் எவ்வகையிலும் பயன்கொள்ள அனுமதிக்கிறார் என்றாலும் உரிமை, ஆசிரியரான அவரிடம்தான் இருக்கிறது. இதற்கு ஒருபடி மேலே போய் ஓர் ஆசிரியர் தன் உரிமையை முற்றாகக் கைவிடவும் செய்யலாம். காப்புரிமையைக் கைவிடும்போது (relinquish) காப்புரிமைப் பதிவாளரிடம் முறையான விண்ணப்பத்தின் மூலம்

அதைத் தெரிவிக்க வேண்டும் என்று ஒரு சட்ட நடைமுறை இருக்கிறது. ஏனெனில் ஒரு நூலுக்கான காப்புரிமை என்பது எழுதியவுடன் தானாகவே எழுதியவருக்கு வந்துவிடுகிறது. புத்தாக்க உரிமை *(patent)*, வடிவமைப்பு உரிமை *(design)*, வர்த்தகக் குறிகள் உரிமை *(trade mark)* ஆகியவற்றில் பதிவுக்குப் பிறகுதான் உரிமைகள் கிடைக்கின்றன.

உரிமையைக் கைவிடும் நிலைக்கு அடுத்த கட்டமும் இப்போது நடைமுறைக்கு வந்துவிட்டது. அது பதிப்புரிமையை ஏற்காமலே விலகி நிற்கும் நிலை. நூலின் புத்தக விவரப் பகுதியில் '©' என்று போடுவதற்குப் பதிலாக ' ' எனப் பொறித்துவிட்டால் காப்புரிமை ஆசிரியருக்கு இல்லை என்று அறிவித்துவிட்டதாகப் பொருள். மக்களுக்கு உரிமை என்பதாகப் பொருள்படும் *Creative Commons Attributions* என்ற இந்தச் சமிக்ஞை வெளிநாடுகளில் பிரபலமானது. தமிழில் இப்படி ஒரு நூலிலும் பார்க்கக் கிடைக்க வில்லை. தமிழ்ப் படைப்பாளர் பொருளாதாரத்தில் தன்னிறைவை அடையும் காலத்தில் இத்தகைய காட்சி கிடைக்கலாம்.

இவ்வாறாகத் தன் உரிமையை ஆசிரியர் வைத்துக்கொள்ளலாம், கைவிடலாம், பொதுவாக்கலாம், தாரைவார்த்தும் கொடுக்கலாம். நிறுவனங்களுக்கும் அமைப்புகளுக்கும் கொடுத்துவிடும் வழக்கம் இதில் மிகுதி. இதற்குப் பல சான்றுகள் தரலாம். என் கைக்கு எட்டிய தூரத்தில் இப்போதிருக்கும் நூலான *Wil Fried* எழுதிய *The Mother (1986)* என்னும் அரவிந்தர் அன்னை பற்றிய நூலுக்கான காப்புரிமை அரவிந்த ஆசிரமத்துக்குத் தரப்பட்டிருக்கிறது.

காப்புரிமை ஒப்பந்தங்கள்

ஒரு படைப்பாளி தன் காப்புரிமையைத் தன் நிறுவனத்துக்கு அல்லது இன்னொருவருக்கு முற்றாக அளிப்பதைப் போல மாற்றித் தரவும் *(assigning the rights)* முடியும். பதிப்பாளருக்குப் பதிப்பிக்க மட்டும் உரிமம் *(licence)* தரலாம். முதல் நிலையில் காப்புரிமை கைமாறிவிடும். இரண்டாவதில் பதிப்பிக்கும் உரிமை மட்டும் கைமாறும். ஒரு பதிப்பகத்துடன் செய்துகொள்ளப்படும் ஒப்பந்தம் ஓராண்டுவரையில் அமலுக்கு வரவில்லையெனில் அது இயல்பாக முறிந்துவிடும். ஒப்பந்தக் காலம் எதுவும் குறிப்பிடப்பட வில்லை எனில் ஐந்தாண்டு காலம் பதிப்பாளர் அச்சிடலாம். ஐந்தாண்டுகளுக்குப் பிறகு எழுத்தாளர் வேறு பதிப்பகத்திற்குத் தன் நூலைப் பதிப்பிக்கத் தரலாம்.

நூலாசிரியன் பதிப்பாளனுடன் ஏற்படுத்திக்கொள்ளும் ஒப்பந்தம் பெரும்பான்மையும் இரண்டு முறைகளில் அமைகின்றன. ஆண்டுதோறும் விற்பனை அடிப்படையில் குறிப்பிட்ட சதவீதம்

உரிமைத்தொகை (royalty) பெற்றுக்கொள்வது ஒரு முறை என்றால் மொத்தமாக உரிமையை விற்றுவிடுவது இன்னொன்று. புத்தக வெளியீட்டுத் துறையில் பெரும் பதிப்பகங்கள் உரிமைத்தொகை முறையையே பின்பற்றுகின்றன. மொத்தமாகப் பணம் கிடைப்பது நல்லது என்று நினைத்து மொத்த விற்பனைக்குச் சம்மதிக்கும் ஆசிரியர்களும் உண்டு. புத்தகங்களைக் கொடுத்துக் கணக்கை நேர்செய்பவர்களும் உண்டு. அதையும் கொடுக்காத பதிப்புச் செம்மல்களுக்கும் தமிழில் பஞ்சமில்லை.

சினிமா தயாரிப்பாளர்களிடம் கதையை விற்கும் ஆசிரியனுக்கு மொத்தமாகப் பணம் பெற்றுக்கொள்ளும் வாய்ப்பு மட்டுமே இருக்கிறது. ராயல்டி போன்றதொரு நடைமுறை திரைத் துறையில் இல்லை. மலையாளத்தின் 'மணிச்சித்திரத்தாழ்' (தமிழில் 'சந்திரமுகி') படம் 100 கோடிக்கு மேல் வருமானம் ஈட்டியது. ஆசிரியர் மதுமுட்டம் அக்கதைக்காக ரூ. 35,000தான் பணம் பெற்றதாகச் சொல்கிறார்கள். புத்தக வெளியீட்டில் எவ்வளவு குறைவாக இருந்தாலும் விற்பனையை ஒட்டி ஆசிரியருக்கு வருமானம் கிடைக்கிறது. சினிமாவில் விற்பனையை ஒட்டிக் கதாசிரியர், இயக்குநர் உட்பட எவரும் வருமானம் பார்ப்பதில்லை. தயாரிப்பாளரே லாபத்துக்கும் நஷ்டத்துக்கும் அதிபதி. இந்த நிலைமை கடுமையான விவாதம்/பேரத்திற்குப் பிறகு தற்போது மாறியுள்ளது. நடிகர்கள், பாடலாசிரியர்கள், இசையமைப்பாளர்கள் ஆகியோருக்கும் காப்புரிமையில் பங்கு கிடைக்கும் வகையில் மே 2012இல் நடந்த நாடாளுமன்றக் கூட்டத்தில் சட்டத்திருத்தம் ஒன்று நிறைவேற்றப்பட்டுள்ளது.

பத்திரிகையில் படைப்பாளனின் நிலைமை இதைவிட மோசம். பணி ஒப்பந்தத்தில் பதிப்புரிமை குறித்து ஏதும் குறிப்பிடவில்லையானால் பணி கொடுப்பவருக்கே (பணியாற்று பவர் செய்யும்) படைப்புகளின் பதிப்புரிமை என்பது இந்தியச் சட்டம். மலையாளக் கார்ட்டூனிஸ்ட். வி.டி. தாமஸ் *மலையாள மனோரமா*வில் வரைந்த கருத்துப் படங்களுக்கான பதிப்புரிமையைக் கோரியபோது பத்திரிகை மறுத்துவிட்டது. அவர் வழக்குமன்றம் போனார். பல காலம் நடந்த வழக்கின் இறுதியில் (1995), கருத்துப்படத்தில் வரும் முதன்மைப் பாத்திரங் களான Boban, Molly மட்டும் படைப்பாளனின் உரிமையின் பாற்பட்டவை எனத் தீர்ப்பு வந்தது. பணிக்காலத்தில் வரைந்த, வெளிவந்த சித்திரங்கள் பணி கொடுத்தவருக்கே உரிமை எனத் தீர்ப்பானது. புகழ்பெற்ற இத்தீர்ப்பு எல்லோராலும் மேற்கோள் காட்டப்படுமளவு பிரபலமானது. சித்திரங்களின் உரிமை *மலையாள மனோரமா* பத்திரிகைக்குக் கிடைத்தாலும் அவற்றைத் தாமஸ் வெளியிட்டுக்கொள்ள அது பெருந்தன்மையுடன் பிறகு

அனுமதித்தது வேறுகதை.

புகைப்படக்காரருக்குத் தான் எடுக்கும் படத்துக்கான பதிப்புரிமை உண்டு என்றாலும் அதில் காட்சி தருபவருக்கும் உரிமை உண்டு. எந்தப் படமும் காட்சியில் இருப்பவரின் இசைவுடன் எடுக்கப்படுவதாகவே கருதப்படுகிறது. புகைப்படம் யாருடைய அறிவுறுத்தலில் எடுக்கப்படுகிறதோ அவருக்கே முதல் உரிமை. அதேபோல் கணினியில் படைப்பாளியால் செய்யப்படும் *program*களுக்கு அதைச் செய்ய யார் பணம் கொடுக்கிறாரோ அவரே காப்புரிமை பெற்றவர். படைப்பு முயற்சியில் ஈடுபடும் படைப்பாளி அல்ல.

படைப்பாளனுக்கு இருக்கும் மேற்கண்ட கொஞ்ச நஞ்ச உரிமையையும் நிலைநாட்டுவது மேலும் சிரமம் தரும் செயல்பாடு. வழக்கு மன்றத்துக்குப் போய்க் கிடைக்கும் நீதி என்பது நடைமுறையில் இல்லாத நீதி என்று சொல்லிவிடலாம். போராடிப் பெறும் உரிமையை நிலவும் உரிமையாகக் கருத இயலுமா?

காப்புரிமைத் தொடர்பில் வழக்கு மன்றங்களும் முழு உரிமையைப் பற்றிப் பேசாத நிலைமையே நிலவுகிறது. பிந்து பாமா என்ற எழுத்தாளர் ஜன்சாத்தா பத்திரிகைக்கு *Sex Change: Limitations and Possibilities* என்ற கட்டுரையைப் பிரசுரிக்க அனுப்பிவைத்தார். அது நிராகரிக்கப்பட்டுத் திரும்பிவிட்டது. சில வாரங்களுக்குப் பிறகு *Better Truth of Tales* என்ற தலைப்பில் சிறு மாறுதல்களுடனும் திருத்தங்களுடனும் அதே பத்திரிகையில், அதன் ஆசிரியர் பெயரில் அதே கட்டுரை வெளியானது. பாமா வழக்கு தொடுத்தார். மரபு மீறல் என்று தீர்ப்பு வந்ததே தவிர பத்திரிகை ஆசிரியர் தண்டிக்கப்படவில்லை. எழுத்தாளர்களை வலுவுள்ளவர்களாகச் சமூகம் கருதவில்லை. நீதிமன்றமும் கருதவில்லை. இது வியாபார உலகம். பேர ஆற்றலை வளர்த்துக் கொள்வதே இவ்வுலகில் வளர்ச்சியும் நடைமுறையும். அதற்குக் காப்புரிமைச் சங்கங்கள் பயன்படலாம்.

காப்புரிமைச் சங்கங்கள் என்பவை ஆசிரியர்களுக்கு உதவுவதற்கானவை. காப்புரிமைச் சொந்தக்காரர்களால் உருவாக்கப்படுபவை. ஆசிரியரின் அனுமதியைப் பதிப்பாளர்க்கு வழங்கவும் உரிமைத் தொகையைப் பெற்று ஆசிரியருக்கு வழங்கவுமான பணிகளை அவை செய்கின்றன. படைப்புகளைப் பல்வேறு வகையிலான வணிகப் பயன்களுக்குக் கொடுக்கவும் அதன் பயனை ஆசிரியருக்குச் சேர்க்கவுமான இடைநிலைப் பணியை அவை ஆற்றுகின்றன. அரசாங்க அங்கீகாரம் கொண்ட அமைப்புகளாக அவை இயங்கும். சினிமா,

சின்னத்திரை தயாரிப்பாளர் (SCRIPT), நிகழ்த்துக் கலையினர் (IPRS), ஒலித்தட்டுக்காரர் (PPL) ஆகியோரின் சங்கங்கள் மட்டும் பதிவுபெற்றவையாக இப்போது உள்ளன.

படைப்பாளர் வழக்கு மன்றம் போகாமல், இத்தகைய காப்புரிமைச் சங்கங்களே, அவர்களுக்காக இயன்றவரை செயல்படும். இத்தகைய ஒரு சங்கம் படைப்பாளர்களுக்கு இதுவரை இல்லை. (பிரபலமான Authors Guild of India என்னும் அமைப்பு இந்நோக்கில் செயல்படவில்லை.) காப்புரிமைச் சங்கமோ எழுத்தாளனோ வழக்குமன்றம் போவதற்கு முன்னால் காப்புரிமை வாரியத்திடம் (Copy Right Board) முறையிடலாம். சட்டத்தின் அடிப்படையில் உருவான இவ்வமைப்பு, காப்புரிமை தொடர்பான பிரச்சினையை விசாரித்துத் தீர்ப்பு வழங்கும். காப்புரிமைப் பதிவாளர் நூல்களுக்கான பதிவை வழங்குவ தோடு அதன் நிர்வாகத்தையும் மேற்கொள்வார். அவரது அலுவலகம் தில்லியில் அமைந்துள்ளது. மனிதவள மேம்பாட்டு அமைச்சகத்தின் இடைநிலை மற்றும் உயர்கல்வித் துறையின் கீழ் காப்புரிமைப் பிரிவு இயங்குகிறது.

காப்புரிமைக் காலம்

எழுத்தாளர் ஒருவரின் படைப்புக்கான காப்புரிமைக் காலம் என்பது அவரது ஆயுட்காலமும் பின் 60 ஆண்டுகளும். கதை, கவிதை, கட்டுரை, மொழிபெயர்ப்புகள்போல எழுத்தாளரின் கடிதங்களும் படைப்புகளே. யாருக்கு எழுதப்பட்டிருந்தாலும் கடிதங்களின் உரிமை எழுதியவருக்கே இருக்கிறது. அதற்கும் இதே ஆண்டு கணக்கில் காப்புரிமை இருக்கும். எழுத்தாளர் காணாமல் போய்விட்டால் அவரது புத்தகம் ஒவ்வொன்றும் வெளிவந்து 60 ஆண்டுகள்வரை உரிமை வாரிசுதாரருக்கு இருக்கும். இப்போது மா. சு. சம்பந்தன் காணாமல் போயிருக்கிறார். அவரது தமிழ் இதழியல் சுவடுகள் 1990இல் வெளி வந்தது. எனவே 60 ஆண்டுகள் கழித்து 2050க்குப் பிறகு அந்நூல் பொதுவெளிக்கு (public domain) வந்துவிடும். இரண்டு எழுத்தாளர்கள் இணைந்து எழுதிய புத்தகங்களில் இரண்டாவதாக மறைந்த எழுத்தாளரின் இறப்புக்குப்பின் 60 ஆண்டுகள் முடிந்ததும் அப்புத்தகங்கள் பொது வெளிக்கு வரும்.

உலகம் முழுவதும் ஏறக்குறைய ஒரே மாதிரியாக இது இருந்தாலும், இக்கால அவகாசம் அதிகம் என்றே தோன்றுகிறது. இந்தியாவில் 1991வரை இது 50 ஆண்டுகளாகத்தான் இருந்தது. இது 60ஆக உயர்ந்ததற்கு ரவீந்திரநாத் தாகூரே காரணம். அவரது படைப்புகளின் காப்புரிமை விசுவபாரதி பல்கலைக்கழகத்தின் வசம் இருந்தது. தாகூர் மறைந்து 50 ஆண்டுகளானதும் 1991இல்

உரிமைகள் முடிவுக்கு வந்தன. உரிமையை இழக்க விரும்பாத விசுவபாரதி மேலும் 10 ஆண்டுகளுக்குக் காப்புரிமையை நீட்டிக்கக் கோரிப் பிரதமரையும் கல்வி அமைச்சரையும் சந்தித்தது. அரசு 10 ஆண்டு நீட்டிப்பு தந்தது. தாகூருக்குச் செய்யப்பட்ட நீடிப்பு பிறகு எல்லோருக்குமாக மாறியது. விசுவபாரதிக்கு ஆதரவாகத் தாகூரின் படைப்புகள் பொது வெளிக்கு வருவதைத் தடுத்தவர்கள் ஜோதி பாசு, குருதாஸ் தாஸ்குப்தா என்னும் நம் இடதுசாரி பொதுவுடைமைவாதிகள்.

குறைய வேண்டிய ஒன்று அதிகமாகிக்கொண்டேபோவது வாசகர்களின் வலுவின்மையையும் படைப்பாளரின் வலுவையும் காட்டுகிறது. இருப்பதிலேயே எழுத்துரிமையின் காப்புரிமைக் காலம்தான் அதிகம். மற்றவகைகளில் இக்காலம் குறைவு. ஒலிபரப்பு உரிமை 25 ஆண்டுகள். புத்தாக்க உரிமை 20 ஆண்டுகள். வர்த்தகக் குறிகளுக்கானது 10 ஆண்டுகள். தொழிலக வடிவமைப்புகளுக்கு 10 ஆண்டுகள். வர்த்தக ரகசியங்களுக்கு 20 ஆண்டுகள். நிகழ்த்துக் கலையினருக்கு மட்டும் சற்றுக் கூடுதலாக 50 ஆண்டுகள் வரை உள்ளன.

காலச்சுவடு இதழில் (85) காப்புரிமைக் காலம் பற்றிய ஒரு குறிப்பை ஆ. இரா. வேங்கடாசலபதி எழுதியிருந்தார். அது பற்றி அன்றைய அரசாங்கத்தின் உயர் அதிகாரி ஒருவர் என்னுடன் பேசினார். அவர் எழுத்தாளரும்கூட. அவருக்குக் காப்புரிமை பற்றி எந்தத் தகவலும் தெரியவில்லை. அதற்குத்தான் அரசாங்க வழக்கறிஞர்கள் இருக்கிறார்களே என்ற மனத்தெம்பு காரணமாக இருக்கலாம். அதிகாரிகள் பற்றி நான் கவலைப்படவில்லை. எழுத்தாளர்கள் பற்றித்தான் என் அக்கறை. அவர்களே பதிப்பாளர்களாகவும் ஆகிவிட்டால் காப்புரிமை பற்றி அறியாதது மாதிரி இருப்பது சௌகரியமாக மாறிவிடுவது வேறுவகையில் வசதியானது.

காப்புரிமை பற்றிய விழிப்புணர்ச்சி இப்போது அதிகரித்துள்ளது. புத்தக நாளாக மட்டும் கடைப்பிடிக்கப்பட்டு வந்த ஏப்ரல் 23ஆம் தேதியைக் காப்புரிமை நாளாகவும் இணைத்துக்கொள்ள முடிவுசெய்து 2011 முதல் அவ்வாறே கொண்டாடப்பட்டும் வருகிறது. காப்புரிமை, அதன் காலம், பதிவு, நிர்வாகம், வெளிநாட்டுப் படைப்புகளின் காப்புரிமை, அறஞ்சார்ந்த உரிமைகள், மீறல்கள் போன்றவை பற்றிய அக்கறைகள் சமீப காலத்தில் வளர்ந்துள்ளன. புதிய புத்தகம் பேசுது சிறப்பு மலர் ஒன்றை ரோஜா முத்தையா ஆராய்ச்சி நூலக இயக்குநர் சுந்தர் கணேசனைச் சிறப்பாசிரியராகக் கொண்டு வெளியிட்டுள்ளது (2010) இதற்கொரு சான்று.

காப்புரிமைச் சட்ட வரலாறு

காப்புரிமையைப் பாதுகாக்கும் எண்ணம் நவீன காலக் கண்டுபிடிப்பு அல்ல. 15ஆம் நூற்றாண்டின் முடிவிலேயே அது ஆரம்பித்துவிட்டது. 1710இல் பதிப்புரிமை பற்றிய விதி முதலில் இங்கிலாந்தில் உருவானது. ராணி அன்னாள் சட்டம் என அதை அழைத்தனர். தங்கள் புத்தகத்தை மறு அச்சு செய்துகொள்ள அதன் ஆசிரியருக்கு உரிமை தந்தது. (புத்தகங்கள் தொடர்பாக முதலில் தோன்றிய பதிப்புரிமை, பின்னர் ஓவியங்கள், வரைபடங்கள் முதலியவற்றுக்கும் பரவியது.) பின்னர் 1911இல் காப்புரிமைச் சட்டம் அங்கு நடைமுறைக்கு வந்தது. அதன் காலனி நாடாக இருந்ததால் இந்தியாவிலும் அது இயல்பாகச் செயல்பாட்டுக்கு வந்தது. விடுதலைக்குப் பிறகு இந்தியாவில் 1957இல் புதிய சட்டம் இயற்றப்பட்டது. அதுவே இப்போது நடைமுறையில் உள்ளது. கால மாற்றத்தை அனுசரிக்க இதுவரை ஐந்துமுறை (1983, 1984, 1992, 1994, 1999) திருத்தவும் பட்டுள்ளது. நாட்டில் வெளிவரும் புத்தகங்களைப் பாதுகாக்கும் நோக்கிலான, அடுத்தடுத்த தலைமுறைகளுக்குப் புத்தகங்களைப் பார்வைக்குத் தரும் நோக்கம் கொண்ட புத்தகம் மற்றும் பருவ இதழ்கள் வழங்கும் சட்டம் (Delivery of Books and Periodicals Act, 1954) சிலர் குறிப்பிடுவது போலக் காப்புரிமையோடு தொடர்புடையது அல்ல.

வணிகத் தொடர்புகளுக்கான அறிவுசார் சொத்துரிமைக் குரல்கள் மேலெழும்பியதை அடுத்து (கடைசியாக)ச் செய்யப் பட்ட திருத்தங்கள் TRIPS அமைவகத்தின் தேவைகளை நோக்கிச் செய்யப்பட்டவை. தெளிவுபடுத்தும் நோக்கத்தில் சில மாற்றங் களைச் சேர்க்கவும் நடைமுறைச் சிரமங்கள் சிலவற்றை நீக்கவும் இலக்கத்தொழில்நுட்பம் மற்றும் இணையதளம் நுழைந்துள்ள புதிய சூழலில் தோன்றியிருக்கும் பிரச்சினைகளைத் தீர்க்கவும் இப்போது காப்புரிமை (திருத்த) மசோதா 2010 முனைந்துள்ளது.

மூல இலக்கியம், நாடகம், இசை, கலைப்பணிகள் என்ற வகையிலான ஆசிரியருக்கும் திரைப்படங்கள், ஒலிப்பதிவுகள் தயாரிப்பவருக்கும் சிலவகை உரிமைகளைக் காப்புரிமைச் சட்டம் 1957 தருகிறது. இந்தியாவில் உருவாகும் படைப்புகளைப் பொறுத்ததே இச்சட்டம். உலகம் சுருங்கி நாடுகளின் எல்லைகள் மானசீகமாக உடைந்துவிழும் நிலையில் உலகளாவிய நடைமுறைகள் தேவைப்படுகின்றன.

உலக இலக்கியம் இந்திய மொழிகளில் நல்ல வரவேற்பைத் தற்காலத்தில் பெற்றுவருகிறது. காலச்சுவடு பதிப்பகம் மட்டும் ஏறக்குறைய 10 அயலக எழுத்தாளர்களின் நூல்களைத் தமிழுக்குக் கொண்டுவந்துள்ளது. காப்புரிமை எழுத்தாளரின் வாழ்நிலத்தின் எல்லையையும் தாண்டி விரிய வேண்டி உள்ளது. வெளிநாட்டு

எழுத்தாளர்களின் படைப்புகளை வெளியிடும் தொடர்பில் உலக நாடுகளுக்கிடையிலான பெர்ன் பொது இணக்க ஒப்பந்தம் துணைசெய்கிறது. இது 1885இல் பெர்ன் நகரில் உருவானது. 1896, 1908, 1928, 1948, 1967, 1971, 1978 ஆகிய ஆண்டுகளில் தொடர்ந்து மாற்றம் பெற்று, இன்றைய தேவையை நிறைவுசெய்யும் வடிவை எய்தி உள்ளது. இதை 90 உலக நாடுகள் ஏற்றுச் செயல்படுகின்றன.

இலக்கியம் என்ற வகையில் எந்த இலக்கியப் படைப்புக்கும் காப்புரிமை பெற முடியுமா என்பது வழக்கமாக எழும் சந்தேகம். மின்சாரச் சிக்கனத்தைப் பற்றி மலையாளச் சிறுமி ஒருத்தி ஒரு முழக்கத்தைத் தயாரித்திருந்தாள். 'இன்றைய மிச்சம்; நாளைய வெளிச்சம்' எனப் பொருள்படும் மலையாள வாக்கியம் அது. எவ்வளவு முயன்றும் அவளுக்குக் காப்புரிமை கிடைக்கவில்லை. தலைப்பு, பெயர், சிறுவார்த்தைக் கூட்டம், முழக்கம் (slogan), பழமொழிகள், முறை, கதைக்கரு, தகவல், கருத்துரு (idea), கருதுகோள் ஆகியவற்றுக்கு இப்போதிருக்கும் சட்டத்தின்கீழ் காப்புரிமை இல்லை என்பதுதான் காரணம். அடிப்படையில் எண்ணத்தின் வடிவத்திற்கே காப்புரிமை; எண்ணத்திற்குக் கிடையாது. அதோடு அந்தச் சிறுமிக்கு இன்னும் பதினெட்டு வயது ஆகாததால் அவள் பெயரில் காப்புரிமையும் பெற இயலவில்லை. நிரந்தரமாக மனநிலை பாதிக்கப்பட்டவரும் காப்புரிமை பெறத் தகுதியற்றவர்.

காப்புரிமைப் பிரச்சினைகள்

காப்புரிமையின் இரண்டு பிரச்சினைகளில் சிறியது உரிமை மீறல் (infrigement), பெரியது உரிமை மீறிய வெளியீட்டுச் செயல் (piracy). புத்தக உரிமையாளரிடம் அனுமதி வாங்காமல் புத்தகத்தை முழுவதுமாக அச்சிட்டு விற்பது; முறையான அனுமதியின்றி மொழிபெயர்த்து வெளியிடுவது; வணிக நோக்கத்தில் இதழ்களை யும் நூல்களையும் ஜெராக்ஸ் செய்வது ஆகியவை பெரிய பிரச்சினையின் முக்கியமான மூன்றுவகை மீறல்கள். மற்றவரின் மொழிபெயர்ப்புகளையும் திருத்தம் என்ற பெயரில் தன் மொழிபெயர்ப்புபோல வெளியிட்டுக்கொள்வதையும் இத்தகைய மீறலாகவே கருத வேண்டும்.

இவ்வகை உரிமை மீறிய வெளியீடுகள் இந்திய அளவில் பெரும்பாலும் பாடப் புத்தகங்களிலும் பிரபலமான நாவல் களிலும்தாம் அதிகமாக நடைபெற்றிருக்கின்றன. தமிழ்நாட்டைப் பொறுத்தவரை பாடப் புத்தகங்களிலும் கவிதைப் புத்தகங்களிலும் இந்த இருவகை மீறல்கள் நிகழ்கின்றன. பிரபல எழுத்தாளர்கள் சிலரின் கதை, நாடகங்களை அவர்களிடம் இசைவு பெறாது பிரபல பதிப்பகம் ஒன்று பல்கலைக்கழகப் பாடத்தில் வைக்கும்

நோக்கில் சிலரைக் கொண்டு தொகுத்து வெளியிட்டதை இலக்கிய உலகம் மறந்திருக்காது. இத்தகைய மீறல்கள் பற்றிப் பெருமாள்முருகன் ஒரு தொடரே எழுதிக் *காலச்சுவடி*ல் வெளிவந்தது வாசகர்களுக்கு நினைவிருக்கும். பாவண்ணன் ஒரு தொழில்நுட்பப் பயிலகத்துக்குப் பேச அழைக்கப்பட்டிருக்கிறார். அவரை மாணவர்களுக்கு அறிமுகப்படுத்தியவர் 'உங்களுக்குப் பாடமாயிருக்கும் (இன்ன) கதையை எழுதிய சிறுகதை ஆசிரியர் பாவண்ணன் இவர்தான்' என்று சொல்லியிருக்கிறார். பாவண்ணனுக்கு அதிர்ச்சி. தன்னிடம் அனுமதி வாங்காமல் தன் கதை பாடமாயிருப்பது அப்போதுதான் அவருக்குத் தெரிந்ததாம். சமீபத்தில், சென்னை தன்னாட்சிக் கல்லூரி ஒன்றின் துறைத் தலைவியிடம் பிரபஞ்சனை அறிமுகப்படுத்த வேண்டி யிருந்தது. 'பிரபஞ்சனை எனக்கு மட்டுமல்ல, என் கல்லூரி மாணவியருக்கும் நன்றாகத் தெரியும். அவரது (இன்ன) கதை எங்கள் கல்லூரியில் சென்ற ஆண்டு பாடமாயிருந்தது' என்றார் பெருமையுடன். 'எழுத்தாளரிடம் அனுமதி வாங்கினீர்களா, பணம் கொடுத்தீர்களா?' என்று அவரைக் கேட்டேன். அப்படி எல்லாம் செய்ய வேண்டுமோ என்பதுபோல் அவர் பார்த்தார். பிரபஞ்சன் சிரித்துக்கொண்டு நின்றார். ஏமாற்றும் நோக்கத்துடன் நடக்கும் மீறல்களின் அளவுக்கு அறியாமையால் நேருபவற்றின் அளவும் இருக்கும். மு. மேத்தாவின் 'கண்ணீர்ப் பூக்கள்' எனக்குத் தெரிந்து அதிகமாகத் திருட்டுப் பதிப்பு செய்யப்பட்ட கவிதை நூல். உரிமையாளரையோ பதிப்பகத்தையோ அணுகி உரிமை பெறாமல் பல பதிப்பகங்களும் அதைச் சொந்தப் படைப்புபோல் பலகாலம் வெளியிட்டன. அதை அறியாமை எனக் கருத முடியாது.

காப்புரிமையின் வெற்றி ஐவர் ஒத்துழைப்பில் நிலைகொண் டிருக்கிறது. உரிமை பெற்றவர்கள் அதாவது ஆசிரியர்கள், அங்கீகரிக்கப்பட்ட விற்பனையாளர்கள் (பதிப்பாளர்கள்), இறுதிப் பயனாளிகள் (வாசகர்கள்), காப்புரிமையைப் பாதுகாக்கும் அமைப்புகள் (இத்தகைய அமைப்பு தமிழ்நாட்டில் புத்தக ஆசிரியருக்கு இல்லை), தவறு நேர்ந்தால் சட்டத்தைச் செயல்படுத் தும் அமைப்பு (காவல் துறை) ஆகிய இந்த ஐவரும் சரியாகச் செயல்பட்டால்தான் காப்புரிமையின் பயன் ஆசிரியனைச் சாரும். அதுவரை கிடைத்தவரை லாபம் என்ற கதைதான்.

உரிமை மீறிய வெளியீட்டுச் செயல் குறித்து இரண்டு சிறப்பான ஆய்வுகளைப் படிக்க நேர்ந்தது. இரண்டுமே இச் செயலின் தீவிரத்தைப் பற்றிப் பேசியிருக்கின்றன. யுனெஸ்கோவின் ஆதரவுடன் நிகழ்த்தப்பட்ட உலகளாவிய ஆய்வு அதில் முதலாவது. படைப்புத் திறனுக்கும் கலாச்சாரத்திற்கும் இயல்பான முன்னேற்றத்திற்கும் உரிமைமீறிய வெளியீட்டால் ஏற்படும்

விளைவுகள் பற்றியது அக்கட்டுரை. இணையத்தில் நிகழும் இவ்வகைச் செயல்களை முதன்மைப்படுத்தி விவரிக்கும் அது, இசை, திரைப்படம், மென்பொருள், புத்தக வெளியீடு, ஒலிபரப்பு போன்றவற்றில் இடம்பெறும் இவ்வகை திருட்டுகளையும் குறிப்பிடுகிறது. சிவில் மற்றும் கிரிமினல் தண்டனைகள் மூலம் இப்பிரச்சினையைத் தீர்த்துவிட முடியாது எனத் தெரிவிக்கும் அவ்வாய்வு, பயிற்சி மற்றும் கற்பித்தல் மூலமும் முழுவதுமாக இதை ஒழிக்க இயலாது என வருந்துகிறது.

இந்திய மனிதவள மேம்பாட்டு அமைச்சகத்தின் அறிவுறுத்தலில் என். கே. நாயர் தலைமையிலான குழு செய்த இந்திய அளவிலான ஆய்வு விரிவானது. சினிமா, ஒலிப்பதிவு, கணினி மென்பொருள், புத்தகங்கள், நிகழ்த்துக் கலை ஆகிய துறைகளில் நிகழும் உரிமை மீறிய வெளியீட்டுச் செயலை அது ஆராய்ந்தது. எண்ணற்ற விதங்களில் அமைந்த இத்தகைய மீறல்களில் பெரும்பான்மையானவை அதிக அளவு நஷ்டத்தை உரிமையாளருக்குத் தருபவை அல்ல என்றும் இந்தியா போன்ற பெரிய பரப்பளவுள்ள தேசத்தில் சட்டவழிகளால் மட்டும் இவற்றைத் தீர்த்துவிட முடியாது என்றும் இவ்வாய்வும் கூறுகிறது. பொதுமக்களிடத்தில் உருவாக்கப்படும் பெரும் அளவிலான விழிப்புணர்ச்சியே இக்கோளாறைப் பின்னடையச் செய்யும் முதலும் முதன்மையானதுமான செயல் எனக் கருதும் அவ்வாய்வு சில பரிந்துரைகளை மட்டும் அளித்துத் தன் அறிக்கையை முடித்துக்கொண்டது. அதில் முக்கியமானது காப்புரிமையைப் பதிவுசெய்வதை ஊக்குவிக்க வேண்டுமென்பது.

காப்புரிமையும் நவீன காலமும்

பழந்தமிழ் ஆசிரியர்கள் எதைச்சொன்னாலும் தொல்காப்பியத்திலிருந்து தொடங்குவது வழக்கம். அம்முக்கியமான நூலின் மேல் எந்தவிதப் பகையோ வருத்தமோ இல்லையென்றாலும் அவ்வழமை தரும் எரிச்சல் மிகுதி. அதுபோலவே நவீனப் பண்டிதர்களுக்குப் பாரதி. இதுவும் நெருடல்தான். ஆனாலும் என்ன செய்ய, நவீனத் தமிழகத்தின் முதல் காப்புரிமைப் பிரச்சினை எனக்குத் தெரிந்து பாரதியில்தான் தொடங்குகிறது.

"டி.கே. சண்முகம் சகோதரர்கள், 1930 முதற்கொண்டே பாரதி பாடல்களைத் தங்கள் நாடக மேடையில் பாடிவந்தார்கள். அவர்களால் நடத்தப்பட்ட அறிஞர் வெ. சாமிநாத சர்மா எழுதிய 'தேசபக்தி' நாடகத்தில் பாரதி பாடல்கள் பாடப்பட்டன. அதைத் தொடர்ந்து 'மேனகா', 'குமாஸ்தாவின் பெண்' போன்ற நாடகங்களில் பாரதி பாடல்களைப் பாடிப் பரப்பினார்கள்.

பில்ஹணன் என்ற தங்கள் நாடகத்திலும் பாரதி பாடல்களான 'தூண்டில் புழுவினைப் போல்', 'ஓம்சக்தி' என்ற இரு பாடல்களைப் பாடிவந்தார்கள்.

'நாடகமாக அரங்கேற்றப்பட்ட 'பில்ஹணன்' 1948இல் திரைப்படமாகத் தயாரிக்கப்பட்டது. நாடகத்தில் இருந்ததைப் போல் திரைப்படத்திலும் பாரதி பாடல்கள் இடம்பெற்றன.' . . . 'பாரதி பாடல்களின் ஒலிப்பதிவு உரிமையைப் பெற்றிருந்த (ஏ.வி) மெய்யப்பர் (செட்டியார்) தம் அனுமதியின்றிச் சேர்க்கப் பட்ட பாரதி பாடல்களைப் பில்ஹணன் படத்திலிருந்து உடனே துண்டிக்க வேண்டும் என்று அறிக்கைவிடுத்தார்' (பக். 73, 74, 'பாரதிக்கு விடுதலை').

இதைத் தொடர்ந்து 'பாரதி விடுதலைக் கழகம்' என்னும் போராட்ட அமைப்பு தோன்றியதும் எழுத்தாளர் பலர் கோரிக்கை விடுத்ததும் பிறகு பாரதி பாடல்கள் அரசுடைமை ஆனதும் எழுதப்பட வேண்டிய வரலாறுகள். படைப்பை வேறு வடிவத்துக்கு மாற்றல் என்ற உரிமையும் காப்புரிமையின் ஓர் அங்கம்தான் என்பதால் பாரதியே நவீனத் தமிழகத்தின் காப்புரிமைப் பிரச்சினையின் தொடக்கப் புள்ளியாகவும் இருந்தான் எனச் சொல்லலாம். இது எழுத்தாளர் ஒருவருக்கு 1940களில் நிகழ்ந்தது எனலாம். இது சமூகம் பெற்ற வெற்றி.

இவ்வாண்டு நூற்றாண்டு காணும் புகழ்பெற்ற பதிப்பாளர் சக்தி வை. கோவிந்தன், தன் செல்வத்தை எல்லாம் இழந்ததற்கான பல காரணங்களுள் ஒன்று காப்புரிமைப் பிரச்சினை. 1950களில் வை. கோவிந்தன் ஆங்கிலம்–ஆங்கிலம்–தமிழ் அகராதியைத் தொகுத்துத் தரத் தி.நா. சுப்பிரமணியத்தைக் கேட்டிருக்கிறார். பாதி அளவு உழைத்துச் செய்தவர் உடல் நலம் இழந்ததால் மீதியைப் புழக்கத்தில் இருந்த ஓர் அகராதியைப் பார்த்து எழுதிக் கொடுத்துவிட்டார். இதை அறியாத கோவிந்தன், அகராதியைத் தி.நா. சுப்பிரமணியம் பெயரில் வெளியிட்டுவிட்டார். அந்த அகராதிக்காரர்கள் வழக்குத் தொடுத்து வென்றனர். கோவிந்தன் பெரிய அளவுக்கு நஷ்ட ஈடு தர வேண்டியிருந்தது. இது சட்டத் தின் வெற்றி.

1950களின் இறுதியில் எழுத்தாளர் கு. அழகிரிசாமி எதிர் கொண்ட காப்புரிமைப் பிரச்சினை கீழ்வருவது: 'இந்த (என்) நாவலை ('டாக்டர் அனுராதா') ஒரு சினிமா கம்பெனியார் படம்பிடிக்க விரும்பினார்கள். நான் ரூ. 3,000 கேட்டேன். அதைக் கொடுக்க இஷ்டமில்லாமல் அந்தக் கம்பெனியார் கதையைத் தங்கள் திரைக்கதையின் முதல் பாதியாக வைத்துக்கொண்டு

பின்பாதியைத் தங்கள் இஷ்டம்போல எழுதிச் சேர்த்து ஒரு மட்டமான படத்தைப் பிடித்து வெளியிட்டுவிட்டார்கள். வழக்கு தொடர்வதற்கு எனக்கு அப்போது பணவசதியும் இல்லை; கால அவகாசமும் இல்லை. மூச்சு பேச்சில்லாமல் ஒரு சில தினங்களுக்குள் மலேயாவுக்குப் போய்ச் சேர்ந்தேன்' ('டாக்டர் அனுராதா' முன்னுரையில் கு. அழகிரிசாமி).

'கல்யாணி' என்ற பெயரில் வந்த அப்படத்தை எதிர்த்து, செலவைப் பற்றிக் கவலைப்படாமல் துணிந்து வழக்குப்போட ஒரு எழுத்தாளரால் இயலாத நிலைமைதான் நடைமுறை யதார்த்தம்.

சமீபத்தைய சம்பவம் புதுமைப்பித்தன் படைப்புகளின் நாட்டுடைமையாக்கம். புதுமைப்பித்தனில் விவகாரப்பட்டது காப்புரிமை மீறல் அல்ல. புதுமைப்பித்தன் வாரிசுக்குக் காலச்சுவடு பதிப்பகம் மூலம் நூல்களை வெளியிடுவதில் எந்தப் பிரச்சினையும் இல்லை. அவரது பிரபலத்தைப் பயன்படுத்தி அப்பதிப்பகம் மட்டும் செல்வம் சேர்ப்பதாகக் கருதிய சிலர் அவரது படைப்புகளை நாட்டுடைமையாக்கிட முனைந்தனர். நாட்டுடைமையும் ஆனது.

எழுத்தாளர்களின் காப்புரிமையைப் பரிவுத்தொகை மூலம் பெற்று நாட்டுடைமையாக்கும் முறை இந்தியாவிலேயே தமிழ்நாட்டில்தான் உள்ளது. (யாமறிந்தவரை உலகத்தில் எந்த நாட்டிலும் இப்படி ஒரு முறை இல்லை.) மற்ற மாநிலத்தவர் இதைக் கேட்டு ஆச்சரியப்படுகின்றனர். தாகூரின் படைப்புகள் தனியுடைமையாகத் தொடர அனுமதிக்கும் பிற்போக்குச் செயலை மத்திய அரசு செய்ய, தமிழ்நாடு முற்போக்குப் பணியைச் செய்கிறது. பெரியாரின் எழுத்துகள் தொடர்பில் மட்டும் தமிழ்நாடு அரசு தயக்கம் காட்டுகிறது.

தமிழ்நாடு அரசு, 1967க்குப் பிறகு 2010வரை ஏறக்குறைய 140 பேரின் படைப்புகளை நாட்டுடைமையாக்கியிருக்கும். இவர்களில் வாரிசு இன்மையால் சிலருக்குப் பரிவுத் தொகையை வழங்கவில்லை. 'வ. ராவுக்குத் திருமணமே ஆகவில்லை; அதனால் மரபுரிமையர் இல்லை' என்று அரசு சொல்கிறது. வ. ராவின் மனைவி புவனேசுவரிக்கு அன்றைய முதலமைச்சர் மாதம் ரூ. 1000 உதவி வழங்கியதையும் அதை அரசு குறிப்பேட்டின் பின் அட்டையில் வெளியிட்டு விளம்பரம் தேடியதையும் அரசாங்கம் மறந்துவிட்டது போலும்.

நாட்டுடைமையாக்கம் என்பது பணம் சம்பந்தப்பட்டது அல்ல. ஒரு ஆளுமைக்குக் கிடைக்கும் சமூக ஏற்பும் கௌரவமு

மாகும் என்று (*காலச்சுவடு* இதழ் 85) தமிழ்நாட்டில் ஒரு காலத்தில் கருதப்பட்டது. ஆனால் இன்று நிலைமை அப்படி இல்லை. மடை திறந்த வெள்ளமென ஒரே சமயத்தில் 20, 30 அறிஞர்கள் நாட்டுடைமையாகின்றனர். அவர்களது பங்களிப்புக்கு ஏற்ற பரிவுத் தொகை என்று அரசு குறிப்பு சொல்கிறது. வெள்ளியங் காட்டானுக்கும் ஐந்து லட்சம். புதுமைப்பித்தனுக்கும் ஐந்து லட்சம். ந.மு. வேங்கடசாமி நாட்டாருக்கு ஐந்து லட்சம். சிலம்புச் செல்வருக்கு 20 லட்சம். இந்தப் பணக் கணக்குகள் அவர்களின் பங்களிப்பு பற்றிய பொருத்தமற்ற மதிப்பீட்டைக் காட்டுகின்றன. ஆனால் இக்கட்டுரையில் பேசவருவது அதைப் பற்றி அல்ல. அவற்றின் சட்டப் பொருத்தம் பற்றித்தான்.

ஒரு எழுத்தாளர் மறைந்து 60 ஆண்டுகளில் காப்புரிமை தானாகவே பொதுவெளிக்கு வந்துவிடுகிறது. இலவசமாகக் கிடைப்பதை யாராவது காசு கொடுத்து வாங்குவார்களா? வாங்கியிருக்கிறது நம் மக்கள் அரசாங்கம். 2009ஆம் ஆண்டின் நாட்டுடைமையாக்கப் பட்டியலிலிருந்து இரண்டு பெயர்களை மட்டும் சான்றாகக் காட்டலாம். வடுவூர் துரைசாமி ஐயங்கார், மு.சு. பூரணலிங்கம் பிள்ளை ஆகியோர் முறையே 1942இலும், 1947இலும் மறைந்தவர்கள். அவர்கள் படைப்புகள் 2002 இலும் 2007இலும் பொதுவெளிக்குத் தாமாகவே வந்துவிட்டன. இவற்றை 2009இல் அவசியமே இல்லாமல் தமிழ்நாடு அரசு நாட்டுடைமை யாக்கியுள்ளது.

ஒரு படைப்பாளியின் உரிமை இறப்புக்குப் பின் அவரது உயிரியல் வாரிசுகளுக்குத் தானாக வந்துவிடுகிறது. அதை வைத்துத் தான் மு.வ., சு.ரா., கண்ணதாசன் ஆகியோரின் வாரிசுகள் அரசின் நாட்டுடைமையாக்கத்திற்கு மறுப்பு தெரிவித்தனர். அரசு அவர்களை முறையாக அணுகி ஒப்புதல் கேட்காமலே அறிவித்ததும் பிறகு பின்வாங்கியதும் காப்புரிமையின் தமிழக வரலாற்றில் பதிய வேண்டியவை.

***காலச்சுவடு*, ஜூலை 2012**

நாட்டுடைமையாக்கம்

மேலும் சில பரிவுகள்

காலஞ்சென்ற தமிழ் எழுத்தாளர்கள் பதினான்கு பேருக்கு அதிருஷ்டப் பரிசு அடித்திருக்கிறது. மாயூரம் வேதநாயகம் பிள்ளை, தெ.பொ. மீனாட்சிசுந்தரனார், தி.ஜ. ரங்கநாதன், மா. இராசமாணிக்கனார், சி. இலக்குவனார் உள்ளிட்ட பதினான்கு தமிழ்ச் சான்றோர்களின் நூல்களை நாட்டுடைமையாக்குவதாகத் தமிழக அரசு கடந்த பிப்ரவரி 12 அன்று ஆணை பிறப்பித்தது. அதில் வை. கோவிந்தன், த.நா. குமாரசாமி போன்ற சில பெயர்களை இவ்வகையான அறிவிப்பில் முன்பே பார்த்த நினைவு சிலருக்கு இருக்கலாம். அது சரிதான். தேர்தலை ஒட்டிப் பிறப்பிக்கப்பட்ட அந்த அறிவிப்பு, சலுகை அறிவிப்பாகக் கருதப் பட்டதால் அரசு ஆணையாக மாறவில்லை. பரிவுத் தொகையும் வழங்கப்படவில்லை. ஓராண்டு காத்திருப்புக்குப் பிறகு, பரிவுத் தொகை ஐந்திலிருந்து ஆறு லட்சமாகியுள்ளது. காத்திருப்பின் பயன்! காப்புரிமைக்குரிய காலவரையறையைத் தாண்டிய பிறகு நாட்டுடைமையாக்கம் செய்வதால் பொது மக்கள் அடையப்போகும் புதிய பலன் ஏதுமில்லை. இப்பட்டியலில் பலர் இக்கால வரையறையைக் கடந்தவர்களே.

தமிழ் எழுத்தாளர்களின் படைப்புகள் நாட்டுடைமையாவது பற்றிய இலட்சிய நிலை குறித்த எதிர்பார்ப்புகள் சாத்தியமற்ற கற்பனையாகச் சரிந்துகொண்டிருப்பதன் மற்றொரு சாட்சியமாகவே இந்த அறிவிப்பையும் காண முடிகிறது. எனினும் வரிச் சலுகை என்ற பெயரில் திரைத் துறையினர்

பழ. அதியமான்

மக்களின் பணத்தை அனுபவிக்கும் சூழலில் எழுத்தாளர் விஷயத்தில் மட்டும் இலட்சிய நிலையை விரும்புவது ஏளனத்திற்கு உரியதாகிவிடும். ஒப்பீடுகளில்தான் வாழ்க்கை மதிப்பீடுகள் நிர்ணயமாகும் சூழ்நிலையில் இந்தப் பதினான்கு பேரின் முக்கியத்துவம், தகுதியின் தாரதம்மியங்கள் பற்றிய கேள்வி தமிழ்ச் சூழலில் பொருத்தமற்றது.

பெரும் அரசியல் பிரமுகர்களின் பரிந்துரைகள், பல இதழ்களின் வற்புறுத்தல்கள், எழுத்தாளர்களின் விருப்பங்கள், வாரிசுகளின் வேண்டுகோள்கள், திராவிட, தமிழ் இயக்க ஆதரவு வெளிப்பாட்டின் தேவைகள், மத நல்லிணக்கம், குரு பக்தி முதலிய பல புள்ளிகளின் ஒட்டு மொத்தக் கவர்ச்சி விசையின் விளைவு இந்தப் பட்டியல்.

இந்தப் பரிவுத் தொகைப் பட்டியலில் உள்ள சான்றோர்களில் ஓரிருவரைத் தவிர பெரும்பாலான மற்றவர்களுக்குப் பரிவு தேவை இல்லை, தொகையும் முக்கியம் அல்ல. கௌரவம் என்ற நடுத்தர வர்க்கக் கவர்ச்சிப் பொறியில் மட்டுமே அவர்கள் சிக்குவார்கள். அது அவர்களுக்கு முழுவதும் கிடைத்துவிட்டதாகத் தெரியவில்லை. தனி அறிவிப்பையும் அறிவிப்பில் காணலாகும் அரசின் எழுத்து அங்கீகாரம் என்ற புகழ்ச் சொற்களே அவர்கள் விருப்பமாகும். ஏகப்பட்ட பெயர்கள் அடங்கிய பொதுப் பட்டியல் மாணவர்களின் தேர்ச்சிப் பட்டியலை நினைவுபடுத்துவதாக அவர்களுக்குப் படலாம்.

இந்தத் தமிழ்ச் சான்றோர்களின் பேரக் குழந்தைகள் தமிழ் படித்திருக்குமா என்றும் அப்படியே இருந்தாலும் பிழைப்புக்கு ஆதாரமாகத் தமிழைக் கொண்டிருக்குமா என்பதும் புலன் விசாரணை நடத்திக் கண்டறிய வேண்டிய உண்மைகள் அல்ல. இந்தப் பேரக் குழந்தைகளில் பெரும்பாலானவர்களின் சிலமாத வருமானம் இந்தப் பரிவுத் தொகை. சட்ட வாரிசுகள் அனைவருக்கும் பிரிக்கும்போது, ஒருநாள் 'ஷாப்பிங்' செலவுத் தொகையாக இந்தப் பரிவுத் தொகை உருக்குறைந்துவிடும்.

நமக்குத் தெரிந்து இந்தப் பரிவுத் தொகை மிகவும் பயன்படும் ஓரிரு குடும்பங்களும் இந்தப் பட்டியலில் உண்டு. ஒன்று, பதிப்பாளர் வை. கோவிந்தன் குடும்பம். இரண்டாவது, எழுத்தாளர் தி.ஜ.ர. குடும்பம். இலக்கியச் சிற்பிகள் வரிசையில் படைப்புப் பல படைத்தவராக எண்ணப்பட முடியாவிட்டாலும் தமிழ்ப் பதிப்புலகின் அரிதான முன்னோடி வை. கோவிந்தன். நவீனத் தமிழ்ப் புத்தக முகத்தை வடிவமைத்ததில் அவருக்கு முக்கியப் பங்கு உண்டு. வளமையின் உச்சியில் வாழ்ந்து, வறுமையின் பள்ளத்தில் வீழ்ந்து முடிந்தது அவரது வாழ்வு. அவரது

குடும்பத்திற்குத் தமிழரின் பரிவும் தொகையும் மிகவும் தேவை. தி.ஜ.ர.வின் நிலையும் அதுவே.

செத்த பிறகு கிடைக்கும் இந்தக் கௌரவமும் வருமானமும் ஒரு புறம் இருக்க, மதிப்புக்குரிய பல எழுத்தாளர்கள் வாழும்போது பட்ட அவமானங்கள் அருவருப்பூட்டும் அடையாளச் சின்னங் களாக வரலாற்றில் நிற்கின்றன.

தயவுசெய்து மேலே உள்ள இந்தப் புகைப்படத்தைக் கொஞ்சம் பாருங்கள். இதில் இருப்பவர்கள் வயதான தம்பதியர் மற்றும் குடும்ப உறுப்பினர்கள். குடும்பப் படம். முதியவர் வெள்ளை உடை அணிந்திருக்கிறார். அநேகமாகக் கதராக இருக்கலாம். காங்கிரஸ்காரர்! தலை நரைத்துவிட்டது. வயது 70க்கு மேல் இருக்க வாய்ப்பு. மீசை இல்லை, பிராமணராக இருக்கக்கூடும். கைகளில் ஏதோ பிடித்துக்கொண்டிருக்கிறார். சிலேட்டு. அதில் ஏதோ எழுதியிருக்கிறது. ஆண்டிமான்ய தோட்டம் 98 என்பது முதலிரு வரிகள். அடுத்த வரி '156698' என்ற எண். சாக்பீசால் எழுதப்பட்ட சிலேட்டைப் பிடித்துக்

பழ. அதியமான்

கொண்டு தன் குடும்பத்தவர் புடை சூழ, புகைப்படத்திற்குக் காட்சி தருகிறார் அந்தப் பெரியவர். இதன் பின்னணியில் தெரிவன வீடு, வீட்டு எண், மாடி இருக்கும் வீடு என்பதை உணரவைக்கும் படிக்கட்டுகள்.

கதையையோ கவிதையையோ படிப்பதைப் போலவே புகைப்படத்தைப் படிப்பதும் ஒரு கலைதான். சமூக, வரலாற்று, கலாசாரச் சூழலில் வைத்துப் படிக்கும்போது அது உணர்த்தும் அனுபவமும் புரிதலும் பெரியவை.

வறுமை தெறிக்கும் படம். அமர்ந்திருக்கும் நிலையும் காட்சி தரும் பின்னணியும் ஏதோ ஒரு தேவைக்காக எடுக்கப்பட்டது என்பதைப் புலப்படுத்துகின்றன. வறுமையாளர்களின் குடும்ப எண்ணிக்கை எப்போதும் கூடுதலாகவே இருக்கிறது. பின்னால் நினைந்து அசைபோட உதவும் படமல்ல இது. வரவேற்பறையை அலங்கரிக்கக்கூடிய படம் இல்லை. பிறகு என்ன படம் இது? இவர் யார்?

லூயி ஃபிஷர் ஆங்கிலத்தில் எழுதிய 'காந்தி வாழ்க்கை' என்னும் நூலைத் தமிழில் மொழிபெயர்த்தது உட்பட, கட்டுரை, சிறுகதை, குழந்தை இலக்கியம் ஆகியவற்றிலும் பெரும் பங்களிப்பு செய்த தமிழ் எழுத்தாளரும் பத்திரிகையாசிரியருமான தி.ஜ.ரங்கநாதன் (தி.ஜ.ர.)தான் சிலேட்டைக் கையிலேந்தியிருக்கிறார்.

25க்கும் மேற்பட்ட படைப்புகள் அவருடையவை; 1947–74வரை *மஞ்சரி* ஆசிரியராக இருந்தார்; அதற்கு முன் *சக்தி, சுதந்திரச் சங்கு, ஊழியன், சமரச போதினி* ஆகியவற்றில் பணி. எழுத்தாளர்களின் நலன் நாடியவர்; சமகால வாழ்வைக் கட்டுரைகளில் மெலிதான நகைச்சுவையுடன் பதிவுசெய்தவர் தி.ஜ.ர.வாகத்தான் இருக்க முடியும். ஜெயகாந்தன் நூலுக்கு எழுதப்பட்ட ஒரே அணிந்துரையின் ஆசிரியர். மொழி வளர்ச்சி என்ற நூலில் தமிழுக்கு எதிராக, பொது மொழியாக ஹிந்திக்கு ஆதரவாக வைக்கப்பட்ட கருத்துகளைக் கடுமையாகத் தாக்கி எழுதினார்; இவ்வளவு சாதுவான தோற்றம் தருபவரா ஹிந்தி ஆதரவாளர்களை இப்படித் தாக்கினார் என்று நமக்குத் தோன்றும்.

இத்தகைய பெருமைக்கும் மதிப்பிற்கும் உரிய எழுத்தாளர் தான் அந்தச் சிலேட்டை ஏந்தி நிற்கிறார்.

காலனி ஆதிக்க மனோபாவங்களில் ஒன்று அதனோடு தொடர்புகொள்ளும் தனிமனிதனை நம்பாமல் இருப்பது. காலனிய மரபுகளில் தொடங்கி விடுதலைக்குப் பின்னும் இன்றும் விடாமல்

தொடர்வது. தான் மேலாக நின்று, குறிப்பிட்டவனைக் கீழாக நடத்துவது அரசின் வழக்கம். குடிசை வாரியக் குடியிருப்பில் கல் வீடு ஒதுக்கிக் கொடுத்த வாரியம் (1973), அலுவலகக் கோப்பின் தேவையை ஒட்டிய நடைமுறையைப் பின்பற்றி எடுத்த படமே இது. ஒதுக்கீடு பெற்றவர் தி.ஜ.ர. என்பதால் வழங்கப்பட்ட குடியிருப்பின் அலுவலகக் கோப்பு எண்ணைச் சிலேட்டில் எழுதி அவரையே பிடிக்கவைத்திருக்கிறது.

சிலேட்டு, எழுத்து ஆகியவற்றுக்கு அறிவின் அடையாளங்கள் என்ற படிமம் உண்டு. அவற்றை எழுத்தாளரின் கையில் கொடுத்துப் படம் எடுக்கும்போது கேவலத்தின் அடையாளமாக அவை மாறிவிடுகின்றன. திருடிய பொருளோடு திருடனைப் பிடித்து அவனை முக்கால் நிர்வாணமாக்கி ஜட்டியுடன் நிற்கவைத்துக் காவல்துறை படம் எடுத்துப் பத்திரிகைகளில் வெளியிடுவது நினைவுக்கு வருகிறது.

சிலேட்டைத் தவிர்த்திருக்கலாம். சிலேட்டுதான் முக்கியம் என்றால் அந்தப் படத்திலேயே அவர் கைகளைத் தவிர பதினான்கு கைகள் இருக்கின்றன. காந்தியின் வரலாற்றை, தமிழின் மேன்மையை எழுதிய கைகளைச் சாக்பீஸ் கிறுக்கிய இந்தச் சிலேட்டைப் பிடிக்க வைத்திருக்க வேண்டாம். மனித மேன்மையை, எழுத்தாளனின் மேன்மையை விரும்பும் எவருக்கும் உவப்பளிக்கும் படம் அல்ல இது.

தி.ஜ.ர.வின் கையிலிருக்கும் சிலேட்டை, நம் வயதான ரத்த உறவின் கையில் கொடுத்துக் கற்பனை செய்து பாருங்கள். சுயமரியாதை குறைந்த நமக்கு அப்போதும் புரியவில்லை என்றால், நமது கவி அரசர்கள், கவி வேந்தர்கள் கையில் கொடுத்துக் கற்பனையில் படம் எடுத்துப்பாருங்கள். நீங்கள் ரொம்பவும் மதிக்கும் ஒருவரின் கையில் இச்சூழலில் சிலேட்டைக் கொடுத்துக் கற்பனை செய்துபாருங்கள், புரியலாம். இந்த நாட்டில் சிறிதாவது கௌரவமாக வாழ வேண்டுமானால் சினிமா நடிகராக இருக்க வேண்டும் போலும்.

தி.ஜ.ர. அடக்கத்திற்குப் பேர்போனவர். அதனால் இந்தச் சிலேட்டு விஷயத்திற்கு ஒத்துப்போயிருக்கலாம். நண்பர்களின் வற்புறுத்தலுக்கும் இணங்கியிருக்கலாம். எழுத்துலகில் 50 ஆண்டு களுக்கும் மேலாக இயங்கியவர் என்றாலும் வறுமையையே ஆடையாக உடுத்தவர். அவரது வாழ்வின் ஒவ்வொரு கட்டத் திலும் அரசும் நண்பர்களும்தான் உதவியிருக்கிறார்கள். அவர் உடல் நலம் குன்றி இருந்தபோது கி.வா.ஜ.வின் முயற்சியில் அப்போதைய முதல்வர் கலைஞர் நிதிஉதவி செய்திருக்கிறார்.

அவரது 60 ஆண்டு நிறைவைப் பல ஆண்டுகளுக்குப் பின்னர் பழனியப்பா பிரதர்ஸ் செட்டியார் முன்னின்று நண்பர்கள் உதவியுடன் நடத்தியிருக்கிறார். வீடு இன்றித் தவித்தபோது, அரசு வாரியத்தின் தலைவர் அரங்கண்ணல் தவணை முறைக் கட்டண அடிப்படையில் குடிசை மாற்றுக் குடியிருப்பில் ஒரு மாடி வீடு கொடுத்திருக்கிறார். கலைஞரின் விருப்பத்திலேயே இது நடந்திருக்கலாம்.

எப்படியோ, சிலேட்டைக் கையில் கொடுத்த அரசாங்கச் சகடம், இப்போது பரிவுத் தொகையாக ஆறு இலட்சத்தை அப்படத்தில் இருக்கும் வாரிசுகளின் கையில் கொடுக்கிறது. எப்போதும் எழுத்தாளர்கள் வாங்கும் நிலையிலேயே இருக்கிறார்கள். சிலேட்டையோ பரிவுத் தொகையையோ.

காலச்சுவடு, ஏப்ரல் 2007

விருது

விருது வாங்கலியோ... விருது

தமிழறிஞர்களுக்கு ஆண்டுதோறும் வழங்கப்பட்டுவரும் பெருமக்கள் பெயரிலான விருதுகளைப் பெற, தகுதியுடைய அறிஞர்கள் தமிழ்வளர்ச்சித் துறை அலுவலகத்தில் கிடைக்கும் தன்விவரக் குறிப்புப் படிவத்தை நிறைவுசெய்து நவம்பர் மாதத்துக்குள் கொடுக்க வேண்டும். விருதுகளுக்கென அமைக்கப் பட்டுள்ள குழு அந்தப் படிவங்களை ஆய்வு செய்து தகுதியானவர்களைத் தேர்வு செய்யும்

அண்மையில் வெளிவந்த தமிழ்நாடு அரசின் தமிழ்வளர்ச்சித்துறை செய்திக்குறிப்பு மேற்கண்ட வாறு கூறுகிறது.

அறிஞர்களைப் பரிசுக்கு அலையும் 'தருமி' களாக அரசாங்கம் கருதுகிறது என்பதற்கு இந்தக் குறிப்பு ஒரு வெளிப்படையான அடையாளம். இதற்கு தினமணி தவிர வேறு எங்கும் எதிர்ப்பு வெளிப்படாததற்குப் பின்வரும் காரணங்கள் இருக்கலாம். இந்த அறிவிப்பு அறிஞர்கள் கவனத் துக்கு வராமல் இருக்கலாம் அல்லது இதை அவர்கள் அலட்சியப்படுத்தியிருக்கலாம் அல்லது அப்படிச் சொல்லிக்கொள்ளலாம் அல்லது தமக்குக் கிடைக்கவிருக்கும் பரிசைத் தள்ளிப்போட விரும்பாமல் இருக்கலாம். ஆனால் உண்மையான அறிஞர்கள் எவரும் இந்த முறை சரியென்று கருதி அமைதியாய் இருக்க வாய்ப்பில்லை. திறமையானவர்களைக் கண்டுபிடிக்கத் தனக்குத் தெரியவில்லை என்று அரசு ஒப்புக்கொள்வதாக இதைக் கருத முடியாது. தன் செயல்பாட்டைச்

பழ. அதியமான்

சட்ட அளவில் நியாயப்படுத்த மேற்கொள்ளப்பட்டிருக்கும் ஒரு உத்தி. இது புதிதும் அல்ல. செம்மொழி மாநாட்டில் கட்டுரை யாளரைத் தேர்ந்தெடுக்க இந்த முறையைத்தான் சென்ற அரசும் பின்பற்றியது.

பின்னணிப் பாடகி எஸ். ஜானகி (ஸ்ரீராமமூர்த்தி ஜானகி) தனக்கு அறிவிக்கப்பட்ட பத்மபூஷண் விருதைக் காலம் கடந்தது, தகுதிக்குக் குறைவானது எனச் சொல்லி மறுத்த செய்தி, ஒருவார காலத்திற்குப் பிரபலமாகப் பேசப்பட்டது. விஸ்வரூபம் படசர்ச்சை எழுந்ததை அடுத்து அம்மறுப்பு சமூகக் கவனத்தில் பின்னகர்ந்தது. ஜானகி உள்ளிட்ட பெயர்கள் கொண்ட 2013 ஜனவரியில் இந்திய அரசு அறிவித்த பத்மவிருதுகள் பட்டியல் 108 பேர் அடங்கியது. அப்பட்டியலில் 24 பேர் பெண்கள், நான்கு பேருக்குப் பத்மவிபூஷண், 80 பேருக்குப் பத்மஸ்ரீ. ஜானகி அளவிற்குப் பிரபலமான ஸ்ரீதேவிக்குப் பத்மஸ்ரீதான் அளிக்கப்பட்டுள்ளது. பட்டியலின் இந்த அம்சங்கள் எவையும் ஜானகியைத் தயங்க வைக்கவில்லை. எனினும் விருதை மறுத்த ஜானகியின் துணிவு ஆச்சர்யமளித்தது. இந்தத் துணிவு இப்பட்டியல் பற்றிய முழு விமர்சனமாக மாறியிருந்தால் சமூகம் பயன்பெற்றிருக்கும்.

ஆழ்வார்களின் திவ்விய தேசங்களையும் ஆபத்துக் கால வாகனத்தையும் நினைவூட்டும் 108 என்ற எண்ணிக்கை கொண்ட அப்பட்டியலில் தமிழ்நாட்டில் வசிப்பவர் மூன்று பேர். எஸ். ஜானகி, எஸ்.கே. மயிலானந்தம், சதாசிவம். தமிழில் தவறில்லாமல் எழுத முடிந்த பெயர்கள் அப்பட்டியலில் இன்னும் ஐந்து தேறலாம். ஏழரை கோடிபேர் கொண்ட தமிழகத்தின் அறிவுச் சமூகப் பங்களிப்பின் நிலை இதுதானா என்பது போன்ற விமர்சனங்கள் தமிழ்ச் சூழலில் எழவில்லை. தமிழ்நாடு அப்பட்டியலைப் பொருட்படுத்தியதாகத் தெரிய வில்லை. பொதுவாக இந்திய அரசின் விருதுகளைத் தமிழகம் பொருட்படுத்திப் பேசுவதில்லை. எப்போதாவது தனிநபர் சார்ந்து பேசும். உடனே மறந்தும்போகும். அவ்விருதுகள் மேல்நிலை வர்க்கத்தினர் தங்கள் lobbyயின் மூலமாக அடைவது என்ற எண்ணமே ஏறக்குறைய தமிழகத்தில் உள்ளது. ஆனால் தமிழ்ச் சமூகத்தில் விருதுகள் பற்றிய ஆவலும் ஆவலாதிகளும் இருப்பதாகவே தோன்றுகிறது. தமிழ்ச் சூழலில் இந்த விருதுகள் ஏற்படுத்தியுள்ள பலவிதப் பண்பாட்டுத் தாக்கங்களைப் பற்றிச் சிறிது சிந்திக்கலாம்.

தாமரைத்திரு வ. சுப்பையா பிள்ளை என்ற பெயரை முதன்முதலில் வாசித்தபோது எனக்கு ஒன்றும் புரியவில்லை.

‘தாமரைத்திரு’ என்றால் என்ன என்பதுதான் குழப்பம். சீர்காழி எஸ். கோவிந்தராஜன் என்பது மாதிரி ஊரின் பெயராக இருக்குமோ? விசாரித்தேன். மத்திய அரசு அளிக்கும் பத்மஸ்ரீ விருதின் தமிழாக்கம் என்று பிறகு தெளிந்தேன். பெயருக்கு முன் போட்டுக்கொள்ள பத்ம விருதுகள் பட்டம் இல்லை என்பதும் இத்தகையவற்றை மொழிபெயர்த்தல் மரபில்லை என்பதும் தெரிந்திருந்தும் பலர் அந்த அம்சங்களைப் பின்பற்றுவதில்லை.

1970கள் என்று நினைவு. அண்ணாமலைப் பல்கலைக்கழகத்தில் அப்போதைய தமிழ்நாட்டு முதல்வருக்கு டாக்டர் பட்டம் வழங்கி னார்கள். அப்போதெல்லாம் அது அபூர்வ நிகழ்வு என்பதால் பட்டத்திற்கு மதிப்பும் இருந்தது. மாணவர்கள் அதை எதிர்த்தனர். மாணவர்கள் என்ற சொல்லை எதிர்க்கட்சியினர் என்றோ தமிழ் விரோதிகள் என்றோ தம் பார்வைக்கேற்ப வாசகர்கள் வாசித்துக்கொள்ளலாம். அந்த எதிர்ப்பு எல்லையை மீறியது. கண்காணிப்பு, பாதுகாப்பு எல்லாவற்றையும் மீறி டாக்டர் என்று எழுதப்பட்ட அட்டை, கழுத்தில் தொங்கவிடப்பட்ட ஒரு விலங்கை அரங்கிற்குள் ஓடவிட்டுவிட்டார்கள் மாணவர்கள். காட்சியைக் கற்பனை செய்து பார்த்தால் நன்றாகத்தான் இல்லை. ஆனால் அப்படி நடந்தது என்று அச்சமயம் அங்குப் படித்த என் கிராமத்தைச் சேர்ந்த அப்பல்கலைக்கழக மாணவர் சொன்னார். செய்தித்தாளில் வெளியானது பற்றித் தகவல் இல்லை. பின்னாளில் 1980களில் சென்னைப் பல்கலைக்கழகத்தில் ம.பொ.சிக்கு டாக்டர் பட்டம் வழங்கியபோதும் எதிர்ப்புகள் இருந்தன. இப்போதெல்லாம் அதை யாரும் கண்டுகொள்வதே இல்லை. ஆராய்ச்சி செய்து பெறுபவர்கள் மட்டும் படித்து வாங்கிய பட்டம் சார் என்று சொல்லிக்கொள்கிறார்கள். படிக்காமல் பெறும் பட்டங்களை இழித்துரைப்பது என்பது இந்த அளவோடு நின்றுவிடுகிறது.

1980களில் டாக்டர் பட்டங்களுக்கு இருந்த மோகம் அளவிட முடியாதது. அதைப் பயன்கொள்ள விரும்பிய ஒருவர், காசு வாங்கிக்கொண்டு உலகப் பல்கலைக்கழகம் என்ற பெயரில் சென்னையில் டாக்டர் பட்டம் வழங்கிக்கொண்டிருந்தார். எவ்வளவு மோகம் இருந்தது என்றால் இப்படிப் பட்டம் வாங்கிய ஒரு எழுத்தாளர் கையொப்பமிடும்போது ‘டாக்டர் உலகளந்தான்’ என்றே போடுவார் என்றால் பார்த்துக்கொள்ளுங்கள். அரசியல் வாதிகள் நிஜப் பல்கலைக்கழகங்களில் வாங்கிக் குவித்து டாக்டர் பட்டத்திற்கு மதிப்பில்லாமல் செய்துவிடவே அவர் தொழிலும் நசிந்துவிட்டது. அவரும் காலமாகிவிட்டார். உலகப் பல்கலைக் கழகமும் இருக்குமிடம் தெரியவில்லை.

என் ஒன்றுவிட்ட அண்ணன் தோல் மருத்துவர். ஆராய்ச்சி செய்து பட்டம் பெறுபவர்கள் டாக்டர் என்று போட்டுக் கொள்வது பற்றி வேடிக்கையாகப் பேசுவார். மருத்துவரைத் தேடி அவசரமாகப் போன ஒருவர் டாக்டர் தமிழ்ச்செல்வன் என்ற பெயர்ப் பலகையைப் பார்த்துக் கதவைத் தட்டி மருத்துவ உதவி கேட்டாராம். தான் மருத்துவ டாக்டர் இல்லை என்று சொல்லியிருக்கிறார் தமிழ்ச்செல்வன். 'ஓ நீங்க சும்மா டாக்டரா' என்று உதட்டைப் பிதுக்கிக்கொண்டு வெளியே வந்தாராம். 'யாரும் டாக்டர் என்று போட்டுக்கொள்ளலாம். விசாரித்தால் மக்களுக்கு உண்மை தெரிந்துவிடும்' என்று சொல்லிச் சிரிப்பார் அவர். ஆனால் உண்மையில் *Doctorate in Philosophy (Ph.D)* வாங்கியவர் டாக்டர் என்று பயன்படுத்துவதே பொருத்தமாகத் தெரிகிறது. எம்.பி.பி.எஸ். படித்தவர் போட்டுக்கொள்வது வழக்கமாக வேண்டுமானால் இருக்கலாம்.

டாக்டர் என்ற சொல்லைப் பயன்படுத்தினால் மருத்துவர் களுக்கு வருத்தமும் பொது மக்களுக்குச் குழப்பமும் நேர்ந்து விடுகிறது. இதைத் தவிர்க்க எண்ணிய சிலர் மொழிபெயர்ப்பு வழியைத் தேர்ந்தனர். பண்டாரகர் என்று ஒருவர் மொழிபெயர்த்தார். பாடும் யாரையோ அது நினைவுபடுத்துவதாகச் சிலர் கருதினர். முனைவர் என்ற சொல்லை மறைந்த சரவணத் தமிழன் கண்டுரைத்தார். எதிலும் தொல்காப்பிய முன்னுதாரணத்தை நாடும் தமிழ்ப்புலமைச் சமூகம், தொல்காப்பிய நூற்பாவின் அடிப்படையில் அமைந்ததால் இதை ஒப்புக்கொண்டது போலும். இலங்கையில் இப்பட்டம் கலாநிதி என வழங்கப்படுகிறது.

டாக்டர் பி. வரதராஜுலு நாயுடுவின் பெயருக்கு முன்னால் விளங்கும் டாக்டர் பட்டம், எந்த மருத்துவ முறையில் பெறப்பட்டது என்பதில்தான் நமக்கு குழப்பம் இருக்கிறது. ஆனால் இராஜாஜிக்கு அந்த டாக்டர் என்ற சொல்லாட்சியின் மீதே ஒரு நெருடல் இருந்திருக்கிறது. அதை அவரது இரங்கல் செய்தியின் முதல் வரி உணர்த்துகிறது. *'P. Varadarajulu Naidu known as Dr. P. Varadarajalu Naidu was one of my earliest political playmates'* (*தி இந்து*, 24 ஜூலை 1957) என அந்த ஆங்கில இரங்கல் தொடங்குகிறது.

பிரிட்டன் தன் காலனி நாட்டு மக்களுக்குப் பல பட்டங் களை வழங்கித் தன் அதிகாரக் கட்டுக்குள் மானசீகமாக வைத்திருக்க முயன்றது. பிரிட்டீஷ் அரசு வழங்கும் இத்தகைய பட்டங்களை எதிர்த்துக் கி.பி. 1787இலேயே அமெரிக்கா சட்டம் இயற்றியது. இந்தியா உள்ளிட்ட அயர்லாந்து, பர்மா போன்ற நாடுகள் விடுதலை பெற்ற கையோடு அவற்றைத் தடுத்து விட்டன. இந்திய அரசியலமைப்புச் சட்டத்தின் 18ஆவது

பிரிவு இந்தப் பட்டங்களை ஒழித்துவிட்டது. பிரிட்டீஷ் வழங்கத் தொடங்கியிருந்த பட்டங்களில் *(order) Knight Commander (KCIE), Grand Commander (GCIE), Knight Bachelor (KT)* போன்றவை பிரபலமானவை. சி.பி. ராமசாமி ஐயர் *CIE (1923), KCIE (1926)*, சர் ஆகிய பட்டங்களைப் பெற்றவர். பனகல் அரசர் *KCIE* பட்டம் பெற்றவர். அண்ணாமலை செட்டியார் *Kt of Chettinadu (1929)* என்ற பட்டத்தோடு திவான்பகதூர், டாக்டர், சர் பட்டங்களையும் தொடர்ந்து பெற்றவர். ராஜா சர் என்று மட்டுமே சுருக்கமாக அழைக்கப்பட்டவர் அவர். பட்டங்கள் அற்று அவர் பெயரை எழுதும்போது அவர் முகம் என் மனத்துக்கு வருவதேயில்லை. பட்டங்கள் இல்லாமல் சமூகத்தின் மேல்தட்டினர் இல்லை. திருவாங்கூர் மகாராஜாவாக இருந்த மூன்றாவது சித்திரைத் திருநாள் பலராம வர்மா *GCSI, GCIE* ஆகிய பட்டங்களைப் பெற்றவர். பல பட்டங்கள் *IE* என முடிவதைக் கவனியுங்கள். ‘மகாராணியின் இனிய குடைகீழ் வாழும்’ என்ற பொருளைத் தரும் *Imperatricis auspices* என்னும் இலத்தீன் மொழிச்சொற்கள் அவை.

திவான் பகதூர், ராவ் சாகிப், ராவ் பகதூர் ஆகிய பட்டங்களும் பிரிட்டீஷ் ஆட்சிக் காலத்தில் வழங்கப்பட்டவை. இவை இந்துகளுக்கானவை. கான் சாகிப், கான் பகதூர் ஆகியன முஸ்லிம் மற்றும் பார்சிகளுக்கு வழங்கப்பட்டவை. சாகிப்புக்கு அடுத்த உயர்ந்த நிலை பகதூர் பட்டம். வையாபுரிப் பிள்ளை தமிழ்ப் பேரகராதியை உருவாக்கியதற்காக ராவ் பகதூர் பட்டம் பெற்றவர். மு. ராகவையங்காரும் சி.எம். ராமச்சந்திரன் செட்டியாரும் (கோவை கிழவர்) ராவ் சாகிப் பெற்றவர்கள். தமிழ்ப் புலத்தில் மிகச் சிலருக்குத்தான் இப்பட்டங்கள் வழங்கப்பட்டிருக்கின்றன. அரசியல் உலகில் நிலைமை நேர் எதிரானது.

1925 நவம்பர் 7ஆம் தேதி கூடிய சென்னை சட்டசபையில் இடம்பெற்றிருந்த உறுப்பினர்களின் பட்டியலை மாதிரிக்கு எடுத்துக்கொண்டு பார்த்தால் அநேகமாக 90 சதவீத இந்திய உறுப்பினர்கள் பட்டங்களுடன் திகழ்ந்தது தெரியவரும். மீதியுள்ள 10 சதவீதத்தினரும் அம்முயற்சியில் ஈடுபட்டிருந்தவர்களாக இருக்கலாம். *KCIE*, சர் என்னும் இரண்டு பட்டங்களுடன் உறுப்பினர்களுள் முதலிடம் வகித்தவர் சி.பி. ராமசாமி ஐயர். திவான் பகதூர் டி.என். சிவஞானம் பிள்ளை, ராவ் சாகிப் பி.வி. கோபாலன், திவான்பகதூர் பி. கேசவ பிள்ளை, ராவ் பகதூர் ஏ.எஸ். கிருஷ்ண ராவ், ராவ் பகதூர் சி.வி.எஸ். நரசிம்ம ராஜூ, கான்சாகிப் குதிர்–உத்–தின்–இலியாஸ் எனப் பலருடன் ஏ.பி. பாத்ரோ *kt* பட்டத்துடன் விளங்குகிறார். *O.T.* செட்டியார் என்று புகழ் பெற்றிருந்த பிராமணரல்லாதார் தலைவர் ஓட்டிலிங்கம்

தணிகாசலம் செட்டியார் 'ராவ் பகதூர்' (1924), 'திவான் பகதூர்' (1926) பட்டங்கள் பெற்றவர்.

தமிழ்ப் புலவர்களுக்கு ஆங்கில அரசாங்கம் வழங்கிய பட்டங்களுள் மிகச்சிலரே பெற்றது மகாமகோபாத்தியாய பட்டம். பெரும் பேராசிரியர் என்ற பொருளைத் தரும் இப்பட்டத்தை உ.வே. சாமிநாதையர், பண்டிதமணி கதிரேசன் செட்டியார், ம.வீ. ராமானுஜாச்சாரி ஆகிய மூவர் தமிழில் பெற்றுள்ளனர். 'திராவிட வித்தியா பூஷணம்' (1917), 'தாக்ஷிணாத்திய கலாநிதி' (1925), 'டாக்டர்' (1932) ஆகிய பட்டங்களைப் பெற்றிருந்தும் உ.வே. சாமிநாதையர் இப்பட்டத்தையே மிகுதியாகப் பயன்படுத்தினார். 'இவருக்கு கவர்ன்மெண்டார் 'மஹா மஹோபாத்தியாய' பட்டம் கொடுத்துப் பெருமைப்படுத்தியது மிகவும் பொருத்தமுடைய விஷயமே' என்று பத்திரிகையில் ('சக்ரவர்த்தினி', பிப்ரவரி 1906) செய்தி வந்தது. பாரதி அதன் பொருட்டு ஒரு வாழ்த்துப் பாட்டும் பாடினான். கதிரேசன் செட்டியாருக்குப் பண்டிதமணி (1925) என்ற பட்டமே பெரும் பேறாகத் தோன்றியிருக்கிறது. ம.வீ.ரா. தனது மகாபாரத தமிழாக்கப் பதிப்பில் பெயருக்கு முன்னால் இப்பட்டத்தைப் பயன்படுத்தியுள்ளார்.

பிரிட்டீஷ் அரசின் பட்டங்கள், இக்காலத்தைப் போல 'வாங்கியன'வைகளாகத் தெரியவில்லை. தொடர்புடையவர்களே செய்தித்தாளைப் பார்த்து அறியும்படியே நிலைமை இருந்திருக்கிறது. பண்டிதமணி கதிரேசன் செட்டியாருக்கு மகாமகோபாத்தியாய பட்டம் பிரிட்டன் மன்னர் பிறந்தநாளில் 11 ஜூன் 1942 அறிவிக்கப் பட்டது. அச்செய்தியை நண்பர்கள் சிலர் தந்தி மூலமும் நேரிலும் தெரிவித்தும்கூட அவர் நம்பவில்லை. மறுநாள் காலை மகிபாலன்பட்டிக்கு அருகில் உள்ள திருப்புத்தூர் செய்தித்தாள் விற்கும் கடையில் தொங்கவிடப்பட்ட செய்தித்தாளைப் பார்த்தும் அவர் நம்பவில்லையாம். *இந்து, மெயில்* ஆகிய இதழ்களை வாங்கி, உரிய பகுதிகளை, எழுத்து எழுத்தாகச் சரிபார்த்த பிறகே நம்பினார் என்று அப்போது உடனிருந்த சோமலெ எழுதியுள்ளார். எட்டாண்டுகளுக்குமுன் அப்படி ஒரு வதந்தி பரவியது பண்டிதமணியின் பெருத்த சந்தேகத்துக்குக் காரணம் என்று கருதலாம். அவருக்கு வழங்கப்பட்ட தகுதியுரையில் பண்டிதமணி என்ற பட்டப்பெயரையும் இயற்பெயரின் பகுதி யாகவே கருதிச் சேர்த்திருந்தார்கள். பண்டிதமணி வேறு யாரையும்விட இவருக்குப் பொருந்திவிட்டது.

தன் ஆட்சி 1947இல் முடிவடைந்தபிறகு இந்தியாவில் இப்பட்டங்கள் வழங்குவதைப் பிரிட்டன் நிறுத்திக்கொண்டது. எனினும் அவற்றின் பயன்பாடு KCIE, பட்டத்தைப் பெற்றிருந்த

இந்திய அரசர் தரங்தரா 2010இல் காலமாகும்வரை நீடித்தது. பட்டம் வழங்கும் விழாவோடு அச்செயல் முடிவடைந்துவிடும் இன்றைய நிலைபோல முன்பு கிடையாது. பட்டம் பெற்றவர்களுக்கு ஆண்டுதோறும் ஒரு குறிப்பிட்ட தொகையை அரசாங்கம் தொடர்ந்து அனுப்பி வைக்கும் வழக்கம் இருந்தது. 1947 வரை மகாமகோபாத்தியாய பட்டம் வாங்கிய கதிரேசன் செட்டியாருக்கு ரூ. 100 அரசாங்கம் அனுப்பி வந்தது.

தமிழ்ச் சமூகத்தில் மட்டுமல்லாது வேறு சமூகத்திலும் குறிப்பாக அண்மைப் பிரதேசமான திருவாங்கூரில் பட்டங்கள் வழங்கும் வழக்கம் மரபாக இருந்துள்ளது.

'சச்சிவோத்தம' சர் சி.பி. ராமசாமி ஐயர் முன்னிலையில் வரதராஜுலுவின் மூன்றாம் மகள் மாயாதேவிக்குத் (18 செப்டம்பர் 1949இல்) திருமணம் நடைபெற்றது' ('பெரியாரின் நண்பர்', ப. 189). ராமசாமி ஐயர் முன்குறித்த பட்டங்கள் தவிர மேற்சொன்ன 'சச்சிவோத்தம' என்ற பட்டத்தாலும் கௌரவப் படுத்தப்பட்டார். 'மெய்யாகவே உத்தமன்' என்று பொருள்படும் அப்பட்டம் திருவாங்கூர் சமஸ்தானம் 1936இல் அவருக்கு வழங்கியது. என்ன சந்தேகமோ!

'சதஸ்ய திலகம்' என்ற பட்டத்தைப் பெற்றவர் திருவாங்கூர் ஸ்ரீமூலம் சட்டமன்றத்தின் துணைத்தலைவராக இருந்த டி.கே. வேலுப் பிள்ளை (1935). 'கூட்டங்களைக் கவர்பவர்' என்று பொருள்படும் இந்தப் பட்டத்தைப் பெற்ற இவர் 1940இல் திருவாங்கூர் அரசாங்க கையேட்டை மூன்று தொகுதிகளாக எழுதியவர். பெரும்பாலும் ஆண்களே முன்பு திலகங்களாகத் திகழ்ந்தார்கள். பெண்களுக்கு வழங்கப்படும் பட்டங்கள் குசலா என்ற பின்னொட்டைக் கொண்டிருந்தன. பெண்கள் மற்றும் குழந்தைகள் மருத்துவமனையின் அறுவை மருத்துவர் எம். பூனன் லுக்கோஸ்க்கு வழங்கப்பட்ட பட்டம் 'வைத்திய சாஸ்திர குசலா'. அரசு விருந்தினர் துறையின் இயக்குநரான செல்வி வாட்ஸ் பெற்ற பட்டம் 'ராஜகாரிய குசலா' என்பது. 'நன்னலம்' என்ற பொருள் தரும் குசலா என்ற சமஸ்கிருதச் சொல்லின் பயன்பாடு இப்போது தமிழில் இல்லை. வாராந்திரி ராணியில் வந்து கொண்டிருந்த குரங்கு குசலா என்ற கருத்துப் படப் பாத்திரம்தான் கடைசியாக நான் கேள்விப்பட்ட 'தமிழ்க் குசலா'.

திருமுடிக்காரி, நெடுமான் அஞ்சி என்ற பழங்காலத் தமிழ் அரசர் பெயர்களின் பின்னொட்டுகள் அவர்களின் தகுதியைக் குறித்தன என்று ஆராய்ச்சியாளர்கள் கூறுகின்றனர். தம்பி, தம்பிரான், பணிக்கர், தளவாய் ஆகியனவும் இத்தகைய

பட்டங்களே. 'தம்பி உடையான் படைக்கு அஞ்சான்' என்ற பழமொழியில் வருவது இந்தத் தம்பியாகவே இருக்கலாம். உடன் பிறந்தவன் இவனைப் போலத்தானே இருப்பான். இப் பட்டம் பெற்றவர் சிறுபகுதி நிலத்துக்கேனும் தலைவர்களாக இருந்துள்ளனர். முடியாட்சி குடியாட்சியாக மாறியபோது இப்பட்டங்கள் வெறும் பெயர்களாகிவிட்டன.

இந்திய விடுதலை இயக்கமும் சரி தமிழ் மறுமலர்ச்சியை உருவாக்கிய திராவிட இயக்கமும் சரி பல பட்டங்களால் தம் ஆதரவாளர்களை உசுப்பேற்றி உசுப்பேற்றிக் கௌரவித்து அமைப்புகளைக் கட்டின. அவற்றுள் சிலவற்றைத் தூசு தட்டிப் பார்க்கலாம்.

செக்கிழுத்த செம்மல் (வ.உ.சி.), தேசபந்து (சித்தரஞ்சன் தாஸ்), தீனபந்து (சி.எப்ஃ. ஆண்ட்ரூஸ்), மகரிஷி (திலகர்), தென்னாட்டுத் திலகர் (வரதராஜுலு நாயுடு) என்பன சில. பண்டிதமணி (கதிரேசன் செட்டியார்), நாவலர் (ஆறுமுகம், ந.மு. வேங்கடசாமி நாட்டார், ச. சோமசுந்தர பாரதியார், இரா. நெடுஞ்செழியன்), தமிழ்க்கடல் (ராய. சொக்கலிங்கன்), கவிமணி (தேசிய விநாயகம் பிள்ளை), சொல்லின் செல்வர் (ரா.பி. சேதுப் பிள்ளை, ஈ.வெ.கி. சம்பத்), சிலம்புச் செல்வர் (ம.பொ. சிவஞானம்), சிந்தாமணிச் செல்வர் (மே.வீ. வேணு கோபாலப் பிள்ளை), சிலம்பொலி (சு. செல்லப்பன்), தமிழ்த் தென்றல் (திரு.வி.கலியாணசுந்தரம்), முத்தமிழ்க் காவலர் (கி.ஆ.பெ. விசுவநாதம்) என்றவை தொடரும். இவ்விரண்டு இயக்கத் தொடர்பற்றவர்களும் பட்டங்களைப் பெற்றுள்ளனர். வாகீச கலாநிதி (கி.வா. ஜகன்னாதன்), உலகம் சுற்றிய தமிழர் (ஏ.கே. செட்டியார்).

தமிழ்நாடு உவந்து ஏற்றுக்கொண்ட புகழ்பெற்ற பட்டங்கள் பல அவர்களது இயற்பெயரையே சமூகம் மறந்துவிடும் அளவிற்குப் பரவலாக அறியப் பெற்றவை. தமிழ்ச் சூழலில் பட்டப்பெயர் பரவியதைப் புரிந்துகொள்ள மிகச் சிறந்த உதாரணமாகத் திகழ்பவர் 'கலைஞர்'. கலைஞர் என்பது ஒரு குறிப்பிட்ட குழுவினரைக் குறிக்கும் பொதுப்பெயர். அது சிறப்புப் பெயராகி, பிறகு இயற்பெயர் போலவே ஆகிவிட்டது. கலைஞரின் பெயரை இப்போதைய முதல்வர் தவிர உச்சரிப்பார் இப்பூவுலகில் வேறெவரும் உண்டா என்று தெரியவில்லை. இயற்பெயரைக் கொண்டு அழைப்பது அவமரியாதை என்று கருதப்படுமளவிற்கு நிலைமை போய்விட்டது.

தமிழ்த் தென்றல் என்று சொல்லும்போது யாருக்கும் மறுப்பு தோன்றுவதில்லை. ஆனால் சில பட்டப்பெயர்களைத் தமிழ்ச் சமூகம் ஏற்காமல் முரண்டு பிடித்ததும் உண்டு. பகுத்தறிவுத்

தந்தை, வெண்தாடி வேந்தர், பகுத்தறிவுப் பகலவன் என்பவை 'பெரியா'ருடன் போட்டியிட இயலாதவை. பெரியார் என்ற பெண்கள் தந்த பட்டம் ஈ.வெ.ரா.வோடு ஒட்டிக்கொண்டது போல எவருக்கும் நேரவில்லை. ஆனால் அது அவரது சமகாலத்தவர் சிலருக்குக் காலம் கடந்தும் நெருடலைத் தந்திருக்கிறது. 'பெரியார்' என்ற பெயர் பொருத்தமில்லாதவர்களுக்கு வழங்கப்படுவதைக் கேட்க சகிக்கவில்லை' என்று 'தமிழ்க்கடல்' ராய. சொக்கலிங்கன் வருத்தப்பட்டு எழுதினார்; (குமரிமலர், 1943). மக்கள் வழங்கியதைத் தலைவர்களால் தடுக்க முடியாது. அதற்கு இன்னொரு சான்று காந்தியோடு சேர்ந்த 'அடிகள்'. அடிகள் என்பது காந்தியோடு இணைந்து அவரது தமிழ்ப்பெயரின் பின்னொட்டு ஆகிவிட்டது. காந்தியார் என்று எழுதி ஏற்பின்மையை உணர்த்தலாமே தவிர அதை மாற்ற முடிவதில்லை. கம்பனில் சொல்லெடுத்து அண்ணல் என்று காந்தியை முதலில் அழைத்ததும் அடிகள் என்றழைத்த திரு.வி.க.தான். அண்ணல் இப்போது அம்பேத்காருக்கும் சேர்ந்துள்ளது.

மகாகவி என்ற பட்டம் கம்பனுக்கு எதிர்ப்பில்லாமல் போய்ச் சேர்ந்துவிட்டது. உள்ளூர் பரமேசுவர ஐயருக்கு மகாகவி பட்டத்தைத் திருவாங்கூர் சமஸ்தானமே 1936இல் வழங்கியது. பாரதிக்கு அதைச் சூட்ட 1930களில் தமிழ் இலக்கிய உலகம் பெரும்பாடு பட்டது. 'எழுத்தாளர் முதல்வர்' வ.ரா. – 'பேராசிரியர்' கல்கி குழுவினருக்கிடையே நடந்த இலக்கிய விவாதங்களுக்குப் பிறகே அவன் மகாகவி ஆனான். பாரதி தொடர்புடன் சில பெயர்கள் முளைத்து வளர்ந்துள்ளன. தமிழரின் வழிபாட்டுணர்வை வெளிப்படுத்தும் அவை வேடிக்கை யானவை.

திருவாளர் என்பதன் சுருக்கமாகப் பயன்படுத்தப்படும் திரு. என்பதுகூடப் பட்டம்தான். ஸ்ரீ என்பதன் தமிழ்மாற்றாகத் திரு உருவானது திராவிட இயக்கப் பண்பாட்டு வரலாற்றில் ஒரு கிளைக்கதை. ஸ்ரீ முஸ்லீம் பெயர்களுக்கு முன்னால் பயன்படுத்தப்படாமல் இருக்கும் சமயப் பின்னணிக் கூறு இன்றைய தலைமுறைக்குக் கவனப்படுத்தலாக இருக்கும். M.R.Ry என்ற மரியாதைக் குறியீடு பலர் மறந்துவிட்ட பயன்பாடு. அதை ம-ற-ற-ஸ்ரீ என்று தமிழில்(!) எழுதும் வழக்கமும் இன்றைய தலைமுறை அறியாதது. பிரம்மஸ்ரீ, ஸ்ரீமான் என்பன 1910களின் இதழ்களில் இயல்பாகப் பயின்றவை.

தமிழியல் பட்டங்களும் ஆங்கிலக்கல்வி தரும் பட்டங்களும் அடிப்படையிலேயே வெளிப்பாட்டில் வேறுபடுகின்றன. தமிழ்ப் பட்டங்கள் பெயருக்கு முன்னும், ஆங்கிலப் பட்டங்கள் பெயருக்குப் பின்னும் அணி செய்வன. புலவர் பா. கண்ணையன், பண்டிதர்

நடேசன், பண்டித வித்துவான் தி.வி. கோபால ஐயர் போன்ற வழக்காறுகளை நோக்கலாம். சி.என். அண்ணாதுரை எம்.ஏ. என்ற வழக்கு ஆங்கிலப் பட்டங்கள் பெயருக்குப் பின் வருவதற்குப் பிரபலமான சான்று. வித்துவான் என்பதில் திருப்தியடையாதவர்கள் மகாவித்துவான் ஆனார்கள் (மகாவித்துவான் மீனாட்சிசுந்தரம் பிள்ளை). ஐ.ஏ.எஸ். அலுவலர்களை அறிமுகப்படுத்தும்போது நீங்கள் கவனித்திருக்கலாம். சீனியர் ஐ.ஏ.எஸ். ஆபிசர் என்பார்கள். வேறுபடுத்தி, மேம்படுத்திக் காட்ட வேண்டுமாம். இந்திய ஆட்சிப் பணி அலுவலர்களில் *Junior* என்றால் ஒரு இளப்பம் நிலவுவதைக் கவனித்திருக்கலாம். *ஜூனியர் விகடனைக்கூட* மூத்த அதிகாரிகள் படிக்கமாட்டார்கள் என்றொரு ஜோக் அவர்களிடையே உண்டு.

வாழ்க்கையின் பேருண்மையைப் போதிப்பதாகச் சொல்லிக் கிளம்பிய மதத் தலைவர்களும் பிரசாரகர்களும்கூடப் பட்டங்களுடன்தான் உலா வந்திருக்கிறார்கள். ஸ்ரீலஸ்ரீ சாந்தலிங்கத் தம்பிரான், பிரதிவாதி பயங்கரம் அண்ணங்கராச்சாரியார் சுவாமிகள் ஆகியோர் அண்மைய சான்றுகள். வள்ளலார் என்பதும் சிதம்பரம் ராமலிங்கத்துக்கு வாய்த்த பட்டம்தானே. அரசாங்கத்திலும் மக்களிடமும் மதம் செல்வாக்கு செலுத்திக் கொண்டிருந்த நேரத்தில் தத்தம் மதத்தை உயர்த்த வேண்டி வாத விவாதங்கள் இங்கே நிகழ்ந்தன. தம் மதம் என்ற தொடரே தன் கொள்கை, தன் தரப்பு என்ற பொருளில் சமீபகாலம்வரை வழக்கில் இருந்தது. தன் கருத்தை வெளிப்படுத்தி மாற்றுச்சமயத்தைச் சிங்கம்போலக் கிழித்துப் போடுபவர் என்ற பொருளைப் 'பரசமய கோளரி' என்ற பட்டம் சுட்டியது. வாதங்களில் வேகமாகப் பேசுபவர் 'சண்டமாருதம்'. பரசமயக் கோளரியாக உலா வந்தவர் சூளை சோமசுந்தர நாயகர் (1846–1901). மாயாவாத தும்ச கோளரியாகத் திகழ்ந்தவர் நா. கதிரைவேற் பிள்ளை (1871–1907). இவரை 'வாயாடிப் புலவர்' என்பார் பெரியார். இந்தப் பட்டங்களை எல்லாம் எந்த நெருடலுமின்றிப் பயன்படுத்தும் எழுத்தாளர்களுக்கு நிகழ்கால அரசியல் தலைவர்கள் மாவீரன் என்று அழைக்கப்பட்டால் மட்டும் எரிச்சல் பொத்துக்கொண்டு வருகிறது. பெரிய நெப்போலியன் என்ற முணுமுணுப்பு வேறு. பட்டங்களைக் குறித்ததல்ல நமது எரிச்சலும் கோபமும்.

மாண்புமிகு என்பது *Honourable* என்பதற்குத் தமிழ் மாற்றாக இப்போது பயன்படுத்தப்படுகிறது. முன்பு 'கனம்' என்று பயன் படுத்தப்பட்டது. அது பதவியை அலங்காரப்படுத்தும் அடைமொழி. பதவியை வகிக்கும் நபரை அல்ல. மாண்புமிகு முதலமைச்சர் ஜெ. ஜெயலலிதா என்று வழங்குவதே இம்முறையில் சரி. மாண்புமிகு ஜெ. ஜெயலலிதா என்பது தவறான வழக்கு. *His*

Excellency என்பதன் தமிழ்வடிவமாக மேதகு பயன்படுத்தப்படுகிறது. இச்சொல்லை வள்ளலாரில் படித்த நினைவு. திராவிடர் கழகத்தினர் 1980களில் மானமிகு என்று பயன்படுத்தத் தொடங்கியபோது 'திருத்தணி கொண்டான்' ம.பொ.சி.யின் அன்பர் ஒருவர், 'மற்றவர்கள் எல்லாம் மானங்கெட்டவர்களா' என்று என்னிடம் கேட்டார். திராவிடர் கழகம் மீதான தமிழரசுக் கழகத்தின் கோபதாபங்கள், பல பத்தாண்டுகளுக்குப் பிறகும் வற்றிவிடவில்லை எனப் புரிந்துகொண்டேன். ஆளும் வர்க்கம் இங்கிலாந்து மரபைப் பின்பற்றி மாண்புமிகு என்று பயன்படுத்தும்போது வராத கோபம், சமூக இயக்கமொன்று சமூகக் காரணம் பற்றி ஒரு உத்தியைக் கையாளும்போது பொங்கி வருகிறது. மேலிருந்து வருவதைக் கேள்வி கேட்காமல் பின்பற்றும் மட்டிமைச் சமூகம் நம்முடையது.

Worship என்பது வணக்கத்திற்குரிய என்று மொழிபெயர்க்கப் படுகிறது. மேயர் வணக்கத்திற்குரிய வர்தானே. மேயர் என்ற பயன்பாடு 'செட்டிநாட்டரசர்' முத்தையா செட்டியார் மேயரான போதே தொடக்கம் பெற்றது. பல்லாண்டுகள் அவருக்குமுன் மாநகராட்சித் தலைவராகவே தொடர்ந்தவர் வெள்ளுடைவேந்தர் பிட்டி தியாகராயர். *Honourable* என்பதிலும் *Right Honuorable* என்கிற பயன்பாடு உண்டு. திருவல்லிக்கேணி இந்து உயர்நிலைப் பள்ளியின் தலைமையாசிரியராக இருந்த வி.எஸ். சீனிவாச சாஸ்திரியார் *Right Honorable* பட்டம் பெற்றவர். அதை மஹாகனம் பொருந்திய என்று அப்போது மொழிபெயர்த்தார்கள். அப்பட்டம் தமிழ் மறுமலர்ச்சி பெறுமுன் வழக்கொழிந்து போனது ஒரு நகைச்சுவை இழப்புதான். அதை எப்படி மொழிபெயர்த்திருப்பார்கள்?

ஸ்ரீலஸ்ரீ என்பதைத் திருப்பெருந்திரு, சீர்வளர்சீர் என்னும் போக்கு சிலரிடம் இருக்கிறது. இதேபோலக் கிறித்துவர் பயன் படுத்தும் சிறப்புப் பெயர்களையும் தமிழாக்குவது உண்டு. *St.* என்பது புனிதர் என்று மொழிபெயர்க்கப்படுகிறது. *Rev.* என்பது பெருந்திரு என்றும் *Most Rev.* என்பது அருட்பெருந்திரு என்றும் எழுதப்படுகின்றன. இவை ஆங்கிலச்சொற்கள் உணர்த்தும் புனிதத்தைப் புலப்படுத்தவில்லை என்றாலும் மரியாதைச் சொற்களாகவே தோன்றுகின்றன. 1930களில் *Rev.* என்பது சங்கைக்குரிய எனப்பட்டது. பின்னர் அது மறைதிரு ஆனது. இலங்கையில் அது வண பிதா (வணக்கத்திற்குரிய பிதா) என வழங்கப்படுகிறது. இன்றைய வாசகனுக்கு இவை புரிய வேண்டாம், உச்சரிக்கவாவது இயலுமா என்று தெரியவில்லை.

திருவண்ணாமலை வெங்கடராமனை 'ரமணர்' என்றாக்கி, பிறகு அவருக்குப் பகவான் மகரிஷி என்று பட்டம் சூட்டியவர்

கணபதி சாஸ்திரி என்று சோமர்செட் மாம் *The Saint* என்ற கட்டுரையில் எழுதியிருக்கிறார் *(Points of View, p. 83)*. அந்தக் கணபதி சாஸ்திரிக்கும் பட்டம் உண்டு. 'காவிய கண்ட' என்பது அது.

பிற துறையினரைப் போலவே இலக்கியத் துறையினரும் பட்டங்களையும் விருதுகளையும் விரும்புகின்றனர். தினம்தினம் முளைக்கும் புதிய நிறுவனங்கள்முதல் பழம் நிறுவனங்கள்வரை பட்டங்களை அள்ளி வழங்குகின்றன. தினமணி நாளிதழில் விருது, பட்டம் வழங்கும் விழாப்படம் பிரசுரமாகாத நாள் இல்லை. பலதுறையும் பங்குபெறினும் இலக்கியமும் இசையும் இதில் மிகுதி.

'ஒரு எழுத்தாளர் தன் பெயரிலேயே விருது வழங்குவது, ஒரு எழுத்தாளர் தன் படைப்பின் பெயரில் தன்னைவிட மூத்த தலைமுறை எழுத்தாளருக்கு விருது வழங்குவது, ரூ. 5000க்குப் பரிசு அறிவித்துவிட்டு ரூ.25,000 பெறுமான புத்தகங்களைச் சேகரித்துவிடுவது' போன்ற இலக்கிய உலகின் சில விருதுச் செயல்பாடுகளைச் 'சாராள் – ராசபாண்டியன்' இலக்கியச் சாதனை விருது விழாவில் பேசும்போது *காலச்சுவடு* கண்ணன் விமர்சித்திருந்தார்.

இலக்கியத்துறையில் மட்டுமல்ல இசைத்துறையிலும் அப்படி ஒரு கொடுமை எனக்குத் தெரியும். மயிலாப்பூரில் வசிக்கும் பாரம்பரியம் உள்ள இசைக்குடும்பம் தானே ஒரு அறக்கட்டளையை நிறுவி, தன் குடும்பத்திற்குள்ளேயே ஒருவருக்கு விருதையும் பரிசையும் பொதுவிழா நடத்தி வழங்கிக்கொள்ளும். அது பத்திரிகையிலும் வரும். வெட்கமறியாதது ஆசை மட்டுமல்ல; சுயநலமும்தான்.

திரைத்துறையிலும் பெயரைத் தவிர கூடுதலாக வேறுஒன்று தேவைப்படுகிறது. இயக்குநர் சிகரம், இயக்குநர் இமயம், நடிகையர் திலகம், நாட்டியப் பேரொளி, கன்னடக் கிளி, புன்னகை அரசி, நடிகர் திலகம், புரட்சி நடிகர் . . . இப்படி அந்தக் காலம் முதல் Super Star, உலக நாயகன், Supreme Star, Ultimate Star, Little Super Star, Top Star, இளைய தளபதி என இந்தக் காலம்வரை இது தொடர்கிறது. சீனியர்களுக்கு முடிந்தவரை கோபம் வராதவண்ணம், ஒருவருக்கொருவர் மோதிக்கொள்ளாத படி ஒரு அடைமொழியைத் தேர்ந்துகொள்ளுகின்றனர் இந்தத் தலைமுறையினர். இப்படித் தகுதியை, திறமையைப் பறைசாற்றும் ஒரு பட்டத்தை வலுவானவர்களால்தான் சூட்டிக்கொள்ள முடியும். செல்வாக்கு குறைந்தவர்களால் இப்படிச் சொல்லிக் கொண்டு வலைய வந்துவிட முடியாது. கிண்டலோ கேலியோ எதுவும் செய்துகொள்க என்று ஒரு அடைமொழியை அவர்கள்

தங்கள் பெயரோடு இணைத்துக்கொண்டு இளித்துக்கொண்டு திரிவார்கள். இதுவும் எல்லாக் காலத்திலும் நிகழ்ந்திருக்கிறது. காக்கா, இடித்த புளி, என்னெத்த, ஒரு விரல், ஐசரி . . . கடைசியாக *Power Star* எனப் பலவற்றை உதாரணம் காட்டலாம்.

இந்திய அரசு வழங்கும் பலவிதமான பட்டங்களைப் பற்றிப் பேசுவது பெரும்காரியம். தமிழ்நாடு அரசு அளித்துக் கொண்டிருக்கும் பட்டங்களையும் விருதுகளையும் இரண்டாகப் பிரிக்கலாம். கலைமாமணி, பெருமக்கள் பெயரிலானவை என அவை அமையும்.

கலைமாமணி ஆண்டுதோறும் பெரும் எண்ணிக்கையில் வழங்கப்படும் பட்டமாகும். 'வகை தொகையின்றி அள்ளி வழங்கப்படும் கலைமாமணி, ஐ.ஆர்.எட்டு நெல்போலப் பேரளவில் சாகுபடி செய்யப்படுகிறது' என்கிறார் இன்குலாப். கலைமாமணி வழங்குவதில் செயல்படுவது கட்சி சார்ந்த அரசியல். பலசமயம் பரிந்துரைப்புகள் இயல் இசை நாடகமன்றப் பொறுப்பாளர்களின் விருப்பைப் பிரதிபலிப்பதாக இருக்கும். எல்லாச் சமயத்திலும் பட்டம் பெறுவோரில் இயலைவிட இசை, நாடகத் துறையினரின் எண்ணிக்கை அதிகமாகவே இருக்கும். அண்ணாமலைப் பல்கலைக்கழகத் தமிழ்ப் பேராசிரியராக விளங்கிய லெ.ப.கரு. இராமநாதன் செட்டியாருக்குக் கலைமாமணி வழங்கியபோது அவருக்கு வயது 89 (குமுதம், 6 டிசம்பர் 2003). அப்போது அவருடன் வழங்கப்பட்ட 91 பேரில் இவர் மட்டும்தான் இயல் பிரிவில் மாமணி பெற்றவர். சினிமாவின் அமலா கலைமாமணி வாங்கியபோது இயல் பிரிவில் ஔவை நடராஜன் பெற்றார். இருவருக்கும் வயது வித்தியாசம் அரை நூற்றாண்டு இருக்கலாம்.

விருதளிப்பு விழாவின் பல படங்களைப் பார்க்கும்போது கோபமும் பரிதாபமும் வரும். தன் உண்மையான கடும் உழைப்பால் தகுதிபெற்று விருது பெறுகிறவர்கள் கையில் அந்தச் சான்றிதழைக் காட்டியபடி நிற்பார்கள். மற்ற தகுதிகளால் உயர்ந்து அதை அளிப்பவர்கள் சௌகரியமாக உட்கார்ந்திருப்பார்கள். இதைவிடச் சிறந்த முறையில் விருது பெறுபவர்களை அவமானப்படுத்த முடியுமா என்று தெரியவில்லை. உட்காருபவர்கள்தான் இதில் முன்கை எடுத்து இக்காட்சியைத் தடுக்க முடியும். விருதளிப்பு விழாவில் விருது பெறுபவர்தான் முதன்மையர். உட்கார்ந்திருக்கும் பிரபலங்களைப் பார்க்கும்போது கோபமும் சிரமப்பட்டு நிற்கும் பரிசு பெற்றவர்களைப் பார்க்கும்போது பரிதாபமும் வருகின்றன. அந்தச் சமயம் எழுத்தாளனின் உடன்குடியான ஏழ்மை இணைந்து நினைவுக்கு வருவதை எவ்வளவு தடுக்க நினைத்தாலும் அதில் நான் தோற்றுக்கொண்டே போகிறேன்.

பெருமக்கள் பெயரிலான விருதுகள் தங்கப் பதக்கத்துடன் ஒரு லட்சம் ரூபாய் பரிசும் கொண்டவை. திருவள்ளுவர், பாரதியார், பாரதிதாசன், திரு.வி.க., கி.ஆ.பெ. விசுவநாதம் ஆகிய இலக்கியவாணர் பெயரிலும் பெரியார், அம்பேத்கர், அண்ணா, காமராஜர் ஆகிய அரசியல்வாணர் பெயரிலும் இவை வழங்கப் படுகின்றன. 2013ஆம் ஆண்டில் நிகழ்ந்த, 14ஆவது சட்டசபை ஆறாவது கூட்டத் தொடரின் ஆளுநர் உரையில் மேலும் இரண்டு விருதுகள் அறிவிக்கப்பட்டன. கம்பராமாயணத்தின் உயரிய கருத்துகளைப் பரப்பும் சிறந்த அறிஞர்க்குக் 'கம்பர்' விருது, சிறந்த இலக்கியப் பேச்சாளர்களுக்குச் 'சொல்லின் செல்வர்' விருது. 2012ஆம் ஆண்டு தமிழ்த்தாய், கபிலர், உ.வே.சா., ஔவையார் ஆகியோர் பெயர்களில் நான்கு புதிய விருதுகள் அறிவிக்கப் பட்டிருந்தன. தமிழ்ப்புலவர் பெயராகவும் இருக்க வேண்டும், முதல்வர் மனம் கோணாத நூலறி புலவராகவும் இருக்க வேண்டும் என்னும்போது கபிலரோடும் உ.வே.சா.வோடும் போட்டியிடப் பழம்புலவரும் அஞ்சுவர்.

அரசுகளைப் போல அரசியல் கட்சிகளும் இயக்கங்களும்கூட விருதுகளையும் பட்டங்களையும் வழங்கவே செய்கின்றன. விடுதலைச் சிறுத்தைகள் அளிக்கும் விருதுகளுக்குச் சுடர் என்று பெயர் சூட்டப்பட்டிருக்கிறது. பெரியார் விருதுகளைத் திராவிடர் கழகம் (ஒரு பல்கலைக்கழகமும்) வழங்குகிறது. தி.மு.க. அண்ணா, பாவேந்தர், பெரியார், முரசொலி மாறன் பெயரில் விருதுகளை ஆண்டுதோறும் வழங்குகிறது. இடதுசாரிகள் விருதுகள் எதையும் வழங்குவதாகத் தெரியவில்லை.

II

விருதுகளும் பட்டங்களும் பெறுபவர்களுக்கு மகிழ்ச்சியைத் தருகின்றன. ஆனால் விருது அல்லது பட்டம் வழங்கும் அரசு நிறுவனம் பெறுபவர் அடையும் மகிழ்ச்சியை முக்கியமாகக் கருதுவதில்லை. இறப்பிற்குப் பிறகு வழங்கப்படும் *(Posthumus)* விருதுகள் இதைத்தான் நமக்கு உணர்த்துகின்றன. கு. அழகிரி சாமிக்கு அவர் இறந்த பிறகே சாகித்திய அகாடமி பரிசு கிடைத்தது. 1975இல் இறந்த காமராஜருக்கு 1976இல் 'பாரத ரத்னா' அளிக்கப்பட்டது. இராணுவ சேவையில் இறப்பிற்குப் பிறகு விருதுகள் வழங்கப்படுவதைப் புரிந்துகொள்ள முடிகிறது. குடிமைப்பணியில் வழங்கப்படும் விருதுகள் பெறுபவரைக் குறிக்கொண்டவை அல்ல என்று நாம் புரிந்துகொள்ளலாம்.

பட்டங்கள் வழங்கும் அரசு நிறுவனம் தன் அதிகாரம் சார்ந்துதான் அவற்றை வழங்குகின்றது. பிரிட்டீஷ் சாம்ராஜ்யம், காலனிய மக்களை ஒருங்கிணைத்து அதன்மூலம் கிடைக்கும்

அதிகாரத்தைப் பெறப் பட்டங்களை வழங்கியது. சட்டம் வழியாகச் செலுத்தப்படும் அதிகாரம் மேல்கட்டுமானம் சேர்ந்தது. பட்டங்கள் வழங்குவதானது குடிமக்களின் மனத்துடன் தொடர்புடையது. குடிமக்களின் ஆதரவைத் திரட்டுவதும் பெறுவதும் உள்ளார்ந்த கட்டுமானத்திற்கு வலுச் சேர்ப்பதாகும். இதைப் பிரிட்டீஷ் சாம்ராஜ்யம் நன்குணர்ந்திருந்தது. இதை விடுதலைக்குப் போராடிய இயக்கங்கள் சரியாகப் புரிந்து கொண்டு ஒரு கட்டத்தில் (1920) ஆங்கில அரசின் பட்டங்களை மறுதலித்தன. அதைப் பெற்றுவிட்டிருந்த தன் இயக்கத்தவரைத் திருப்பி அனுப்பச் சொல்லின. அரசுக்கு ஆதரவாக இயங்கியோர் வாங்கியிருந்த பட்டங்களைக் கேலி செய்தன. எனினும் பட்டங்கள் வழங்குவதைப் பிரிட்டீஷ் அரசு இந்தியமண்ணை விட்டுப் போகும்வரை நிறுத்தவில்லை.

இன்றைய அரசுகள் பட்டங்களையும் விருதுகளையும் வழங்கிவருவதும் அதிகார ஒருங்கிணைப்பு என்ற உள்ளார்ந்த காரணம் பற்றித்தான். ஆளும் அரசுகள் தன் கட்சி சார்ந்த நபர்களைத் தேர்ந்து வழங்கும்போது கட்சியை வலுப்படுத்தும் செயலாக மாறிவிடுகிறது. அரசை வலுப்படுத்தும் அம்சம் இரண்டாவதாக ஆகிவிடுகிறது. பொருத்தமான தேர்வுக்குழு, வெளிப்படையான தேர்வுமுறை, தகுதியான தேர்வுகள், வரையறுக்கப்பட்ட தேர்வுக்காலம் என விருது வழங்கும் செயல்பாட்டைச் செம்மைப்படுத்தி விருதுகளுக்குப் பெருமை கூட்டும் அரசுகளும் உண்டு. அது எல்லாக் காலங்களிலும் சரியாக நடப்பதில்லை.

பட்டங்களை மறுத்தலும் துறத்தலும் தொடர்ந்து நடைபெற்றுக்கொண்டுதான் வருகின்றன. எந்த அரசு கௌரவத்தையும் ஏற்பதில்லை என்ற அடிப்படையில் சார்த்தர் தனக்கு வழங்கப்பட்ட இலக்கியத்திற்கான நோபல் பரிசை (1964ஆம் ஆண்டு) மறுத்தார். வியட்நாமின் போர் நிலைமையைக் காரணம் காட்டி லீ ட்டியூதோ தனக்கு வழங்கப்பட்ட அமைதிப் பணிக்கான நோபல் பரிசை (1973ஆம் ஆண்டு) மறுத்தார். தன் நாட்டு அரசாங்கம் அனுமதிக்காததால் ஜெர்மனியைச் சேர்ந்த ரிச்சர்டு குன், அடால்ப் பீயூட்டன் டெண்ட், கெர்ஹாரட் டோமெக்ட் ஆகியோர் நோபல் பரிசைப் பெற்றுக்கொள்ள முடியாதுபோனது. ஹிட்லர் அதிகாரம் மறைந்த பிறகே சான்றிதழையும் பதக்கத்தையும் பெற்றுக்கொண்டனர். முதலில் நோபல் பரிசை ஒப்புக்கொண்ட சோவியத் நாட்டைச் சேர்ந்த பாஸ்டர்நாக் (1958) அரசாங்க வற்புறுத்தலால் பின்னர் மறுத்துவிட நேர்ந்தது. அதேபோலச் சிங்கிளர் லூயிஸ் புலிட்சர் பரிசை மறுத்தார். தி.மு.க. அரசு வழங்கிய கலைமாமணி விருதைப் பெரும்

எண்ணிக்கையைக் காரணம் காட்டி, சோ ராமசாமி, இந்திரா பார்த்தசாரதி ஆகியோர் மறுத்தனர் என்று நினைவு. ஈழப்போரில் தமிழக அரசு காத்த மௌனத்தைச் சுட்டிக்காட்டி, 2006ஆம் ஆண்டு வாங்கிய கலைமாமணியைத் துறந்தார் இன்குலாப் (2009). அவர் வாங்கியபோதுதான் தமிழ் அறிவுலகம் துணுக்குற்றது.

பட்டங்களை, விருதுகளை ஏற்பவர் தன்செயலுக்கு அளிக்கப் படும் கௌரவமாக, அங்கீகாரமாக, ஊக்கமாக அவற்றைப் பார்க்கின்றனர். ஆனால் அவற்றை அளிக்கும் நிறுவனத்தின் கண்ணோட்டத்தில் அவை வேறுவிதமானவை. பட்டமளிக்கும் அரசு நிறுவனம் தனக்கு மானசீக அடிமையாக நன்றியோடு செயல்படுவதற்கான, வேறு வகையில் சொல்வதானால், தன்னுடன் ஒத்துழைப்பதற்கான பெரும் ஆளுமைகளைத் தேர்ந்துகொள்ள செய்துமுடிக்கும் நாகரிக மனிதர்களின் ஒப்பந்தம் எனலாம். கலைமாமணி விருதைத் திருப்பிய இன்குலாப் எழுதிய வாசகத்திலிருந்து இம்மனநிலையை உறுதி செய்யலாம். “தமிழக அரசுக்கு நன்றியோடு இருக்க வேண்டும் என்ற கயிறுகள் என்னைக் கட்டிப் போடவில்லை. ஒடுக்கப் பட்ட தமிழினத்துக்கும் மானுடத்துக்கும் உண்மையாக இருக்க வேண்டும் என்ற நியாயம் மட்டுமே எனக்கு முன்னின்றது” (*காக்கைச் சிறகினிலே*, அக்டோபர் 2012). பட்டங்களை வழங்கும் நிறுவனம் சமூகத்தில் இத்தகைய செல்வாக்கு பெற்றவர் எங்கள் பணியை ஆதரிக்கிறார் என்ற எண்ணத்தை இப்பரிசளிப்பின் மூலம் சமூகத்துக்குக் காட்டிக்கொள்கிறது.

பட்டங்களை மறுப்பவர்கள், இந்தப் பட்டங்களைப் பெறத் தமக்கு தகுதியில்லை என்றோ தம் தகுதிக்கு இவை குறைந்தவை என்றோ தம்மைவிட உயர்தகுதி படைத்தவர் இன்னும் விருது பெறாமல் இருக்கின்றனர் என்றோ காரணம் சொல்லலாம். பரிசளிப்புவிழா விதிகளை அனுசரிக்க உடலும் மனமும் ஒத்துழைக்காது என்பதற்காக மறுப்பவர்களும் உண்டு. வழங்கும் அரசு/நிறுவனத்தின் கொள்கையை எதிர்ப்பதற்காக மறுப்பவர்கள் எண்ணிக்கையே மிகுதி. தனக்குத் தமிழக அரசு விருது வழங்கிய நாளில் அதைப் பெற்றுக்கொள்ளப் போகாமல் பனகல் பார்க்கில் நண்பர்களோடு உட்கார்ந்து சாவகாசமாகப் பேசிக்கொண்டிருந்தாராம் ஏ.கே. செட்டியார்.

உண்மையில் பரிசை மறுப்பவர்கள்தாம் அதன் பெருமையை மேம்படுத்துகிறவர்களாக மாறிவிடுகின்றனர். இது ஒரு நகைமுரண். நிறுவனத்தினர் அரசினர் பரிசுக்குரியவரைத் தேர்ந்தெடுக்கும் தம் முறையியலைச் செம்மைப்படுத்துவதற்கு மறுப்புகள் பயன்படும் என்று இவர்கள் கருதுகின்றனர்.

நடைமுறையில் விளைந்ததென்ன? பரிந்துரைக்காலத்திலேயே தொடர்புடையவர்கள் மறுக்கமாட்டார்கள் என்பதை எழுத்து மூலம் உறுதி செய்துகொள்ளும் நடைமுறை தொடக்கம் பெற்றது தான். இது மேலும் வளர்ச்சிபெற்று விருது வேண்டுவோர் விண்ணப்பிக்கலாம் என்ற அளவுக்கு வந்துவிட்டது. இது வெட்கக்கேடானது என்றால், சார் அது உங்கள் கருத்து என்று நேரடியாகவே சொல்லவும் கேட்டுவிட்டேன். விண்ணப்பிக்கிற முறை 'நியாயமல்ல' என்று ஒரு தமிழ்ப் பத்திரிகை தலையங்கமும் எழுதிவிட்டது (21 செப்டம்பர் 2013, தினமணி).

வளர்ந்துவரும் நிறுவனங்கள் தம் செல்வாக்கை ஒருங்கிணைக்கவும், வளர்ந்தவை தம் அதிகாரத்தை நிலைப்படுத்தவும், வளர்ந்தோங்கியவை தம் செல்வாக்கு வழிந்தோடுவதைத் தடுக்கவும் பட்டங்களையும் விருதுகளையும் பயன்படுத்திக் கொண்டிருக்கின்றன. யார், யாருக்கு விருது வழங்குகிறார்கள் என்பதைக் கூர்ந்து பார்த்து இந்த என் அனுமானத்தைச் சரிபார்த்துக்கொள்ளுங்கள்.

மற்றவர்களைவிடத் தாம் சற்று உயர்வு அல்லது வித்தியாசம் என்பதைக் காட்டிக்கொள்ளும் மக்களின் விருப்பு, மக்களின் அங்கீகார வேட்கை போன்ற இயல்புகள் இருக்கும்வரை பட்டங்களும் விருதுகளும் நீடிக்கும். விருது வேட்கை என்பது ஒரு வகையில் பண்பாடு சார்ந்த அம்சம். இந்தவகை மனித மனோபாவத்திலிருந்து பிறக்கும் விருது விருப்பத்தைப் பயன்படுத்தி ஒருவகை ஆதரவை நிறுவனங்களும் அரசுகளும் உருவாக்கிக்கொள்ள முடியும். விருது பெற்றவர்களின் ஒருங்கிணைவு, நிலைப்படுத்தல், விளைவான செயல்பாடு ஆகியவை மூலம் நிறுவனம்/அரசின் உள்ளார்ந்த பலம் பெருகுகிறது. இந்தப் பலம் அதிகார மையத்திற்கு அவசியம். சர்வாதிகாரம் என்ற பேரதிகாரம் இல்லாத எந்த அரசுக்கும் இவ்வகை பலம் தேவையாகவே இருக்கும்.

காலச்சுவடு, டிசம்பர் 2013

பாரதி

சுயசரிதை

சுயசரிதைகளும் வயதும்
பாரதி சுயசரிதைகளை முன்வைத்து ஒரு குறிப்பு

'சுயசரிதை எழுதுவதற்கான வயது இன்னும் எனக்கு வரவில்லை' – ப. சிதம்பரம் (69)

சுயசரிதை எழுதப்போகிறீர்களா? என்று நிருபர்கள் கேட்டதற்குத் தீவிர அரசியலிலிருந்து அண்மையில் ஓய்வை அறிவித்துக்கொண்ட அவர் அளித்த பதில் இது.

○

'பாரதி சுயசரிதை' எழுதியபோது அவன் வயது 28இலிருந்து 31. 'கனவு' வெளிவந்தது 1910இல்; 'சின்னச் சங்கரன் கதை' வெளிவந்தது 1913இல். வெளியான காலத்தால் மட்டுமல்ல எழுதப்பட்ட வயதாலும் பாரதியின் சுயசரிதைகள் முன்னோடிகளாகத் திகழ்கின்றன.

49 செய்யுள்களைக் கொண்ட 'கனவு' விவரிக்கும் நிகழ்வுகளின் களன் எட்டயபுரத்தைத் தாண்டவில்லை. 'சின்னச் சங்கரன்' கதையும் எட்டயபுரமான கவுண்டனூரின் கதைதான். ஒரு குடிமகனின் இளமைப் பருவ வாழ்க்கைத் துயரை நொந்துகொள்வது 'கனவு' என்றால், அந்த வாழ்க்கைக்கு எதிர்நிலையான அரச போகத்தைக் கேலியும் கிண்டலும் ததும்ப விவரிப்பது 'சின்னச் சங்கரன் கதை'. அதனால்தான் இவ்விரண்டையும் இணைகோடுகள் என்று ஆ. இரா. வேங்கடாசலபதி உணர்கிறார்.

சுயசரிதை என்கிற நவீனவகை ஓர்மையுடன் எழுதப்பட்ட இப்படைப்புகளுடன், அவ்வாறான உணர்வுடன் எழுதப்பெறாத வேறு சுயசரிதைக் குறிப்புகளும் அவன் எழுத்தில் உள்ளன. 'கனவு', 'சின்னச் சங்கரன் கதை' தவிர 66 செய்யுள்களைக் கொண்ட 'பாரதி அறுபத்தாறு', 'கவிதாதேவி' (1909) ஆகியவற்றிலும் சுயசரிதையின் மணம் கமழ்கிறது. சரஸ்வதி, லக்ஷ்மி, பார்வதி ஆகியோரிடம் காதல் கொண்டதாகப் பாடிய 'மூன்று காதல்' (1916) பாடலை இவ்வரிசையின் அனுபந்தமாக்கலாம்.

'துன்பம் நீளில் உயிர்தரிக்க மாட்டேன்' என்று யோக சித்தியில் (டிசம்பர் 1913) சொன்ன பாரதி, அக்கட்டத்திலேயே வாழ்க்கையின் பெரும்பாரத்தை உணர்ந்து அதை இறக்கிவைக்க முற்பட்டது தெரிகிறது. இதற்குப் பிறகு எட்டாண்டுகளே அவன் வாழ்ந்தான். 'காலா, என் அருகே வாடா, சற்றே உனை மிதிக்கிறேன்' எனப் பாடியது டிசம்பர் 1919இல். அதாவது காலன் அவனை அணைக்க வருவதற்கு இரண்டாண்டுகளுக்குமுன். இப்பாடல்களையெல்லாம் சுயசரிதைகளாகக் கருத வேண்டிய தில்லை என்றாலும்கூட இந்த வயதிலேயே அவன் தன் வாழ்க்கையைத் திரும்பிப் பார்க்கத் தொடங்கிவிட்டான் என உணரப் பயன்படுவன.

பாரதியின் சுயசரிதையான 'கனவு' (1910) வெளியான காலத்தில் தமிழில் வேறு சுயசரிதைகள் வாசிப்பில் இருந்ததாகத் தெரியவில்லை. 1890களில் 'எச்.ஏ. கிருஷ்ண பிள்ளை பாளையங் கோட்டை கிருஷ்ண பிள்ளை கிறிஸ்தவனான வரலாறும்', பிறகு 'வண்ணச்சரபம் தண்டபாணி சுவாமிகளின் சுயசரிதை'யும், 'வ.உ.சி.யின் சுயசரிதை'யும் எனச் சில எழுதப்பட்டிருந்தன; அவ்வளவுதான்.

1912இல் வ.உ.சி. தன் சுயசரிதையைச் செய்யுளில் எழுதி கண்ணில் நீர் வரச் செய்தார். அப்போது அவருக்கு வயது 40. தமிழ் மரபு அறியாதவரல்ல அவர். தன்னை முன்னிறுத்திக் கொள்ளாதது தமிழ்மரபு. 'சுட்டி ஒருவர் பெயர்கொளப் பெறாத' வகையில் பொதுமையைக் கவிதை மரபாகக் கொண்டது அது. எனினும் மேற்கில் தோன்றி, தமிழில் பரவிய சுயசரிதை என்ற நவீன இலக்கிய வகைமையை உணர்ந்து போற்றினார் வ.உ.சி. தமிழில் நவீனத்துவத்தை வளர்த்த மணிக்கொடி எழுத்தாளர்கள் எவரும் சுயசரிதை எழுதவில்லை. மணிக்கொடியைத் தோற்றுவித்தவர் களுள் ஒருவரான வ.ரா. சிறையில் இருந்த காலத்தில் 'டைரி' எழுதியிருக்கிறார். வ.ரா.வின் வாழ்க்கைக் குறிப்பை, மணிக்கொடி யின் இன்னொரு ஆசிரியரான டி.எஸ். சொக்கலிங்கம்

எழுதினார். நாவல் எல்லாம் எழுதிய டி.எஸ். சொக்கலிங்கம் சுயசரிதை எழுதவில்லை. அவரது வரலாற்றை அவரது சீடர் டி.ஜி. ஏகாம்பரம்தான் எழுதினார். *மணிக்கொடி*யின் புதுமைப்பித்தனும் கு.ப.ரா.வும் இளவயதில் மரணங்களைச் சந்தித்தவர்கள். சுயசரிதைக்கு முயலக்கூட முனையாதவர்கள். *மணிக்கொடி*க்காரர்களுள் நீடு வாழ்ந்த சிட்டி (1910–2006) சுயசரிதை எழுதியிருக்கலாம். ஆனால், அவரது உறவினரும் எழுத்தாளருமான நரசய்யாதான் அவரது வரலாற்றைச் *சாதாரண மனிதன்* என்ற பிறப்பாண்டு பெயரை நினைவூட்டும் தலைப்பிட்டு எழுதினார். அகால மரணங்களும், சாதனை என அவர்கள் மனம் எதையும் உணராததும் அவர்களது சுயசரிதை உருவாகாமல் போனதற்குக் காரணங்களாக இருக்கலாம். சி.சு. செல்லப்பா *எழுத்து* பத்திரிகையைச் சாதனையாக உணர்ந்திருக்கக்கூடுமோ என்னவோ, அவர் மட்டும் தன் சுயசரிதையைப் புனைவாக முயன்று பார்த்தார்.

நவீனப் படைப்பாளர்கள் மட்டுமல்ல பெரும்பாலான தமிழறிஞர்களும் தன்வரலாறு எழுதவில்லை. விதிவிலக்குகள் உண்டு. ந.மு. வேங்கடசாமி நாட்டார் தொடர்ந்து பல்லாண்டுகள் நாட்குறிப்புகளை எழுதினார். தனித்தமிழ் இயக்கம் கண்ட மறைமலை அடிகள் நாட்குறிப்புகளை (ஆங்கிலத்தில்) எழுதி யுள்ளார். மா. இராசமாணிக்கனார், ச. சோமசுந்தர பாரதியார் ஆகியோர் தன் வரலாற்றை எழுதி வைத்திருந்தனர். ஏனோ அச்சேற்றவில்லை. நாட்குறிப்போ, சுயசரிதைக் குறிப்போ எதுவாயினும் இவர்கள் தம் நடு அல்லது முதிர்ந்த வயதிலேயே அவற்றைச் செய்தனர். *என் சரித்திர*த்தை ஆனந்தவிகடனில் (1940 – 42) எழுதிய சாமிநாதையருக்கு அப்போது வயது 85. நாள் குறிப்பும் பிறவும் நிரல் முறையில் அமையாத ஒன்றைச் சரிதை என்று எப்படி அழைக்க முடியும்? அதனால் தன் வரலாற்றை வாழ்க்கைக் குறிப்புகள் என்றார் திரு.வி.க. இந்திய விடுதலைப் போராட்டத்தில் தமிழகத்தின் பங்கைப் பகைப்புலனாகக் கொண்ட அந்தக் குறிப்புகளைத் திரு.வி.க. தொகுத்தபோது அவருக்கு 61 ஆட்டை.

தமிழக அரசியல்வாதிகளில் புகழ்பெற்ற அண்ணா (64) முன்னுதாரணம் அற்ற தன் வாழ்க்கையை எழுதியிருக்க வேண்டும். ஆனால் எழுதவில்லை. அவரது முழுமை தோன்றும் எளிய முதல் வரலாறு நவீனன் எழுதி 1970இல் வெளிவந்தது. வாழ்க்கை வரலாறு என்று சொல்ல முடியாது எனினும், அவரது சிறப்பியல்புகள் பலவற்றின் நிகழ்ச்சிக்கோவைகள் கொண்டது என்று கலைஞர் அந்நூலைப் பற்றிக் குறிப்பிட்டது சரியானதே. பாரதியின் 'ஓம்சக்தி' பாடலின் 'நெஞ்சுக்கு நீதியும் தோளுக்கு

வாளும்' என்ற முதலடியிலிருந்து தலைப்பெடுத்த கலைஞர், அந்தச் சுயசரிதையை எழுதத் தொடங்கியது 1970களில். அவரது 50களில்.

அண்ணா, கலைஞருக்குப் பின்வந்த எம்.ஜி.ஆர் *நான் ஏன் பிறந்தேன்* என்று விளக்கவுரை எழுதினார். 60ஐ ஒட்டிய வயதில்தான் அது எழுதப்பட்டது. பாரதியின் 'கனவில்' வரும் 'ஏன் பிறந்தனன் இத்துயர் நாட்டிலே' என்ற அடியை நினைவூட்டும் தலைப்பு இது. பாரதியின் வரி பிறப்பின் துயர் என்றால், எம்.ஜி. ஆரின் தலைப்போ பிறப்பின் விளக்கம். இவர்களுக்கு முன்பு முதல்வர்களாயிருந்த ஓமந்தூர் இராமசாமி ரெட்டியாரோ இராஜாஜியோ காமராஜரோ சுயசரிதை எழுதவில்லை. இவர்களது வரலாறுகள் மற்றவர்களால் எழுதப்பட்டுள்ளன. மக்கள் முதல்வரது வரலாறு, அவருடைய அனுமதியின்மையால் எழுதப்பட்ட பிறகு தடையும் பெற்றது.

1950களில் முதல்வராக இருந்த பி.எஸ். குமாரசாமி ராஜா (1898 – 1957), தன் இளமை நினைவுகளை எழுதியது 50 வயதிற்குப் பிறகுதான். இந்நூல் வெளிவந்தது 1955இல். 1920 வரையிலான காலத்து நினைவுக் குறிப்புகளைக் கொண்ட அதைச் சுயசரிதை எனச் சொல்ல முடியாது. சில சம்பவ விவரிப்புகள் எனலாம்.

அரசியலுக்கு அடுத்துத் தமிழகத்தில் செல்வாக்குடன் திகழும் துறை திரைத்துறை. சினிமா செல்வாக்கு பெறுவதற்கு முன் நாடகம் கொடி கட்டிப் பறந்தது. அதில் சிறந்தவர் எஸ்.வி. சகஸ்ரநாமம் (1913–1988). 'திரும்பிப் பார்க்கிறேன்' என்ற அவரது சுயசரிதை வெளிவந்தது 1991இல். அந்நூலை அவர் எழுதியது 1984 வாக்கில் எனலாம். எனவே 70ஆம் வயதில்தான் அவர் 'திரும்பிப் பார்த்தார்' எனச் சொல்லலாம். புகழ்பெற்ற நாடகக் கலைஞரான பம்மல் சம்பந்த முதலியார், நீதிபதி பதவியிலிருந்து ஓய்வுபெற்ற பிறகே 1959இல், அதாவது அவரது 86வது வயதில் 'என் சுயசரிதை' என்ற நூலை எழுதினார்.

பாரதியின் சமகாலத்தவரான நாமக்கல் கவிஞரின் சுவாரஸ்யத்திற்குப் பேர்போன சுயசரிதையான *என் கதை* வெளியானது 1944இல்˙ கவிமணி சுயசரிதை எழுதியதாகத் தெரியவில்லை. எழுதிக்கொட்டிய சுத்தானந்த பாரதி தன் *ஆத்ம சோதனையை (1950)* நடுவயதில் எழுதினார்.

தாருல் இஸ்லாம் பத்திரிகையாசிரியரும் இஸ்லாமிய அறிஞருமான தாவூத்ஷா முதன்முதலாகத் தன் வாழ்க்கை குறிப்பைச் சுருக்கமாக (1957இல்) எழுதியபோது அவருக்கு

---

* 1888இல் பிறந்த அவர் அதை 1944இல் எழுதியபோது அவருக்கு வயது 56.

வயது 72. நீதித்துறையைச் சேர்ந்த W.S.கிருஷ்ணசாமி நாயுடு தன் சுயசரிதையான மை மெமொரீஸ் நூலை எழுதியபோது ஓய்வுபெற்றுவிட்டிருந்தார் என ஊகிக்கலாம். 1930-60 வரையிலான காலச் சென்னை நிர்வாகத்துறையின் உள்முரண்களைப் புரிந்து கொள்ள உதவும் நூலான அது 1977இல் வெளிவந்தது.

தமிழ்நாட்டின் சுயசரிதைகள் என்றழைக்கப்படுபவை எல்லாம் பெருவயதுக் கதைகள். இந்திய நிலைமையும் உலக நிலைமையும் வேறானது. ஒப்பிட்டால் இந்திய நிலைமை பெருமளவு ஒத்தது என்றும் அயல் நாட்டு நிலைமை முற்றிலும் மாறுபட்டது என்றும் கூறலாம். இந்தியாவின் தந்தையான காந்தி தன் வாழ்க்கையை எழுதியபோது அவருக்கு வயது 56. இந்தியாவின் முதல் பிரதமரான நேரு, தன் வரலாற்றை மக்களுக்கு உரைத்தபோது அவருடைய அகவை 48. ஒரு சில விதிவிலக்குகள் தவிர, அனைத்துமே 40 வயதுக்குப் பிறகே எழுதப்பட்டுள்ளன.

காந்தி (1927), நேரு (1936) ஆகியோரின் சுயசரிதைகள் வெளிவருவதற்கு முன்பே, அதாவது 1925லேயே வெளி வந்தது *A Nation in Making* என்ற சுரேந்திரநாத் பானர்ஜியின் சுயசரிதை. அப்போது பானர்ஜியின் வயது 77. இந்தியாவில் உருவான அறிவாளிகளுள் ஒருவராகக் கருதப்பட்ட ஹரீந்திரநாத் சட்டோ பாத்தியாய (1898-1990)வின் *Life and My Self* 1948இல் வெளிவந்தது.

தன் அண்ணன் பிரதமர் ஆனதைக் காண்பதற்கு முன்பே வெளிவந்தது விஜய லட்சுமி பண்டிட் (1900-1990) அவர்களின் சுயசரிதை, *So I became a Minister* (1939). எந்தப் பெரும் பதவியையும் வகிக்காத, நேருவின் இன்னொரு தங்கையான கிருஷ்ணா (1907-1967)வின் *With No Regrets* எழுதப்பட்டபோது அவருக்கு வயது 37. இவை இரண்டும்தான் பாரதியின் சுயசரிதைகளுக்கு அருகில் வருபவை. தலைப்புகளின் மூலமாகவே நூலின் தொனியை வெளிப்படுத்திவிடுவன இவை. இந்தச் சுயசரிதைகளைப் போலவே, பட்டினத்தாரின் பாடலடியிலிருந்து தலைப்பெடுத்த பாரதியும் கனவு என்று பெயரிட்டுத் தன் சுயசரிதையின் உள்ளடக்கத்தை உணர்த்தி விட்டிருந்தார்.

Recollections and Reminiscences of a Long Life (1947) என்பது 70 வயதிற்குப் பிறகு எழுதப்பட்ட சச்சிதானந்த சின்ஹாவின் தன் வரலாற்றின் பெயர். *My Search for Truth* என்ற டாக்டர் எஸ். இராதாகிருஷ்ணனின் நூலைச் சுயசரிதை என்று கருதுவது மிகையாக இருக்கலாம். ஒரு இலட்சியவாதியின் வாழ்க்கை பற்றிய பார்வை என விமர்சகர்கள் இதைச் சொல்கின்றனர். இதை எழுதியபோது அவருக்கு வயது 58.

சுயசரிதை என்பது மேற்கில் பிறந்தது. அவர்களது மனோபாவத்திற்குப் பொருந்தக்கூடியது. எனவே தோன்றிய இடத்தில் குறைந்த வயதிலேயே சுயசரிதைகள் உருவாகியுள்ளன. Good bye to all that என்ற நெகிழ வைக்கும் தலைப்பில் தன் வாழ்க்கையை ராபர்ட் கிரேவ்ஸ் எழுதியபோது அவர் வயது 33. No time like the Present என்று நிகழ்காலத்தைத் தலைப்பில் வைத்துக் கடந்த காலத்தை நூலுக்குள் வைத்துத் தன் சுயசரிதையை எழுதிய Storm Jamesonக்கு வயது 36. தற்போது அவை நாயகன் மொழிபெயர்ப்பில் தமிழுக்கு வந்துள்ளன I know why the caged bird sings என்ற மாயா ஆஞ்சலோ (1928-2014)வின் வாழ்க்கை வரலாறும் அவரது சோக வாழ்க்கையைப் படம் பிடித்துக் காட்டும் தலைப்பு கொண்டதுதான். அதை அந்த 'அசாதாரணப் பெண்' எழுதியபோது அவருக்கு வயது 41. நாற்பதுதான் சுயசரிதை எழுதப் பொருத்தமான வயது என்று சொன்ன Cellini தன் 58ஆவது வயதில்தான் எழுதினார். Confessions என்ற பெயரில் தன் வாழ்க்கையை எழுதிய ரூசோவுக்கு அப்போது அகவை 57. கதே அறுபதுக்கு மேல்தான் சுயசரிதை எழுதினார். உலக அளவில் அறியப்பெறும் நமது தாகூர் தன் முடிவுறாத, நினைவுகளை 40களின் நடுவில்தான் எழுதினார்.

சுயசரிதை எழுதுவதற்கென்று வகைமை சார்ந்த நிபுணர்கள் இப்போது உருவாகியுள்ளனர். இவர்கள் 'ஆவி எழுத்தாளர்கள்' அல்லர். நேரக்குறைவால் தவிக்கும் பெருமக்களுக்கு இந் நிபுணர்கள் ஆசுவாசம் தருகின்றனர். ஆள்வைத்து வீட்டில் செய்யப்படும் பிரியாணிக்கு அல்லது சமையலுக்கு இந்த வகை சரிதைகளை ஒப்பிடலாம். உரிமையாளரின் மேற்பார்வையில், ஆனால் பக்குவம் தெரிந்தவர் செய்யும் சமையல் இது. பட்டியல் கொடுக்கப்பட்டாலும் காய்கறி முதல் சேமக் காப்பு உட்பட அனைத்தும் உரிமையாளரின் முடிவே. அளவுகளை முடிவுசெய்து கலந்து அடுப்பில் ஏற்றி பக்குவம் அறிந்து இறக்குவது நிபுணர் பணி. சுயசரிதைக்கும் வாழ்க்கை வரலாற்றுக்கும் இடை அமைவு வரலாறுகளாக அமைவன இந்தப் புதிய வகையின. மேலோட்டமாகப் பார்த்தால் இவை வாழ்க்கை வரலாறுகள் என்று தோன்றும்.

நாயகர்களைவிட, குறிப்பிட்ட இந்நிபுணர்கள் 'சார்பற்று' சம்பவங்களைப் பார்க்க வாய்ப்புண்டு என்பது இவ்வகைப் பிரதிகளுக்கு ஒரு பெரும் பலன். ருசிக்கு நன்றாக இருக்கிறது என்றாலும் ஒரே வகை வரலாறுகள் பெருக வாய்ப்பு அதிகம். எனினும் நாயகர்களின் மேற்பார்வை பிரதியின் நம்பகத்தன்மையை உறுதி செய்கிறது. இத்தகு புதியவகைக்கும் பழைய முன்உதாரணம் சொல்லலாம். சாமி சிதம்பரனார் எழுதிய 'தமிழர் தலைவர்' என்ற

தன்னைப் பற்றிய நூலைப் பெரியார் பார்த்துக் கொடுத்தார். அதனாலேயே அது 'அதிகாரம் பெற்ற வரலாறு' என்ற பெயர் பெற்றது. வா.செ. குழந்தைசாமி 'ஆடு மேய்ப்பதில் தொடங்கி அண்ணா பல்கலை தாண்டி' என்ற தன் வரலாற்றைப் பார்த்துக் கொடுத்துள்ளார். நாயகர் பெரிய மனிதராக உருவானபின்னரும் அந்நிலையைச் சமூகம் அங்கீகரித்த பின்னருமே இவ்வரலாறுகள் இயலக் கூடியவை. எனவே இவை 50 வயதுக்கு மேல்தான் நம் சமூகத்தில் உருவாகின்றன. உருவாகமுடியும்.

இன்னொரு பழைய சுயசரிதை வகை உண்டு. தங்கள் வாழ்க்கையைப் புனைவாக உருவாக்கும் சுயசரிதைகள். படைப்பாக உருவாக்கப்படும் இவற்றை எந்த வயதிலும் செய்யலாம். பாரதியினுடையது ஒரு வகையில் இதுதான். தமிழில் சமீபத்தில் உருவான 'சிலுவைராஜ் சரித்திரமும்' (ராஜ் கௌதமன்), 'வடு' (கே.ஏ. குணசேகரன்), 'கருக்கு' (பாமா) போன்றவை 50 வயதுக்குப் பிறகும் அல்லது அதை ஒட்டியுமே எழுந்த இவ் வகையின.

தன் வாழ்வில் நடந்ததை எழுதிப் பார்ப்பது சுயசரிதை. தன் வாழ்வில் நடக்க இருப்பதை எழுதிவைத்து, அவை நடக்கிறதா என்று பார்ப்பதை என்னவென்று சொல்வது? அப்படி தன் வாழ்வில் நிகழவிருப்பதை எழுதி வைத்துப் பார்த்த கதையும் தமிழில் உண்டு (எதுதான் தமிழில் இல்லை). பா.வே. மாணிக்க நாயகர் (1871 – 1931) தமிழறிந்த பொறியியல் அறிஞர். அவர் தன் 16ஆவது வயதில் சோதிடம் கற்றுத் தம்முடைய பிறப்புப் பட்டியலை (ஜாதகப் பலன் என்பதன் தமிழாக்கம்) 59 வயது வரை எழுதி வைத்தார். அவ்வாறு எழுதி வைத்தபடி ஒவ்வொரு நிகழ்ச்சியும் உரிய காலத்தில் மாறாமல் நடைபெற்றதாக அவரது தங்கை மகன் என்.கே. வேலன் குறிப்பிட்டுள்ளார் ('பா.வே. மாணிக்க நாயகர் வாழ்க்கை வரலாறு' (1972), ப. 4). தன் 60ஆம் வயதில் காலமான மாணிக்க நாயகர் தனியாகச் சுயசரிதை எதையும் எழுதி வைக்கவில்லை. அதுதான் பிறப்புப் பட்டியல் எழுதிவிட்டாரே! எது எப்படியாயினும் 16 வயதில் எழுதப்பட்ட சுயசரிதையாகப் பிறப்புப் பட்டியலைக் கருத இயலாது.

II

சுயசரிதை எனப்படும் தன் வரலாற்று நூல்களைப் பொறுத்த வரை வயது உட்பட நான்கு சந்தேகங்கள் பொதுவாக உண்டு என்கிறார் ஒரு எழுத்தாளர். சுயசரிதை எழுதுபவர் தன் வாழ்க்கை நிகழ்வுகளிலிருந்து சிலவற்றை மட்டுமே தேர்ந்தெடுக்கிறார். இத்தேர்ந்தெடுப்பின் நோக்கமும் அளவுகோலும் என்ன? இது முதல் சந்தேகம். நிகழ்வின் விவரிப்பில் எந்த அளவிற்கு அவர்

உண்மையாக இருப்பார் என்பது இரண்டாவது. மூன்றாவது சுயசரிதை எழுதச் சரியான வயது எது என்பது. நான்காவது ஐயம் சுயசரிதை எழுதத் தகுதியுள்ளவரா என்பது.

பாரதியின் சுயசரிதையைப் பொறுத்தவரை, தன் வாழ்க்கையின் இளமைப்பருவ நிகழ்வுகளை அவன் துயர எண்ணமும் விமர்சன நோக்கமும் கொண்டு தேர்ந்தெடுத்துள்ளது தெரிகிறது. தன்னையே கேலி செய்துகொள்ளும் அளவிற்கு விவரிப்பில் உண்மை ஒளிர்கிறது. மற்றவருக்கு எப்படியோ, பாரதிக்கு அவ்வயது பொருத்தமற்றது என்று சொல்ல முடியவில்லை. இன்று மகாகவியாக மலர்ந்துள்ளதாலும், நூறாண்டுக்குப் பிறகும் அவன் சொற்கள் ஒளிவீசிக் கொண்டிருப்பதாலும், தகுதிபற்றிய சந்தேகமும் அவன் அளவில் எழவே இல்லை. அனுபவம், பார்வை, நோக்கம், இறுதியாக எழுதும் திறன் ஆகியவையே ஒரு சுயசரிதைக்கு முக்கியம் எனத் தோன்றுகிறது. வயது ஒரு பொருட்டே இல்லை. சுயசரிதை எழுதுவதற்கு என்று ஒரு வயது இல்லை. ஆனால் கிழக்கின் மனம் வயதை வற்புறுத்திக்கொண்டே இருக்கும். கரிகால் பெருவளத்தான்போலக் கிழவேடம் தரித்து அம்மனத்தைத் திருப்தி செய்ய வேண்டியிருக்கிறது.

காலச்சுவடு, ஏப்ரல் 2015

பாரதி எழுத்துகள் பதிப்பு வரலாறு

'பருத்தி, புடவையாய்க் காய்க்காத கதை'

பாரதி எழுத்துகளை வ.ரா. பதிப்பிக்க முயன்றது

நவீனத் தமிழ் வாழ்க்கையின் தரம் உயர்ந்து கொண்டிருப்பதாகத் தோன்றுகிறது. இன்று சென்னையில் புதிதாய்த் திறக்கப்படும் கடை, ஒன்று துணிக் கடையாய் இருக்கிறது அல்லது உணவகமாய் இருக்கிறது.

பாரதி காலத்தில், அவனுக்கு அடுத்த பத்தாண்டுகளில்... வெறும் சோற்றுக்கு வந்த பஞ்சமும் நாட்டுத் துணிக்கே ஆலாய்ப் பறக்கும் அவலமும் இருந்தன. துணி, விரும்பி தேடி காத்திருந்து பெறும் பொருளாகவே தமிழ்ச் சமூகத்தில் இருந்திருக்கிறது. இரண்டு நவீன எழுத்தாளர்கள் பாரதியின் நூல் பதிப்பு குறித்த பேச்சில் துணி, அதுவும் பருத்தித் துணி பற்றிய உதாரணங்களையே பயன்படுத்தியிருக்கின்றனர்.

'பாரதி பிரசுராலய'ப் பதிப்புகள் பற்றிய விமர்சனத்தில் பாரதி நூலைச் சிரத்தையுடன் பதிப்பிக்க வேண்டும், அது வெறும் வியாபாரப் பண்டம் அல்ல என்று சொல்லவந்த புதுமைப்பித்தன் (1937) பாரதியும் பருத்தித் துணியும் ஒன்றல்ல என்கிறார். இதே காலத்தில் பாரதி பிரசுராலய நிர்வாகிகளுள் ஒருவரான பாரதியின் தம்பி சி. விசுவநாதையர், பாரதியின் நூலாக வெளிவராத கட்டுரைகளைத் தொகுத்துப் பதிப்பிக்க வ.ரா.வை

அணுகுகிறார். இவ்வேண்டுகோளை மகிழ்ச்சியுடன் ஏற்கும் வ.ரா., பாரதியின் கட்டுரைகளைத் தானே தேடிப் படித்து, திளைத்து, இப்படி ஒரு நூலாக்கும் எண்ணம் கொண்டிருந்த நேரத்தில், அதைச் செய்ய ஒருவர் வந்து கேட்டுக்கொண்டதைப் "பருத்தி, புடவையாகக் (வேஷ்டியாகவும்) காய்த்த சந்தோஷ சங்கதி" என்று வர்ணிக்கிறார். காரியம் சுலபமாய் ஆனதைக் குறிக்கும் பழமொழியாக இருந்தாலும், உவமை பருத்தித் துணி பற்றியதாய் இருக்கிறது.

பருத்தி நன்கு விளையும் கரிசல் பூமியில் பிறந்த பாரதியின் தந்தையின் வாழ்வு பஞ்சாலை வைத்து நைந்து போனதற்கும், 'பஞ்சுப்பொதி போல் படர்ந்த திருவடிவம்' என்று குயில் பாட்டில் வரும் (மாட்டின்) வர்ணனைக்கும் இந்த உதாரணங்களுக்கும் ஒரு தொடர்பும் இல்லை. பஞ்சாலை என்கிற நவீன எந்திரம் தமிழகத்துக்கு வந்து நிலைபெற்று அதன் தொடர்பில் பருத்தித் துணிகள் பரவலாக வியாபாரத்திற்கும் புழக்கத்திற்கும் வந்து விட்டிருந்த புதிய காலச் சூழலில் நவீனத் தமிழ் எழுத்தாளர் இருவருக்கு இந்த உதாரணம் தோன்றியிருக்கிறது. அவ்வளவுதான்.

பாரதி நூல்களின் பதிப்பு முயற்சியைப் பாரதி காலம், பாரதிக்குப் பிறகு என்று இரண்டாகப் பிரித்துப் பார்த்தாலும், இரண்டு காலத்திலும் முயற்சி செய்தவர்கள் இருவர். ஒருவர் பரலி சு. நெல்லையப்பர்; மற்றவர் வ.ரா. என்கிற வ. ராமசாமி ஐயங்கார். இதில் பாரதியின் சமகாலத்தவராக, அவரோடு நெருங்கிப் பழகி, பாரதியை மகாகவியாக நிலைநிறுத்தப் பாடுபட்ட வ.ரா.வின் பாரதி நூல் பதிப்பு முயற்சிகளைப் பார்ப்பதே இக்கட்டுரையின் நோக்கம்.

"திருப்பயணம் வி. ராமஸ்வாமி அய்யங்கார் என்னிடம் 'விநாயகர் ஸ்தோத்திரம்' (தமிழ் நூல்) அச்சிட வாங்கிக் கொண்டுபோனார். இன்னும் அச்சிட்டனுப்பவில்லை . . . 'விநாயகர் ஸ்தோத்திரம்' வேலையை விரைவில் முடித்துப் புஸ்தகங்களனுப்பும்படி சொல்லு . . ." என்று பாரதி (3.8.1919இல்) சி. விசுவநாத ஐயருக்கு ஒரு கடிதத்தில் குறிப்பிட்டிருக்கிறார்.

தஞ்சாவூரிலிருந்து கும்பகோணம் செல்லும் வழியில் திருவையாற்றுக்கு அருகே உள்ள திருப்பழனம், பாரதி எழுத்தில் திருப்பயணம் என்றாகியுள்ளது. அவ்வூரைச் சேர்ந்த இளைஞர் வரதராஜன் ராமஸ்வாமி ஐயங்கார் (1889–1951) பாரதியோடு இரண்டரை ஆண்டு காலம் புதுவையில் வாழ்ந்தவர். 'விநாயகர் ஸ்தோத்திரம்' என்று கடிதத்தில் பாரதி குறிப்பது, 'பாரதி பாடல்' தொகுப்பில் உள்ள விநாயகர் நான்மணிமாலைதானா என்பது உறுதிபடத் தெரியவில்லை. வெண்பா, கட்டளைக் கலித்துறை,

ஆசிரிய விருத்தம், அகவல் என்று நான்கு யாப்பில் நிரல் அமைப்பும் அந்தாதித் தொடையும் இயைய 40 பாடல்களும் கொண்டு 'நான்மணிமாலை' என்ற இலக்கணப்படி அமைந்துள்ளதால் ஸ்தோத்திரம் நான்மணிமாலை என ஆகி இருக்கலாம். இரண்டும் ஒன்றா வேறு வேறா என்பதைத் தெளிய நம்மிடம் போதுமான தகவல்கள் இல்லை. 'ஸரஸ்வதி ஸ்தோத்திரம்' – 'கலைமகளை வேண்டுதல்' என்றும், 'ஸ்ரீ கிருஷ்ண ஸ்தோத்திரம்' – 'சுதந்திர தாகம்' என்றும் பாரதியின் பாடல் தலைப்புகள் பின்னாளில் பெயர்மாறிப் பதிவாகி இருக்கின்றன. இம்மாதிரி தலைப்பு மாறிய பாடல்களில் ஒன்றாக இதைக் கருதி விநாயகர் ஸ்தோத்திரமே நான்மணிமாலை ஆகி இருக்கலாம் என்று கருத இடமுண்டு. 'விநாயகர் நான்மணிமாலை' பாரதி மறைந்த பிறகுதான் (1929) முதலில் வெளிவந்தது.

> நமக்குத் தொழில் நாட்டிற்கு உழைத்தல்
> இமைப் பொழுதும் சோராதிருத்தல்
>
> அச்சமில்லை அமுங்குதல் இல்லை
> நடுங்குதல் இல்லை நாணுதல் இல்லை
> பாவமில்லை . . . பதுங்குதல் இல்லை
>
> பேசாப் பொருளைப் பேச நான் துணிந்தேன்
> பொய்க்கும் கலியை நான் கொன்று
>
> பூலோகத்தார் கண்முன்னே
> மெய்க்கும் கிருத யுகத்தினையே
> கொணர்வேன் – தெய்வ விதி இஃதே.

என்பன போன்ற புகழ்பெற்ற தொடர்கள் எல்லாம் இந்த விநாயகர் வேண்டுதலில்தான் இடம்பெற்றுள்ளன. புதுவை மணக்குள விநாயகர் மீது பாடப்பட்டதாகக் கருதப்படும் இந்நாற்பது பாடலும் புதுவை மணக்குள விநாயகர் கோயில் உள்பிரகாரத்தில் சலவைக் கல்லில் இப்பொழுது பொறிக்கப் பட்டுள்ளன. கோயில் சார்ந்த மனஅமைப்புக்கு முற்றிலும் எதிரான, மனித முயற்சியைக் கொண்டாடும் தொடர்கள் பற்றிய பிரக்ஞை சிறிதுமின்றி மக்கள் வலம் வருவது, பொய்க்கும் கலியை நினைவுக்குக் கொண்டுவருகிறது. தெய்வ விதி அது என அவர்கள் நினைக்கலாம். சீர்திருத்த எழுத்தாளர் வ.ரா.வை இப்பாடல் வரிகள் கவர்ந்திருக்கும் என்பதில் என்ன சந்தேகம்? எனவே அவர் இப்பாடலைப் பதிப்பித்து நூலாக்க எண்ணிப் பாரதியிடமிருந்து வாங்கிப் போயிருக்கலாம். ஆனால் இந்த முதல் பதிப்பு முயற்சி ஈடேறவில்லை. பாரதி பற்றிப் பின்னாளில் எவ்வளவோ எழுதிய வ.ரா. இம்முயற்சி பற்றி எங்கும் குறிப்பிடவுமில்லை.

பாரதி செய்த கடுமையான முயற்சிகளால் அவர் வாழுங் காலத்தில் சில நூல்கள் பதிப்புக் கண்டன. பாரதியின் நண்பர்

பரலி சு. நெல்லையப்பர் இதற்கு உதவிசெய்தார். மறைவிற்குப் பிறகு பாரதியின் மனைவி செல்லம்மா, பாரதி ஆச்ரமம் நிறுவி, அதன்வழி பெரும் கனவு கண்டு சில பதிப்புகள் செய்தார். பின்னர் பாரதியின் தம்பி சி. விசுவநாத ஐயர், நடராஜன், ஹரிஹர சர்மா ஆகியோர் உதவியுடன் பாரதி பிரசுராலயம் மூலம் பாரதியின் படைப்புகளைப் பெருமளவு கொண்டுவந்தார். பாரதியின் முன்னர் வெளிவந்த நூல்களையும் நூல்களாக வெளிவராத பாரதியின் கையெழுத்துப் பிரதிகளையும் அவர்கள் வெளியிட்டனர். ஆனால் பாரதி எழுதிய பத்திரிகைக் கட்டுரை களைச் சேகரித்துத் தொகுத்து வெளியிட அவர்களால் இயல வில்லை.

பாரதி வேலை செய்த *சுதேசமித்திரன்* இதழில் வெளிவந்த பாரதி எழுதிய கட்டுரைகளைத் தொகுத்து வெளியிட வ.ரா. தானே விரும்பி முயன்றிருக்கிறார். இதுவே வ.ரா.வின் இரண்டாவது பதிப்பு முயற்சி. *சுதேசமித்திரனின்* அப்போதைய ஆசிரியர் சி.ஆர். சீனிவாசன் அவர்களிடம் அனுமதி பெற்று, வ.ரா. பழைய *சுதேசமித்திரன்* இதழ்களைப் பார்க்கத் தொடங்கினார்.

> ...பாரதியாரின் அநேக எழுத்துகள் பிரசுரமாகாமலே போய்விடுமோ என்ற பயம் எனக்கு உண்டாயிற்று. இந்த நிலைமையை என்னால் மனத்தில் எண்ணக்கூட முடியவில்லை. என்னைப் போலவே பாரதியாரின் பக்தர்களான எங்கள் கோஷ்டிப் பத்திரிகாசிரியர்களுக்கெல்லாம் தாங்க முடியாத துக்கம். எனக்கு ஒரு யோசனை தோன்றிற்று. ‘கதா மாலிகை’ முதலிய நூல்களில் பிரசுரமானது போக, பாக்கி *சுதேசமித்திரனில்* வந்த எழுத்துக்களை ஒன்று திரட்டி, நான் ஏன் வெளியிடக் கூடாது என்று தோன்றிற்று. பல வருஷங்கள் பாரதியாரோடு புதுச்சேரியில் வாழ்ந்த நான், அதுகூடச் செய்யாமற்போனால் அவருக்குத் துரோகம் செய்தவனாவேன் என்ற எண்ணமும் ஏற்படவே *சுதேச மித்திரன்* ஆசிரியர் ஸ்ரீமான் ஸி.ஆர். சீனிவாசன் அவர்களை இது விஷயமாகக் கேட்டேன். நான் கேட்டதுதான் தாமதம். கற்பனை செய்ய முடியாத பெருந்தன்மையுடன் அவர் என் வேண்டுகோளுக்கு உடனே இசைந்தார்.

என்று வ.ரா. தன் முயற்சியைக் குறிப்பிடுகிறார். இந்த முயற்சி 1934இன் முற்பகுதியில் நிகழ்ந்ததாகத் தெரிகிறது (*சுதந்திரச் சங்கு*, 8.6.1934). இம்முயற்சி தொடர்ந்ததாகவோ வெற்றி பெற்ற தாகவோ தெரியவில்லை. இந்தச் சமயத்தில் பாரதி பிரசுராலயம் சார்பாக, சி. விசுவநாதன் வ.ரா.வைப் பதிப்புத் தொடர்பாக அணுகியிருக்கிறார். அது வ.ரா.வின் மூன்றாவது முயற்சியாக உருவாகிறது.

சி. விசுவநாதன், வ.ரா.வைப் பதிப்புத் தொடர்பாக அணுகும் போது, பாரதியின் பதிப்புகள் இருந்த நிலைமையைப் பார்க்கலாம். பாரதி காலத்தில் வந்தவை (20 நூல்கள்), பின்னால் பாரதி ஆச்ரமம், பாரதி பிரசுராலயத்தார் வெளியிட்டவை (30 நூல்கள்) ஆகும். 'கீதங்கள்', 'பகவத்கீதை', 'ஞானரதம்', 'சந்திரிகையின் கதை' முதலியன தவிர, சுதேசமித்திரன் தானே வெளியிட்ட 'கதா மாலிகை' என்ற இவற்றைக் குறிப்பிட்டு வ.ரா இவ்வாறு கூறுகிறார்.

> மேற்சொன்ன பிரசுரங்களோடு (பாரதியின் எழுத்துகள்) பூர்த்தி அடைந்துவிட்டதாக எவரும் எண்ண வேண்டாம். புஸ்தக வடிவமாகப் பிரசுரமாகாத அபூர்வமான எழுத்துகள் எவ்வளவோ பாக்கியிருக்கின்றன. பாரதியின் அகால மரண நஷ்டத்தோடு, இந்தப் பிரசுரமாகாத நஷ்டமும் தமிழ்நாட்டுக்கு ஏற்படலாகாதே என்று நினைத்து, நினைத்து நான் ரொம்பவும் வருத்தப்பட்டதுண்டு.

வ.ரா. தானே *சுதேசமித்திரன்* கட்டுரைகளை வெளியிட முயன்றுகொண்டிருக்கையில்தான் சி. விசுவநாதையர் வ.ரா.வைச் சந்தித்து, பாரதியின் எழுத்துகள் அனைத்தையும் பதிப்பிக்கும் வேலையைச் செய்து உதவும்படி கோருகிறார்.

> பாரதியின் எழுத்துகள் அனைத்தையும் சோதித்து, பரிசீலனை செய்து, தொகுக்கவும், முகவுரை, விமர்சனம் முதலிய பொறுப்பையும் என்னிடம் தந்து பாரதியாரின் பெருமையைத் தமிழ்நாட்டுக்கு நன்கு எடுத்துக் காண்பிக்கு மாறும் எனக்குக் கட்டளையிட்டார். இது எனக்கு, பருத்திப் புடவையாகக் (வேஷ்டியாகவும்) காய்த்த சந்தோஷ சங்கதி.

என்று வ.ரா. இதனைக் குறிப்பிடுகிறார் (*சுதந்திரச் சங்கு, 8.6.34*). இந்தக் குறிப்பு வெளிவருவதற்கு ஏழு நாள்கள் முன்பு, புதுமைப்பித்தனுக்கு வ.ரா. எழுதிய கடிதம் ஒன்றில் (1.6.1934) இப்பொறுப்பைப் பெற்ற செய்தியை மகிழ்ச்சியோடு பகிர்ந்து கொள்கிறார்.

> ஸ்ரீ புதுமைப்பித்தனுக்கு,
>
> நமஸ்காரம். புதுமைப்பித்தனுக்கு, கசங்கின, பழைய காகிதத்தில் எழுதுவது தவறு என்றாலும் பழைய சாராயம், பழைய மனைவி முதலியவை உயர்ந்தவை என்று சொல்லுகிறார்கள். நான் கலியாணமாகாதவன் என்ற சேதி உங்களுக்குத் தெரியுமோ? தெரியாதோ?
>
> ஆனால் பழைய காகிதங்களிலே எனக்குப் பித்து அதிகம். இப்பொழுது, சிறிது காலமாகச் *சுதேசமித்திரன்* பழைய பயிலைப் புரட்டிக்கொண்டிருக்கிறேன் பாரதியாருக்காக.

பாரதியாரின் எழுத்துக்களை எடிட் செய்து வெளியிடும் பாக்கியம் எனக்குக் கிடைத்திருக்கிறது."

பாரதியின் பாடல் தொகுப்புக்கு மற்றவர் முகவுரை, முன்னுரை எழுதும் வழக்கம், பாரதி வாழ்ந்த காலத்திலேயே தொடங்கிவிட்டது. 'முரசு', 'பாப்பா பாட்டு' ஆகியவற்றுக்குப் பரலி. சு. நெல்லையப்பர் முகவுரை எழுதுகிறார். (1917, 1918). 'கண்ணன் பாட்டு'க்கு (1919) வ.வே.சு. ஐயர் எழுதுகிறார். பாரதி மறைவிற்குப் பிறகு பாரதி ஆச்ரமம், பாரதி பிரசுராலய முயற்சிகளில் செல்லம்மா, நாவலர் சோமசுந்தர பாரதியார், எஸ். சீனிவாச ஐயங்கார் (1922), சர்க்கரைச் செட்டியார் (1927) ஆகியோர் முன்னுரை எழுதி, பாரதியைத் தமிழ்ச் சமுதாயத்தினருக்கு இனம் காட்டினர். இந்த வரிசையில் பாரதியோடு நெருங்கிப் பழகியிருந்த வ.ரா.வைப் பிரசுராலயத்தினர் அணுகுகின்றனர். இலக்கியப் படைப்பாளி என்பதனால் எடிட் செய்யவும் கேட்டுக் கொள்கின்றனர்.

இம்மூன்றாவது முயற்சியும் எந்தப் பயனையும் அளித்ததாகத் தெரியவில்லை. பதினாறு ஆண்டுகளில் வெளியான *சுதேச மித்திர*னின் தினசரிப் பத்திரிகை, வாரம் மும்முறை ஆகியவற்றை எழுத்தாளர் பெ. தூரன் பார்த்து, எடுத்துப் பாரதி தமிழாக (1953) வெளியிடும்போது வ.ரா. மறைந்து இரண்டு ஆண்டுகள் ஆகிவிட்டிருந்தன.

ooo

இதுவரை பேசியவற்றைத் தொகுத்துப் பார்க்கலாம்.

பாரதியின் நூல்களைப் பதிப்பிக்க வ.ரா. எடுத்துக்கொண்ட முயற்சிகள் நமக்குத் தெரிந்து மூன்று. பாரதி வாழ்கையில்– 1910களில் ஒன்று. பாரதி மறைந்த பிறகு 30களில் இரண்டு. முதல் முயற்சி பற்றி வ.ரா.வின் வார்த்தைகளில் நமக்குத் தகவல்கள் இல்லை. இரண்டாவது முயற்சி வ.ரா. தானே மேற்கொண்டது. மூன்றாவது, பாரதியின் தம்பி கேட்டுக்கொண்டதன் பேரில் தொடர்ந்தது.

வ.ரா.வின் இப்பதிப்பு முயற்சிகள் தமிழ்ப் பதிப்பு வரலாற்றில் மையம் கொள்வதாக மதிப்பிடலாம். பதிப்புப் பணி என்பது தமிழகத்தில் தொழிலாக மாறாத காலகட்டத்தில் இம்முயற்சிகள் நடைபெற்றிருக்கின்றன. கல்வி வளர்ச்சியும் படிப்போர் சதவீதமும் மிகக் குறைந்த காலகட்டத்தில் இவை நடந்து முடிந்திருக்கின்றன. பதிப்பாளர்கள், ஆசிரியர்களைத் தேடும் இன்றைய சூழலில், பாரதியாரின் பதிப்பு முயற்சிகள் ஒரு பக்கம் வேடிக்கையாகவும் மற்றொரு பக்கம் வேதனையாகவும் தோன்றுகின்றன.

பதிப்புத் தொழில் நன்றாக வளர்ந்த நாடுகளில் ஆசிரியர்களுக்கும் பதிப்பாளர்களுக்கும் இடையில் முகவர்கள் உண்டு. ‘ஏஜெண்ட்’ என்ற சொல் தமிழ்ச் சூழலில் இழிவழக்காக உள்ளது. அயல்நாடுகளில் அப்படி இல்லை. ஏஜெண்டுகள், பல்துறை ஞானம் உள்ளவர்களாக இருப்பார்கள். மக்களின் நாடி தெரிந்தவர்களாக, புத்தக உள்ளடக்கம், அதன் தாரதம்மியம், விற்பனை முதலிய எல்லா அம்சங்கள் பற்றிய அறிவுமுடையவர்களாக இருப்பார்கள். ஆசிரியர்க்கும் பதிப்பாளர்க்கும் பாலமாகத் திகழ்வார்கள். பதிப்பாளர்க்கு என்ன தலைப்புகளில் நூல் வெளியிடலாம் என்ற ஆலோசனை தரும் நிலையில் இருப்பார்கள். ஆசிரியர்க்கும் இது விஷயத்தில் உதவுவார்கள்.

‘விநாயகர் ஸ்தோத்திரம்’ பதிப்பு முயற்சியில் வ.ரா.வின் பங்கை இந்த வகை முகவர் வேலையாகத்தான் கருத வேண்டும். பதிப்பாளர் என்ற இனம் தோன்றாத பதிப்புலகச் சூழலில், பதிப்புச் செலவுக்கு நண்பர்களை அவர் நம்பி இருந்திருக்கலாம். அரவிந்தருக்குத் தன் வழியாகப் பணவுதவி செய்த கொடியாலம் ரங்கசாமி ஐயங்காரை நம்பி இருந்திருக்கலாம்; தன்னுடைய சுந்தரி நாவல் பிரசுரத்திற்கு உதவிய டாக்டர் டி.எஸ்.எஸ். ராஜனின் உதவியைக் கோரியிருந்திருக்கலாம். எப்படியோ நிறைவேற்றிவிடலாம் என்று நம்பி வாங்கிய கையெழுத்துப் பிரதியை அவரால் அச்சிட இயலவில்லை. இதே காலத்தில் இவ்வகை முகவர் பணியைச் செய்த பரலி சு. நெல்லையப்பர் வெற்றி பெற்றார்.

இரண்டாவது முயற்சி, *சுதேசமித்திரன்* கட்டுரைகளைத் தேடியெடுத்துத் தொகுத்து, வெளியிடும் தொகுப்பாளர் பணி. இது ஆசிரியர் பணிக்குரிய அறிவையும் ஆராய்ச்சிப் பணிக்குரிய உழைப்பையும், பெரிய பரப்பில் இயங்குவதற்குரிய தகவல் அறிவையும், மேலதிகமாகப் பொறுமையையும் வேண்டுவது. இதன் முதல் பகுதி அச்சுக்குரிய பிரதி தயாரிப்பது. இரண்டாவது பகுதி, அச்சிடுவது. இதைப் பார்த்துக்கொள்ள பாரதி பிரசுராலய சி. விசுவநாதன் முன்வந்துவிட்டார். இந்த முதல் பகுதி கடுமையானது.

வ.ரா. பதிப்பாசிரிய இயல்பு கொண்டவரேயல்லர். ஆவேசம் மிக்க படைப்பாளி அவர். உணர்ச்சிகளின் திசை காட்டலில் பயணம் செய்பவரால் நிதானம் தேவைப்படும் பதிப்புப் பணியை எப்படிச் செய்ய முடியும்? பதிப்புப் பணி பொறுமையைக் கோருவது, உழைப்பை வேண்டுவது, தேடலை அவாவுவது, சள்ளைப் பிடித்தது, கவனம் சிதறாத ஒருமையை வேண்டுவது, தொடர்ச்சியைப் பரவுவது. வ.ரா. உணர்ச்சி ஆவேசம் பிடித்துந்த

சொல் விரித்தாடிய பொங்கும் கடல். ஆகவே இரண்டாவது முயற்சியும் விளைவேதுமின்றிக் கழிந்தது.

மூன்றாவது முயற்சி, பாரதியின் வெளிவராத கட்டுரைகளைத் தொகுத்து வெளியிட பாரதி பிரசுராலயம் கேட்டுக்கொண்டதை நிறைவேற்றும் முயற்சி. இது ஆசிரியப் பணி போன்றது. கூடவே எடிட்டர் என்றும் சேர்த்துக்கொள்ளலாம். தொகுப்பாளர் என்பதைவிட இது மேலான வேலை. பதிப்பகங்களில் செயல்படும் தொழில்முறை எடிட்டர்கள், பல சமயம் ஆசிரியர்களைவிடவும் திறமை வாய்ந்தவர்களாக விளங்குவார்கள். அந்த எடிட்டர் வேலை அல்ல இது; அதற்கும் மேலானது. அவர்களுக்கும் ஆசிரியர்களுக்கும் உணர்வுபூர்வமான ஈடுபாடு எதுவும் இருக்காது. அதனால் சார்பின்றி இருப்பார்கள். அதனால் ஒரு வகையில் பணி, வாசகரை நோக்கியதாகக் கூர்மை அடையும். ஆனால் இங்கே என்னதான் வாசகரைக் கவர்ந்திழுக்கும் வசன நடை கைவந்த வல்லாளராக வ.ரா. இருந்தாலும் எடிட் செய்பவருக்கு எழுத உரிமை இல்லையே. அதோடு பாரதியிடம் வ.ரா.வுக்கிருந்த உணர்வுபூர்வமான ஈடுபாடும் வ.ரா.வைச் செயல்படாது அடித்திருக்கலாம்.

"*சுதேசமித்திரன்* பழைய பயிலை நான் புரட்டிப் பார்க்கையில் எனக்கும் பசி, தாகம் ஒன்றுமே எடுக்கவில்லை. எழுத்துக்கள் அவ்வளவு ஸ்வாரஸ்யமாயிருக்கின்றன" என்று வ.ரா. குறிப்பிடுகிறார். இப்படி இருக்கிற உற்சாகம், ஈடுபாடு தேவைதான். ஆனால் அது பலசமயம் வேலை முடிவதைத் தடுத்துவிடும்; அப்படித்தான் இங்கு நடந்திருக்கக்கூடும்.

உ.வே.சா.வும் பதிப்பித்தார். ஆனால் அவருக்கு நூல்கள் மண்ணெண்ணெய், தீப்பெட்டி போல எல்லோர்க்கும் எளிதாய்க் கிடைக்க வேண்டும், வெளிநாட்டு நூல்கள் போல அழகாகவும் இருக்க வேண்டும் என்றெல்லாம் நூல் விலை, நூல் தரம், நூல் விற்பனை ஆகியன பற்றி பாரதிக்கு இருந்தது போலக் கனவுகள் கிடையாது. உ.வே.சா. லௌகீகம் தெரிந்தவர். அதனால் அவர் நூல்கள் சிரமத்துக்கிடையிலும் பதிப்புகள் பல கண்டன. பதிப்பு தொழிலாக மாறாத காலத்தில், தொழில் மூலமாகக் கிடைக்கும் உச்சபட்ச விளைவைக் கனவு மூலமாக பாரதி கண்டார். அது பருத்திச் செடி, பருத்தித் துணியாகக் காய்ப்பதை எதிர்பார்ப்பது. பஞ்சிலிருந்துதான் துணி நெய்ய முடியும். பருத்திச் செடியிலிருந்து அல்ல.

***காலச்சுவடு*, டிசம்பர் 2006**

பாரதி: 'விஜயா' கட்டுரைகள்

பாரதியின் பிற்கால வாழ்வு

பாரதியார் ஆசிரியராக இருந்து நடத்திய நாளேடான 'விஜயா'வில் அவர் எழுதியதாகக் கருதப்படும் கட்டுரைகளின் தொகுப்பு, 'பாரதி: 'விஜயா' கட்டுரைகள்.' பாரதி தன் குறைந்த வாழ்நாளில் பங்களித்த பத்திரிகைகள், சுதேச மித்திரன், இந்தியா, சூர்யோதயம், கர்மயோகி, விஜயா உட்பட பல. அப்பத்திரிகைக் கட்டுரைகள் எல்லாம் நூலாக வெளிவருவது, பாரதி ஆய்வுக்குப் பயன்படுவதாகும். அவற்றுள், சுதேசமித்திரனில் வெளிவந்த பாரதி படைப்புகளை நூலாக வெளியிட 1930களில் முயற்சி வெகுவாக நடந்தது. பாரதியின் நண்பரும் எழுத்தாளருமான வ.ரா. அம்முயற்சியில் ஈடுபட்டார். பாரதியின் இளவலும் இதற்குத் துணை நின்றார். எனினும் அம்முயற்சியில் எழுத்தாளர் பெ. தூரனே இறுதியில் வென்றார். தூரனின் முயற்சியில் 'பாரதி தமிழ்' 1953இல் நூலாக வெளிவந்தது. 'இந்தியா'வின் பெரும்பாலான கட்டுரைகள் இளைசை மணியனின் முயற்சியால் 'பாரதிதாசன'மாக வெளி வந்தன. மற்ற இதழ்க் கட்டுரைகள் முழுமையான நூலாக உருப்பெறவில்லை. கடந்த 75 ஆண்டுகளில் பலரது முயற்சியால் அங்கொன்றும் இங்கொன்று மாகச் சில கட்டுரைகள் வெவ்வேறு நூல்களில் வெளிவந்துள்ளன. தவிர, தனி நூலாக இப்பத்திரிகைக் கட்டுரைகள் வெளிவரவில்லை. அந்தக் குறையின் சிறு பகுதி இப்போது, 'பாரதி: 'விஜயா' கட்டுரைகள்' நூலால் தீர்ந்துள்ளது.

'ஏதோ பழைய பத்திரிகையைத் தேடிக் கண்டடைகிறார்கள். அதை அச்சிட்டு வாசகர் களுக்குத் தருகிறார்கள்' என்ற அளவில் சுருக்கி

மதிப்பிட்டுவிட முடியாதது இம்முயற்சி. முக்கியமான அந்தப் பழைய பத்திரிகையின் இன்றைய சமூகத் தேவை என்ன? அன்றைய சூழலில் அந்தப் பழைய பத்திரிகையின் இடம் எதுவாக இருந்தது? அதன் தொனி, உள்ளடக்கம், உருவம், விலை உள்ளிட்ட விவரங்கள்; அதன் கால ஸ்திதி, அதை நடத்தியோர் பட்ட பாடு, அதை நிறுத்த எதிரிகள் எடுத்த முயற்சி, இவை பற்றி எல்லாம் விரிவான முன்னுரை வேண்டும். வரலாற்றுச் சமூகச் சூழலில், அதன் இடத்தைக் கண்டுபிடித்துப் பொருத்தும் முயற்சிகள், அம்முன்னுரையில் இடம்பெற வேண்டும். இவை எல்லாம் சுலபமாக அல்வாத் துண்டுகள் போலக் கிடைக்குமா என்ன? அதை இந்நூலிலுள்ள சலபதியின் முன்னுரை, அழகாக, திறமையாகச் செய்திருக்கிறது. ஆனால், அது வேண்டி நிற்கும் உழைப்பும், காலமும், அறிவும் அளவு இல்லாதது. இம்முன்னுரை இன்றேல், விஜயா நூலை வாசகனால் முழுவதுமாக உள்வாங்க முடியாது.

இதுவரை முழுவதுமாகக் கிடைக்காத *விஜயா* இதழின், 20 இதழ்க் கட்டுரைகள், இப்போது இந்நூலாக வெளிவந்துள்ளது. இக்கட்டுரைகளின் நேரடித் தமிழ் வடிவமும், சில கட்டுரைகளின் (ஆங்கில) சுருக்கமும், அச்சுருக்கங்களின் தமிழ் மொழிபெயர்ப்பு வடிவமும் இந்நூலில் உள்ளன.

எல்லா இதழ்களும் கிடைக்கவில்லையானாலும் அதன் உள்ளடக்கம், தொனி ஆகியவையின் பெரும்பான்மை இந்நூல் மூலம் நமக்கு விளங்கிவிட்டது. மேலும் 1909–1910களில் பாரதியின் மன உலகமும், இந்நூல் மூலம் நமக்குத் தெரிய வருகிறது. அது வீர்யமானது; எதிரிகளைத் தயை தாட்சண்யம் இன்றி நொறுக்க வல்லது; முன்பின் பார்க்கவும் நேரம் இல்லாதது. கருணையின் சிறு கூறுகூட அதில் இல்லை. 'எதிர்க்கிறாயா? துணை செய்கிறாயா?' என்ற கட்டுரையில் வி. கிருஷ்ணசாமி ஐயரை விமர்சித்து எழுதிய கட்டுரையே இதற்குச் சான்று. காலத்தின் கொடுமை தகித்த ஒரு கட்டத்தில் அவரைப் போய்ப் பார்த்தவர்தான் என்பது அவருக்கு நினைவே இல்லை.

இந்திய மக்களின் நோக்கு நிலையில், வெளிநாட்டு அரசியல், இந்திய அரசியல் பற்றிய கட்டுரைகளே, 'விஜயா'வின் பெரும்பான்மைக் கட்டுரைகள். எல்லாக் கட்டுரைகளிலும் அடிமை இந்தியர்களின் நிலை பற்றிய இரங்கலும், பிரித்தானியர் இந்தியரை அடக்கும் நிலை பற்றிய கோபமும் ஊடுபாவாக அமைந்துள்ளன. இந்தியப் பத்திரிகைகளின் உள்ளடக்கத்தைத் தீர்மானிக்கும் நோக்கத்தில் எழுந்த புதிய பத்திரிகைச் சட்டம்தான் பிரதான இடம்பெற்றிருக்கிறது. ஒவ்வொரு தேச பாஷை

பத்திரிகைக்கும், புதிய சட்டம் மூலம் நியமிக்கப்படவிருக்கிற தணிக்கை அதிகாரி தேவையில்லை என்பது பாரதியின் கருத்து. அரசாங்கம் நியமிக்கும் இத்தணிக்கை அதிகாரியின் பார்வைக்கு உட்பட்டு வெளிவரும் பத்திரிகை, அரசாங்கப் பத்திரிகை போலவே இருக்கும் என்று பாரதி சொல்கிறார். எனவே, புதிய பத்திரிகைச் சட்டத்தைப் பாரதி கடுமையாக எதிர்க்கிறார்; விஜயா நூலின் கட்டுரைகள் பெரும்பான்மை இதுபற்றியே பேசுகின்றன.

'விஜயா கட்டுரைகள்' என்ற நூலில் இடம்பெற்றுள்ள *இந்தியா, சூர்யோதயம், சுதேசமித்திரன்* கட்டுரைகளும் ஏறக்குறைய இதே காலப் பகுதியைப் சேர்ந்தவையே. இதே சுதேசியம், இதே புதிய பத்திரிகைச் சட்டம். ஆனால், *சூர்யோதயத்தில்* இடம்பெற்றுள்ள ஒரு கட்டுரை, மற்றவற்றிலிருந்து விலகி நின்று உணர்ச்சித் ததும்ப அமைந்துள்ளது. தமிழ் நாட்டோருக்கு இறுதி விண்ணப்பம் என்ற கட்டுரை, பாரதியின் மனத்தை நமக்கு நன்கு உணர்த்திவிடும் கட்டுரை. நெஞ்சைப் பிழிய வைக்கும் சோகமும், களவு மீறிய வருத்தமும், நாடு பற்றிய ஏக்கமும் கொண்ட இதன் மூலம் பாரதியின் உள்ளார்ந்த நோக்கம் புரிகிறது.

இறுதியாக, *சுதேசமித்திரனில்* வெளிவந்து, இந்நூலில் இடம்பெற்றுள்ள கட்டுரைகள் பாரதியின் செயல்பாடுகளின் பதிவுகளாக உள்ளன. இதுவரை பாரதி ஆய்வாளர்கள் எவராலும் பாரதி தொகுப்பில் சேர்க்கப்படாத, 'பாரதி கலந்துகொண்ட பிராம்மண சபைக் கூட்டம்' பற்றிய கட்டுரை முக்கியமானது. பிராம்மணரல்லாதார் கிளர்ச்சி பற்றிய பாரதியின் எதிர்மறையான கருத்து, இந்நூலின் இக்குறிப்பு வெளிவரும் முன்பே நமக்குத் தெரியும். என்றாலும் பாரதி இச்சபையில் கலந்துகொண்டதை எப்படி ஏற்க முடியும்? சமூகத்தில் ஜாதி பேதங்கள் இல்லாமல் செய்துவிட வேண்டும் என்ற எண்ணம் கொண்டவர் பாரதி. இந்த எண்ணத்துக்கு ஆதரவானதா பாரதி கலந்துகொண்ட இக்கூட்டம்?

பிராம்மணரும், பிராம்மணரல்லாதவரும் சேர்ந்து உட்கார்ந்து சாப்பிடலாம் என்ற சமத்துவப் பேச்சைக் கடுமையாக எதிர்த்த வர்ணாசிரமவாதி எம்.கே. ஆச்சார்யா, சமபந்தி போஜனம் என்ற வார்த்தை என் காதில் விழக்கூடச் சம்மதிக்க மாட்டேன் என்று முழக்கமிட்ட சகிப்புத் தன்மை அற்ற சாதியவாதி அவர்தான் பாரதி கலந்துகொண்ட இக்குறிப்பிட்ட சபையின் தலைவர். பிற்படுத்தப்பட்டவர்களின் எழுச்சி ஏறக்குறைய தொடங்கிவிட்ட 1920களிலேயே மேற்படி கருத்தைக் கொண்டிருந்தார் எம்.கே. ஆச்சார்யா. பாரதி கலந்துகொண்ட இக்கூட்டம் நடந்த 1910களில்

அவர் எப்படி இருந்திருப்பார்? பாரதி கலந்துகொண்ட சபை வர்ணாசிரமத்தை வளர்க்கிற சபை என்பது தலைவரின் உரையி லிருந்தே தெரிகிறது. எனவே பாரதி இச்சபையில் கலந்து கொண்டது ஒரு சரிவின் தொடக்கம் என்று கருதலாமோ?

இப்படி, பாரதி விஜயா நூல், பாரதியின் பிற்கால வாழ்க்கையை ஆராய்பவர்களுக்கும், அரசியல் வாழ்க்கையை ஆராய்பவர்களுக்கும் முக்கியமான நூலாக இருக்கிறது.

தீராநதி, நவம்பர் 2005

பாரதியின் பாரத ஜனசபை

காங்கிரசின் பால காண்டம்

பாரதி மொழிபெயர்த்த 'பாரத ஜனசபை' 80 ஆண்டுகளுக்குப் பிறகு இப்போது மறுபதிப்புச் செய்யப்பட்டிருக்கிறது. இந்திய தேசிய காங்கிரசின் முதல் இருபதாண்டு (1885 – 1904) வரலாற்றைக் கொண்டது இது. பாரதி வாழும் காலத்திலேயே, முதல் பத்து ஆண்டுகளின் வரலாற்றை அடக்கிய முதல் பாகம் 1918 அல்லது 1919ஆம் ஆண்டிலும் சுதேச மித்திரன் மூலம் தனித்தனி நூலாய் வெளிவந்தன. சுதேசமித்திரன் இரண்டு பாகத்தையும் சேர்த்து ஒரே நூலாக 1927இல் வெளியிட்டது. பாரதி ஆய்வாளர் சீனி. விசுவநாதனின் புலமைத் துணையோடு பாரதி நூல்களை எழுதியும் பதிப்பித்தும் வரும் புரவலர் நல்லி குப்புசாமி செட்டியார் (தனது ஏழாவது நூலாக) 'பாரத ஜனசபை'யை இரண்டு பாகமும் சேர்ந்த ஒரே நூலாக மறுபதிப்புச் செய்துள்ளார்.

ஒரு பெரிய தேசத்தின் விடுதலைக்குப் போராடிய ஒரு கட்சியின் தொடக்கக் கால நடவடிக்கைகளின் வட்டாரமொழிப் பதிவு என்பதும் ஒரு கவிஞனின் மொழிபெயர்ப்பில் வெளிவந்துள்ள உரைநடை நூல் என்பதும் 80 ஆண்டுகளுக்குப் பின் மறுபதிப்பு வருகிற வரலாற்று நூல் என்பதும் விதேசி வணிகர்களிடம் போராடிய வரலாற்றைச் சுதேசி வணிகர் ஒருவர் பதிப்பு செய்திருக்கிறார் என்பதும் இந்த நூலின் மேல் நம் கவனம் குவியக் காரணங்கள். கால வரிசையில் தான் வெளியிட்டு வரும் தொகுதியில் சேர வேண்டிய இந்த நூலை வேறொருவர் பதிப்பிக்க சீனி. விசுவநாதன் தானே முன்வந்து உதவியிருக்கிறார் என்பதும் குறிப்பிடத் தக்கது.

1907 சூரத் காங்கிரஸ் கூட்டம் பற்றிப் பாரதி எழுதிய 'எங்கள் காங்கிரஸ் யாத்திரை' போன்ற விலாவாரியான நிகழ்வுகளின் வருணனை அல்ல இந்த நூலின் உள்ளடக்கம். காங்கிரஸ் ஆட்சியின் வருடாந்தரக் கூட்ட நடவடிக்கைகளின் ஆங்கிலப் பதிவைத் தமிழில் தரும் ஆவணமே இந்த நூல்.

வருடாந்திரக் கூட்டத் தலைவரின் முழுப்பேச்சு, நிறைவேறிய தீர்மானங்கள், முழுவிபரம், வரவேற்புக் குழு, கூட்டம் நடந்த விதம் பற்றிய சிறு குறிப்பு போன்றவற்றின் பதிவே இந்த நூல். ஆவணங்களை வாசிப்பதில் ஏற்படும் சோர்வு நீங்கும்படியாக மொழிபெயர்ப்பாளர் குறிப்பாக இடையிடையே பாரதி எழுதிச் செல்பவை. வரலாற்றைச் சமகாலத்திற்குக் கொண்டுவந்து விடுகின்றன.

'நமது தேசத்தில் பெண்களுக்கும் பாமர ஜனங்களுக்கும் வாக்கு உரிமை கொடுக்க வேண்டும் என்று நாம் கேட்கவில்லை' என்று காங்கிரஸ் தலைவர் பேசியதை மொழிபெயர்த்து எழுதும் பாரதி, 'இங்ஙனம் ஸுரேந்திர நாத் பானர்ஜி 1895ஆம் ஆண்டில் சொன்னார். இப்போது (அதாவது 1918ஆம் ஆண்டு வாக்கில்) அவரே இப்படிச் சொல்லமாட்டடர் என்று நம்புகிறோம். இங்கிலீஷ் படித்தவர்களில் சிலருக்கு மாத்திரம் பிரதிநிதி உரிமை கொடுத்தால் போதும் என்பது அக்காலத்து நினைப்பு' என்று சமகாலத்துக் கருத்தையும் இணைத்துப் பிரதியைத் தயாரிக்கிறார்.

மொழிபெயர்ப்புக்கு எடுத்துக்கொள்ளப்பட்ட மூலப் பிரதி அநேகமாக, காங்கிரசின் கூட்ட நடவடிக்கைகளைத் தாங்கிவரும் ஆண்டறிக்கைகளாக இருக்கலாம். 11ஆவது கூட்டத்தில் நிறைவேறிய 26 தீர்மானங்களுக்குள் 14ஆவது தீர்மானத்தின் விவரம் இந்த நூலில் இல்லை. இதைச் சொல்லும்போது, இந்த விவரம் மூலநூலில் இடம்பெறவில்லை என்று மொழிபெயர்ப்பாளர் குறிக்கிறார். மூல நூல் என்று அவர் குறிப்பிடுவது, ஆண்டறிக்கை யாகவே இருக்கலாம். அறிக்கைகளின் வழிப் பெறப்படும் செய்திகளின் சுவாரஸ்யக் குறைவையும் அறிக்கை வெளிவந்த காலத்திற்கும் மொழிபெயர்ப்பு நடக்கும் காலத்திற்கும் ஆன இடைவெளிக் காலத்தில் நாட்டில் நிகழ்ந்திருக்கும் மாற்றத்தை யும் பாரதி கவனத்தில் எடுத்துக்கொண்டுள்ளார். இதைச் சரிக்கட்ட அவ்வப்போது தனது குறிப்பையும் பாரத பூமி விடுதலைக்குப் பட்டபாடு என்ற நூலில் அன்னிபெசன்ட் காங்கிரஸ் பற்றித் தெரிவித்திருக்கும் கருத்துகளையும் நூலின் இடையிடையே விரவியுள்ளார். இவை வாசிப்பில் சுவையையும் சமகாலத்தன்மையையும் சேர்த்துவிடுகின்றன.

இந்த நூலில் மொழிபெயர்ப்பு எப்படி அமைந்திருக்கிறது என்பதற்குச் சான்று கீழே வருவது: "இங்கிலாந்தில் உள்ள சமயோசித நீதி வரம்புச் சட்டமும், இந்தியா விவகார நீதி (புரொஸிஜர் கோடும்) கடுமையான வழக்குகளில் குற்றம் சாட்டப்பட்டோர் வழக்கை ஜில்லா (செஷன்ஸ்) கோர்ட்டுக்கு ஒப்படைக்கும்படி கேட்கலாம் என்பதொரு நியதி, இங்கிலாந்தில் "சமயோசித நீதி வரம்புச் சட்டத்தில்' காணப்படுவது போலவே, இந்தியாவிலும் விவகார நீதியில் ஓரம்சம் சேர்க்கவும், அதன்படி இலையோலை (வாரண்ட்) வழக்குகளில் குற்றம் சாட்டப்பட்டோர் தம்மை மாஜிஸ்திரேட் விசாரணை செய்யாமல் ஜில்லா கோர்ட்டுக்கு ஒப்படைக்கும்படி கேட்க இடம் கொடுக்கவும் வேண்டும் என்று இந்த ஜனசபை பிரார்த்தித்துக் கொள்கிறது (பக்கங்கள் 48–49)."

ஒரே வாக்கியமாக அமைந்திருக்கும் இந்த நீண்ட தீர்மானத்தில் முதலில் குறிப்பிடப்பெறும் இரு சட்டங்களைப் பற்றிய குறிப்பு குழப்பத்தைத் தருகிறது. அநேகமாக "இங்கிலாந்தில் உள்ள சமயோசித நீதி வரம்புச் சட்டமும், இந்தியா விவகார நீதி (புரொஸிஜர் கோடும்)" என்பது தீர்மானத் தலைப்பாகி யிருக்கலாம். தலைப்பாக அது இல்லை எனில், குழப்பமான வாக்கிய அமைப்புள்ள பத்தியாகவே அதனைக் கருத வேண்டும். ஆங்கிலம் செல்வாக்குப் பெற்றிருந்த, தமிழில் உரைநடை வளராத காலத்தில் மொழிபெயர்க்கப்பட்ட நூல் இது. ஆங்கிலச் சொல்லுக்குத் தமிழ்ச் சொல் தேடி, தான் அலைந்ததைப் பாரதி பதிவு செய்திருக்கிறார்.

'மெம்பர் என்பதற்கு சரியான தமிழ்ச் சொல் எனக்கு அகப்படவில்லை. இது ஆச்சரியத்திலும் ஆச்சரியம். 'அவையவி' சரியான வார்த்தை இல்லை. 'அங்கத்தான்' சுட்டி வராது. ஸபிகன்—சரியான பதம்தான்; ஆனால் பொதுஜனங்களுக்குத் தெரியாது. யாரேனும் பண்டிதர்கள் நல்ல பதங்கள் கண்டுபிடித்துக் கொடுத்தால் புண்ணியம் உண்டு. அரைமணி நேரம் யோசித்துப் பார்த்தேன். உறுப்பாளி? ஏதெல்லாமோ நினைத்தேன். ஒன்றும் மனத்திற்குப் பொருத்தவில்லை. என்ன செய்வேன்? கடைசியாக மெம்பர் என்று எழுதிவிட்டேன். இன்னும் ஆர அமர யோசித்துச் சரியான பதங்கள் கண்டுபிடித்து மற்றொருமுறை சொல்லுகிறேன் ('தென் ஆப்பிரிக்காவில் பெண்கள் விடுதலை' – கட்டுரை).

இவ்வகை சிரமங்களுடன், ஆனால் படிக்கச் சுவையாக மொழிபெயர்த்த பாரதியின் பெயரை, '1927இல் இரண்டாம் பதிப்பில் சுதேசமித்திரன் விட்டுவிட்டது' என்று சீனி. விசுவாதன் வருத்தப்படுகிறார். அந்த இரண்டாம் பதிப்பில் 'பாரத ஜனசபை'

என்ற பெயரும் போய், விளக்கத்திற்காக எழுதப்பட்ட 'காங்கிரஸ் மஹாசபை சரித்திரம்' என்பதே தலைப்பாகவும் மாறிவிட்டது. மொத்த பாரத ஜனங்களின் சபையாக இருந்த காங்கிரஸ், ஒரு கட்சியின் சபையாக மாறிவிட்டதை அல்லது அப்படிப்பட்ட ஒரு எண்ணம் முன்னுக்கு வந்துவிட்டதை இந்தத் தலைப்பு மாற்றம் பூடகமாகச் சொல்வதாக நாம் கருதலாம். பாரத ஜனங்கள் இல்லாத இடத்தில் பாரதியும் இல்லை போலும்.

நீதி பரிபாலனத்தையும் நிர்வாகப் பரிபாலனத்தையும் பிரிவு படுத்துவது, ஐரோப்பிய சிப்பாய்களுக்கு அரசு வைப்பாட்டி ஏற்பாடு செய்வதைத் தடுப்பது, நீர், உப்பு, நிலம், பஞ்சு இவற்றின் மீதான வரிகளை நீக்குவது, பலதுறைகளிலும் இந்தியர்களுக்கு வேலைவாய்ப்பு, இவையும் இவை போன்ற கோரிக்கைகளுமே காங்கிரசின் ஆரம்பகாலக் கூட்டங்களில் தீர்மானங்களாக நிறைவேறின.

தொடக்க காலத்தில் ஆங்கிலேயரின் மறைமுகக் கட்டுப்பாட்டிலேயே காங்கிரஸ் இருந்திருக்கிறது. காங்கிரஸ் கூட்டத்தின் தலைவர்கள் ஆண்டுதோறும் மாறினாலும் பொதுச் செயலாளராகத் தொடர்ந்து ஆங்கிலேயரான ஆலம் ஆக்டேவியன் ஹ்யூம்தான் செயல்பட்டிருக்கிறார். அவருக்குத் துணையாக இந்தியர் மூவர் (அதில் ஒருவர் கோகலே) அவ்வப்போது இருந்திருக்கின்றனர். இந்த நூல் பதிவு செய்திருக்கும் தீர்மானங்களின் வரிசையில், இறுதியில் இவர் மீளவும் செயலாளராக நியமனம் ஆகும் செய்தியே இடம்பெற்றிருக் கின்றன. அதோடு அவர்தான், இங்கிலாந்துக்கும் காங்கிரசுக்கும் இணைப்புப் பாலமாக இருந்திருக்கிறார். காங்கிரஸ் தன்னுடைய கோரிக்கைகளை இங்கிலாந்து அரசுக்கோ மக்களுக்கோ எடுத்துச் சொல்ல அமைக்கப்படும் எல்லாக் குழுவிலும் அநேகமாக ஆலம் ஆக்டேவியனும் இடம்பெற்றிருக்கிறார்.

இந்த முதல் இருபது ஆண்டு கூட்டங்களில் ஒரு கூட்டத்துக்குக் கூடத் தமிழர் தலைவராக இல்லை. இந்த லட்சணத்தில் சென்னையில் நான்கு கூட்டங்கள் வேறு நடந்திருக்கின்றன. தீர்மானங்களை முன்மொழிந்ததையும் கூட்டத்தில் துண்டுப் பிரசுரம் வினியோகித்ததையுமே (ஆதரவுப் பிரசுரங்கள்தான்) பெருமைகளாகச் சொல்லிக்கொள்ள வேண்டிய நிலைமை.

கூட்டத்தில் கலந்துகொண்ட உறுப்பினர்களின் எண்ணிக்கை அதிக ஏற்ற இறக்கம் இன்றிச் சீராக இருக்கிறது. முதல் கூட்டத்தில் குறைந்த எண்ணிக்கையாக 72 உறுப்பினர்களும் ஐந்தாவது கூட்டத்தில் அதிக எண்ணிக்கையாக 1913 உறுப்பினர்களும்

கலந்துகொண்டதாகத் தெரிகிறது. தீர்மானங்களின் எண்ணிக்கை ஒன்பதிலிருந்து 27 வரையிலான அளவில் இருக்கிறது.

காங்கிரசில் இயற்றப்பட்டுள்ள தீர்மானங்கள் வழியாகவும் அதில் கலந்துகொண்ட இந்திய, ஆங்கிலேயத் தலைவர்களின் தலைமை உரைகள் வழியாகவும், இந்தக் கூட்டங்களை எதிர் கொண்ட ஆங்கில அரசின் எதிர்வினை வழியாகவும் (இந்த நூலில் இதற்கான வாய்ப்புகள் மிகக் குறைவாக இருக்கிறது) பெறப்படும் உள்ளுறையாக மறைந்துகிடக்கும் வரலாறுதான் இந்த நூல் வெளிப்படையாகச் சொல்லும் செய்தியைவிட முக்கிய மானது. வரிகளுக்கு இடையே கரைந்து நிற்கும் உச்சரிக்கப்படாத வரலாறு அது.

ஒருமுறை காங்கிரஸ் தன் கூட்டத்தில் கலந்துகொள்ள அனுப்பிய அழைப்பைத் திருப்பி அனுப்புகிறார் ஒரு கவர்னர். அதோடு அதிகாரிகள் எவரும் அதில் கலந்துகொள்ளக்கூடாது என்று ஆணையும் இடுகிறார். இன்னொரு கட்டத்தில் ஒரு கவர்னர் காங்கிரசில் கலந்துகொண்ட உறுப்பினர்களுக்கு விருந்து உபசாரம் அளிக்கிறார். இதிலிருந்து காங்கிரசின் இக்கூட்டங்களை எதிர்க்கவும் முடியாமல், ஆதரிக்கவும் முடியாமல் ஆங்கிலேய அரசு திணறியதை அறிய முடிகிறது.

பாரத ஜனசபை நூலுடன் ஒரு சிறு நூலை இணைப்பாகத் தந்திருக்கிறார்கள். காங்கிரஸ் கட்சி தோன்றிய வரலாறு. 20 ஆண்டு களில் நடந்த காங்கிரஸ் கூட்டம் பற்றிய விவர அட்டவணை, அக்கூட்டத்தின் தலைவர்கள், அவர்கள் வாழ்க்கைக் குறிப்புகள், படங்கள், தீர்மானங்கள் பற்றிய சிறப்புப் பார்வை ஆகியவை சீனி. விசுவநாதனின் தயாரிப்பில் இச்சிறு நூலில் இடம்பெற்றுள்ளன. நூலிலேயே அமைந்திருக்க வேண்டிய பகுதி அது. என்ன காரணமோ தனியாகத் தந்திருக்கிறார்கள்.

மொத்தத்தில் 'பாரத ஜனசபை' பாரதி ஆய்வாளர்களுக்கும், பிரித்தானிய ஆட்சியின்கீழ் இந்தியா என்ற காலப் பகுதியில் ஈடுபாடு உள்ள ஆய்வாளர்களுக்கும் இந்திய சமூக – அரசியல்– பண்பாட்டு வரலாற்று ஆய்வாளர்களுக்கும் பயன்படும் மிக முக்கியமான ஆவணம்.

இந்தியா டுடே, மே 2006

தங்கம்மாள் பாரதி படைப்புகள்

பிள்ளை விளையாட்டு

நூறாண்டுகள் கழிந்த பின்னரும் புரிந்து கொள்ள முடியாத பாரதியின் கருத்தியலை, லௌகீக வாழ்க்கையை அறிய, பாரதியின் உடன் பழகியவர்கள் எழுதும் குறிப்புகள் மிகுதியும் பயன் படுகின்றன. மனைவி செல்லம்மாள், நண்பர் வ.ரா., உற்றார் யதுகிரி அம்மாள், சீடர் குவளைக் கண்ணன் முதலியோர் எழுதிய குறிப்புகளும் நூல்களும் இவ்வகையில் பயன்படுவன. பாரதியின் பிம்பத்தை, தமிழ் மனதில் உருவாக்குவதில் துணை புரிவன. அந்த வரிசையில், 'தங்கம்மாள் பாரதி படைப்புகள்' என்ற இந்த நூல் வெளிவந்துள்ளது. பாரதியின் மூத்த மகள் தங்கம்மாள் தன்னுடைய 30–50 வயது காலத்தில் எழுதியவற்றின் தொகுப்பு இது. தங்கம்மாளின் புதல்வி விஜயபாரதியின் பதிப்பு முயற்சியின் விளைவு இது.

1905ஆம் ஆண்டில் பிறந்த தங்கம்மாள், 1920ஆம் ஆண்டில் தன்னுடைய 15ஆவது வயதில் திருமணம் ஆகி, சிங்கப்பூருக்குச் சென்றுவிடுகிறார். இடையில் ஐந்து ஆண்டுகள் காசியில் உறவினர் வீட்டில் வளர்ந்தார். ஆக, மொத்தம் பத்து ஆண்டுகள் தந்தை பாரதியுடன் வாழ்ந்திருக்கிறார். முதல் ஏழு வயது வரையிலும் பின்னர் ஐந்து ஆண்டுகள் கழித்து 12லிருந்து 15 வயதில் திருமணம் ஆகும் வரை மொத்தம் 10 ஆண்டுகள். ஒரு 7 வயதுள்ள குழந்தைக்கு இருக்கும் அனுபவ, நினைவு அறிவைத் தள்ளிவிட்டால், 12லிருந்து 15 ஆண்டுகள் வரை உள்ள மூன்று ஆண்டு காலத்தில் தங்கம்மாள் பெற்ற அனுபவமே, இந்த நூலில் இருக்கும் பாரதி பற்றிய நினைவுக் குறிப்புகள் எனலாம்.

தங்கம்மாள் பாரதி படைப்புகள் மொத்தம் நான்கு பகுதி களைக் கொண்டது. முதல் பகுதியில் முதலாவதாக அமைந்துள்ளது, 'அமரன் கதை' என்ற பாரதி பற்றிய நாடகம். இது முன்னரே 1946ஆம் ஆண்டில் வெளிவந்தது. பாரதியின் இளமைப் பருவ நிகழ்ச்சிகளை நாடகமாகச் சொல்வது. இதைப் பள்ளிக்குழந்தைகள் பாரதி பற்றி நாடகம் போடப் பயன்படுத்தலாம். அடுத்து வரும் 'பாரதியும் கவிதையும்', 'பிள்ளைப் பிராயத்திலே' என்ற இரு தலைப்புகளில் உள்ள செய்திகள், பாரதியின் கவிதை பிறந்த சூழல், காரணம் ஆகியவற்றை விவரிப்பன. இரண்டாவது பகுதியில் புதுவையில் பாரதியோடு வாழ்ந்த முக்கியமான சிலரைப் பற்றிய நினைவுக் குறிப்புகள் உள்ளன. மூன்றாவது பகுதி, ஆசிரியரின் சிந்தனையிலும் கற்பனையிலும் விளைந்த புனைவுகளின் தொகுப்பு. நான்காவது, ஆசிரியர் எழுதிய அல்புனைவு எழுத்துகளின் தொகுப்பு. அவை பெரும்பாலும் பாரதியின் அடி ஒற்றிய சிறு விமர்சனங்கள்.

பாரதியின் கருத்தியல் வளர்ச்சி மற்றும் ஆளுமை பற்றிய புதிய செய்திகள் ஏதும் இந்தப் புதிய நூலிலிருந்து பெற முடிய வில்லை என்றாலும் பாரதியைப் பற்றிய இசைவான எண்ணம் அவரது மகளுக்கு இருந்திருக்கிறது என்பதை அறிய முடிகிறது. பாரதியின் வாழ்க்கை, அவரது சில பாடல்கள் தோன்றிய சூழல், அவற்றின் விமர்சனங்கள், அவற்றின் மீதான கட்டுரைகள் முதலியன இந்த நூலில் உள்ளன என்றாலும் அவற்றின் தரமும் அவை தரும் சுவையும் சாதாரணமாகவே உள்ளன. தங்கம்மா ளின் புனைவு எழுத்துக்களை விவரிக்கும் விஜயபாரதி, இந்தப் படைப்புகளுக்குப் புதுமைப்பித்தன் போன்ற இலக்கியப் படைப்பாளிகளின் வரிசையில் இடமுண்டு என்று துணிந்து சொல்கிறார். இதைப் பேராசை என்பதா? உறவும் அன்பும் விமர்சனக் கண்ணை மறைத்துவிடும் என்பதா? தங்கம்மாள் பாரதியின் எழுத்துக்களை, 'பிள்ளைத் தமிழில்' வரும் சிற்றில் சிதைத்தல், சிறுபறை கொட்டல் போன்ற பிள்ளை விளையாட்டு என்று சொல்லலாம். இதுவே மிகை எனச் சிலருக்குப் படலாம்.

இந்தியா டுடே, டிசம்பர் 2006

பாரதிக்குத் தடை

வாசகருக்குத் தண்டனை

ஆயிரத்துத் தொள்ளாயிரத்து முப்பதுகளில் தொடங்கிய பாரதி ஆய்வுகள் இன்னும் முற்றுப் பெறாத நிலையில் பாரதி தொடர்பான ஆவணங் களைத் தாங்கிவரும் எந்த நூலையும் கவனத்துடன் பார்க்க வேண்டிய நிலையில் தமிழ் ஆய்வுலகம் உள்ளது. பாரதி வாழ்விடங்கள், பணி இடங்கள், உறவினர், உற்றார், நண்பர், இந்தியா, பிரான்சு நாடுகளில் உள்ள அரசு, தனியார் நூலகங்கள் என நட்பு வட்டாரத்தில் நடந்த இந்த ஆவணத் தேடல் பணி, இப்போது அவனை எதிரியாகக் கருதிய பிரிட்டிஷ் இந்திய அரசின் ஆவண அறைவரை நீண்டுவிட்டது.

இராஜபாளையம் ராஜுக்கள் கல்லூரி முதல்வரும் வரலாற்றுத் துறைப் பேராசிரியருமான வி. வெங்கட்ராமன், இந்தியாவின் சில ஆவணக் காப்பகங்களில் நிகழ்த்திய தேடல் முயற்சிகளின் விளைபயனாய் பாரதி குறித்து இரு நூல்கள் வெளியாகியுள்ளன. பாரதியின் வாழ்க்கையை அரசியல் செயற்பாடுகளின் வழியே பார்க்கும் முயற்சியாக முதல் நூல் அமைந்திருக்கிறது.

பாரதியின் அனைத்துவித பத்திரிகைச் செயல் பாடுகள், அவற்றின் தன்மைகள், புதுவையில் பிரிட்டிஷ் – இந்தியக் காவல் துறையால் அவனுக்கு நேர்ந்த இன்னல்கள், ஆஷ்கொலையில் இருந்த தொடர்பு, அரசியல் கண்ணோட்டத்தில் அவனது படைப்புகளுக்கு வாழும் காலத்திலேயே விதிக்கப் பட்ட தடைகள், அந்தத் தடைகளை நீக்கப்பட்ட

பழ. அதியமான்

பாடு, இவற்றின் ஊடாகப் பாரதியின் வாழ்வு, காற்றிலாடும் தீபம் போல நடுக்குற்ற கதைதான் முதல் நூல்.

பாரதியின் மறைவுக்குப் பின் பாரதி ஆச்ரமம் வெளியிட்ட தேசிய கீதங்கள் பாகம் 1, பாகம் 2 நூல்களுக்கு, அவை வெளியாகி பல்லாண்டுகளுக்குப் பிறகு, பிரிட்டிஷ் இந்தியாவின் ஒரு மாநிலமான பர்மாவில் விதிக்கப்பட்ட தடையும் இந்நிகழ்வின் தமிழக எதிரொலிகளுமே இரண்டாவது நூல். 1928 – 1929ஆம் ஆண்டு காலத்தில் நிகழ்ந்த இந்தத் தடைக்கும் அதைத் தொடர்ந்த பறிமுதலுக்கும் தமிழக சட்டசபை உறுப்பினர்கள், அரசியல் தலைவர்கள், பத்திரிகைகள் ஆகியோர் ஆற்றிய எதிர்வினைகள் இந்த இரண்டாவது நூலில் (448 பக்கங்கள்) பதிவாகியுள்ளன.

இந்த பாரதி வரலாற்று ஆவணப் பதிவு நூல்களின் பலம் எனச் சில விஷயங்களைச் சொல்லலாம். முதலாவது, இதுவரை மக்களின் பார்வைக்கு வராத அரசு ஆவணங்கள் சிலவற்றின் பதிவைக் கொண்டிருப்பது. அடுத்ததாக, பாரதி புகலடைவதற்கு முன்பிருந்தே தீவிர தேசியவாதிகளின் அடைக்கலப் பிரதேசமாகப் பிரெஞ்சிந்தியாவான புதுச்சேரி இருந்திருக்கிறது என்பது. புதுச்சேரியில் பாரதி உள்ளிட்ட தேசியவாதிகளைக் கண்காணிக்க பிரிட்டிஷ் இந்தியக் காவல்துறை செய்த ஏற்பாடுகள் பற்றிய விரிவான செய்திகளும் இந்த நூலில் உள்ளன.

ஆனால், வாசகனைச் சங்கடத்துக்குள்ளாக்கும் பல விஷயங்கள் புத்தகத்தில் உள்ளன. மொழிப்பிழைகள், பொருள் மயக்கம் தரும் தவறான சொற்றொடர் அமைப்புகள், ஒருமை, பன்மை மயக்கங்கள், சந்திப் பிழைகள் போன்றன புத்தகத்தில் மலிந்திருக்கின்றன. நூலாசிரியர், சொற்களைப் பொருள் அறிந்துதான் பயன்படுத்துகிறாரா என்று எழக்கூடாத அடிப்படைக் கேள்வியே நமக்குத் தோன்றிவிடுகிறது.

'*இந்தியா*வின் ஜூலை 2, 1910 இதழில் வெளிவந்த அரசியல் கட்டுரைகளின் கடுமையைக் கண்ட பிரிட்டிஷ் அரசு, 1910ஆம் ஆண்டு ஆகஸ்ட் மாதத்தில் நடவடிக்கை எடுத்தது. இதுபற்றி நடந்த கடிதப் போக்குவரத்தை நூலாசிரியர் 253 – 56 பக்கங்களில் குறிக்கிறார். அதில் 255ஆம் பக்கத்தில் குறிப்பிடப்பெறும் கடிதம், கீழ்நிலைச் செயலர் எம். ஹம்மிக் தலைமைச் செயலருக்கு எழுதியது. "ஆமாம், நான் ஒப்புக்கொள்கிறேன். இந்தியப் பத்திரிகைச் சட்டம் 1910, பிரிவு 12(1)ன்படி *இந்தியா* பத்திரிகைக்கு எதிராக நடவடிக்கை எடுக்கும் முன்பு அட்வகேட் ஜெனரலை ஆலோசனை கலக்கவும்" என்னும் பொருள்படும் ஆங்கில வாசகங்கள் அடங்கிய கடிதம் அது. நடவடிக்கை எடுக்கும் முன்னர் அட்வகேட் ஜெனரலிடம் கலந்துசெய்ய வேண்டும்

என்பதனை ஏற்றுக்கொண்டு ஆவண செய்கிறேன் என்று கீழ் நிலைச் செயலர், தன்னுடைய நிலையைத் தலைமைச் செயலருக்கு விளக்குகிறார் என்பதாக இதை நூலாசிரியர் குறிக்கிறார். உண்மையில், கீழ்நிலைச் செயலர் உயர்ந்த நிலையில் இருந்துதான் அந்தக் கடிதத்தை எழுதுகிறார். காரணம், அவர் ஆளுநர் குழுவில் ஒரு உறுப்பினர் *(Member in Governor in - Council)*. எனவே தான் தலைமைச் செயலர் *Hon'ble member* என்ற முகவரியிட்டு ஹம்மிக்கிற்குக் கடிதம் எழுதி, கருத்துக் கேட்கிறார். அரசாங்க அமைப்பு, நடைமுறை பற்றிய முழுமையான தகவலறிவு இன்றி இந்த மாதிரியான ஆவணங்களைப் பயன்படுத்துதல் இயலாது.

அடுத்து ஆவண மொழி பற்றிய பிரச்சனை. *M/s.* டி.கே. பாஷியம் அய்யங்கார் மற்றும் இ. கிருஷ்ணன் அய்யர், அவர்களது விலாசமான அறை எண் 31 சட்டம், சேம்பர்கள், உயர் நீதிமன்ற கட்டிட வளாகம், சென்னை–1 என்று (ப. 290– இரண்டாவது நூல்) ஓரிடத்தில் முகவரி ஒன்றை எழுதுகிறார். *Law Chambers* என்பதன் மொழிபெயர்ப்பு – சட்டம், சேம்பர்கள் என்பதுதானே. (சட்டம், சேம்பர்கள் என்றிருப்பதைக் கவனிக்கவும்)! தற்போது ஊடகமந்தில் நடைபெற்ற சட்ட விருந்து (ப. 335, இரண்டாவது நூல்) என்று இன்னொரு இடத்தில் ஒரு செய்தியை எழுதுகிறார். இது என்ன ஊடகமந்து என்று குழப்பம் வேண்டாம். *ootacamund* என்பதன் தமிழ் மொழிபெயர்ப்பு இது. முதல் நூலில் பக். 301இல் வழித்திட்டம் என்ற சொல் வருகிறது. இது எதன் மொழிபெயர்ப்பு என்று தெரியவில்லை. *route plan?* இதனால் விளையும் பொருள் மாற்றத்தையும் குழப்பத்தையும் குறிப்பிடுவது அல்ல நோக்கம். இந்த வகையில் செயல்படும் ஒருவர்தான் அரசாங்கம் ரகசியமாகப் பேணிய ஆங்கில ஆவணங்களின் மொழிபெயர்ப்பை, வரலாற்றுச் சூழலோடு தரும் நூலை எழுதியிருக்கிறார் என்ற தகவலைத் தருவதுதான்.

தமிழகத்தில் இன்று நிலவும் பாரதியின் பிரபலத்திற்கு முக்கியக் காரணமான வ.ராவை இவருக்குத் தெரியவில்லை. வ.ராவின் பெயர் வ.ராமசாமி அய்யர் என்றும் ராமசாமி அய்யங்கார் என்றும் பலவாறு குறிப்பிடுகிறார். அவர் மகாகவி பாரதியார், புதுவை தேசபக்தர்கள் என்ற இரு நூல்களை எழுதியதாகக் குறிக்கிறார் (ப. 314). இரண்டாவது நூல் வ.ரா எழுதியதாகத் தெரியவில்லை. டி.கே. சிதம்பரநாத முதலியாரின் பேச்சை முத்துரங்க முதலியாரின் பேச்சாக நூலில் காட்டுகிறார்.

420, 421ஆம் பக்கங்களில் உள்ள அரசாங்கக் கடிதங்களில் குறிப்பிடப்பெறும் தேதிகளில் இருக்கும் குழப்பங்கள் அதை விளக்குவதிலும் நீடிக்கிறது. தடைசெய்யப்பட்ட படைப்புகள்,

நூல்களைப் பற்றிப் பேசும்போது அந்தப் படைப்பு அல்லது நூலை அப்படியே இந்தப் புத்தகத்தில் சேர்த்துவிடுவதை வழக்கமாகக் கொண்டிருக்கிறார் ஆசிரியர். ஏகப்பட்ட பிழைகளுடன்.

"இந்தியர்களில் ஜாதிய ஐக்கியம் எங்ஙனம் உண்டாகும்?" என்ற, எழுதியவர் பெயர் தாங்காத பிரசுரத்தை, நுண்படச் சுருள் தொகுப்பாளர் கூற்றை நம்பி, பாரதியினுடையது என்று குறிக்கிறார் (ப. 397). இது பாரதி எழுதியது அல்லது என்பதை ஆ.இரா. வேங்கடாசலபதி தன் 'பாரதி: விஜயா கட்டுரைகள்' (2005) நூலில் ஏற்கனவே நிரூபித்துவிட்டார்.

'பாரதி ஆச்ரமம் பதிப்பித்த பாரதியார் தேசிய கீதங்கள் 1 & 2 நூல்களுக்குப் பிரிட்டிஷ் இந்திய மாநிலமான பர்மா அரசு தடைவிதித்ததைத் தொடர்ந்து இன்னொரு பிரிட்டிஷ் இந்திய மாநிலமான சென்னை அரசாங்கம் அந்நூல்களைப் பறிமுதல் செய்தது. இதை எதிர்த்து பாரதி ஆச்ரமம் சார்பில் பண்டிட் ஹரிஹர சர்மா உயர்நீதிமன்றத்தில் வழக்குத் தொடர்ந்தார். சட்டமன்ற மேலவையில் பல நாள்கள் தடை, பறிமுதல் குறித்து விவாதம் நடந்தது. அரசாங்கப் பிரதிநிதி போலச் செயல்பட்ட கிருஷ்ணன் நாயர் இதுகுறித்து அரசு சார்பில் பேசினார். அரசியல் தலைவர்கள், பத்திரிகைகள் இதுகுறித்து தம் எதிர்ப்பைப் பதிவு செய்தனர். பண்டிட் ஹரிஹர சர்மா வழக்கைத் திரும்பப் பெற்றார். சென்னை அரசு பர்மா அரசுக்குத் தடைக்கான காரணம் கேட்டு எழுதியது. அந்தக் கடிதத்தில் தமிழகத்தில் தடைக்கு இருந்த எதிர்ப்பைச் சுட்டி இருந்தது. பர்மா அரசு பின்னர் தடையை விலக்கிக் கொண்டது. தொடர்ந்து சென்னை அரசு பறிமுதல் செய்த நூல்களைத் திருப்பிக் கொடுத்தது'— இதுதான் 2ஆவது நூல் தரும் முக்கியச் செய்தி.

பாரதியின் பாடல்கள் பறிமுதல் செய்யப்பட்ட இடங்களுள் ஒன்று, திருவல்லிக்கேணி ஹிந்தி பிரசார சபை. இது ஹிந்து பிரசார சபை என்றே பல இடங்களில் குறிக்கப்படுகிறது. இது தவறான சமிக்ஞைகளைத் தர வாய்ப்பு உண்டு. பாரதி வழக்கு, சென்னை உயர்நீதிமன்றத்தில் நாடாளுமன்றம் என்ற சொற்களைப் பயன்படுத்துகின்றார். இவை குழப்பத்தை ஏற்படுத்துகின்றன. மேலவையில் நடந்த விவாதங்களை முழுமையாகத் தந்திருப்பது நன்று. சத்தியமூர்த்தியின் மேலவைப் பேச்சை, (இந்நூலாசிரியர் உள்பட) பலரும் பாராட்டி விதந்தோதியுள்ளனர். சத்தியமூர்த்தி யின் வாதங்களைக் கூர்ந்து பார்க்கையில் அவர் தேர்ந்த வக்கீலின் அணுகுமுறையில் வாதங்களை முன்வைக்கிறார் என்பது தெரிகிறது. முதலில் பாரதி பாடல் பறிமுதல் நடவடிக்கையில் உள்ள தொழில்நுட்பத் தவறுகளை எடுத்துக்காட்டுகிறார். அவை

மறுக்கப்பட்டபோது பாரதி பாடலில் ராஜ துரோகக் கருத்துகளே இல்லை என்றார். அதுவும் பயன் அளிக்காதோ என நினைத்து இவை மத சம்பந்தமான பாடல்கள் என்று காலனி ஆதிக்க இந்துவின் கடைசி பிரம்மாஸ்திரத்தைப் பயன்படுத்தினார். பாடல்களுக்கு விதித்த தடையால் பறிபோகும் ஜனநாயக உரிமையைக் காப்பாற்றக் கோரிய வாதங்கள் இல்லை இவை. உண்மையில் சத்தியமூர்த்திக்குப் பாரதிதான் முக்கியம்; இப்பிரச்சனையின் அடிப்படையான தேசிய உரிமை அவருக்கு இரண்டாம் பட்சம்.

'நினைவூட்டுவது வரலாற்றாசிரியரின் கடமை' என்றொரு மேற்கோளைக் காட்டி, தன் படைப்பு நோக்கத்தை நியாயப் படுத்துகிறார் நூலாசிரியர். வரலாறு மறைத்துவிடுவதை, சந்தர்ப்பவாதிகள் வசதியாக மறந்துவிடுவதை நினைவூட்டுவதுதான் வரலாற்றாசிரியனின் கடமை. ரா.அ. பத்மநாபன், சீனி. விசுவநாதன், கோ. கேசவன், மா. வளவன், சலபதி போன்றோர் எழுதியதைத் திரும்ப, தன் பிழையான தமிழில் எழுதி, அவர்களை வாசகர்களுக்கு நினைவூட்டுவதல்ல வரலாற்றாசிரியர்களின் கடமை. நூலாசிரியரின் அடுத்த நூலாவது தமிழ் பலத்துடனும் வரலாற்றுப் பலத்துடனும் வெளிவரும் என நம்ப இந்த நூல்களில் இடமில்லை; எனினும் நம்புவோம்.

இந்தியா டுடே, மே 2007

விமர்சனம்

முதுகுளத்தூர் கலவரம்

வரலாற்றின் குருதி எழுதிய வரைபடம்

1957 பொதுத் தேர்தல் – அதற்கடுத்த இடைத் தேர்தல் – அவற்றை ஒட்டி இராமநாதபுரம் மாவட்டம் முதுகுளத்தூர் பகுதியில் கொந்தளிப்பு எழுந்தது. அதை அடக்க 1957 செப்டம்பர் 10ஆம் தேதியன்று மாவட்ட ஆட்சித் தலைவர் அமைதிப் பேச்சுவார்த்தைக்கு ஏற்பாடு செய்தார். அதில் ஒடுக்கப்பட்ட மக்கள் விடுதலை அமைப்பின் சார்பில் கலந்துகொண்டவர் இம்மானுவேல் சேகரன். மறவர்கள் சார்பில் உ. முத்துராமலிங்கத் தேவர். கூட்டத்தில் இம்மானுவேல் அவர்களின் தலைமை குறித்து விவாதம் எழுந்ததாகத் தெரிகிறது. கூட்டறிக்கைக்குத் தேவர் ஒப்புக்கொள்ளாத நிலையில் ஒரே வாசகம் உள்ள தனித்தனி அறிக்கை களை வெளியிடும் சமாதான திட்டத்தோடு கூட்டம் ஒருவகையாக முடிந்தது. மறுநாள் இம்மானுவேல் சேகரன் படுகொலை செய்யப் பட்டார். அக்கொலையின் தொடர்ச்சியாக இரு சமூகத்தினரிடையே மோதல் மூண்டு அது ஏறக்குறைய ஒரு மாத காலம் நீண்டது. பல மனித உயிர்கள் பறிபோயின. நாசமான சொத்துகள் இரு தரப்பிலும் இருந்தன. வரலாற்றின் குருதி எழுதிய வரைபடமாக முதுகுளத்தூர் தமிழக வரலாற்றில் பதிவானது.

தமிழகத்தை உலுக்கிய மிக முக்கியமான சாதியக் கிளர்ச்சிகளுள் ஒன்றான இந்தக் கலவரத்தின் மூலகாரணம் என்ன? முடிவு எது? இவை குறித்துப் பத்திரிகையாசிரியர், எழுத்தாளர், காங்கிரஸ்காரர் தினகரன் சம்பவ காலத்திலேயே எழுதி வெளிவந்த

நூலின் புதிய அண்மைப் பதிப்பு ‘முதுகுளத்தூர் கலவரம்’ என்ற இந்நூல்.

‘உதடசைந்தால் உயிர்ப் போய்விடுமே என்று உலகமே பயந்தபோது உண்மையைச் சொன்னால் ஒன்றுமே வராது’ என்று தவறாக நினைத்து, உண்மையைச் சொல்லி உயிரை மாய்த்துக் கொண்ட தினகரனின் இந்நூல் பின்வரும் விஷயங்களை விரிவாகப் பேசுகிறது. 12ஆம் நூற்றாண்டிலிருந்து மறவர்களின் சரித்திரம், 1932–1939; 1947–1957 ஆகிய காலகட்டங்களில் இராமநாதபுரம் பகுதியின் அரசியலில் சாதியத்தின் பங்கு, வரலாற்று முக்கியத்துவம் வாய்ந்த அமைதிப் பேச்சுவார்த்தை, இம்மானுவேலின் படுகொலை, அதனால் ஏற்பட்ட கலவரம், அரசியல் தலைவர்களின் கருத்துகள், விளைவுகள் என்ற நிரலில் நூல் ஆக்கப்பட்டுள்ளது. பின்னிணைப்பாக அமைந்துள்ளவை நூலைக் காட்டிலும் முக்கியமானவை. மனித உரிமைகள் சர்வதேச மன்னிப்பு ஸ்தாபன காங்கிரஸ் ஒன்றின் அறிக்கை (1984), தேவர் தொடர்பான வழக்கின் நீதிமன்றத் தீர்ப்புகள் சிலவற்றின் தமிழ் வடிவம் (1940கள்), முதுகுளத்தூர் சேம நலச் சங்கத்தாரின் மனு (1957), இக்கலவரம் பற்றிய தமிழ்நாடு அரசின் உள்துறை அமைச்சரின் சட்டசபை அறிக்கை (1957) முதலியவை அந்தப் பின்னிணைப்புகள்.

அப்போதைய தமிழக முதல்வரும் இராமநாதபுரம் மாவட்டம் விருதுநகரைப் பிறப்பிடமாகக் கொண்டவருமான காமராஜ், முதுகுளத்தூர் கலவரம் இருபது வருடங்களாக இருந்துவரும் நாள்பட்ட சமூகப் பிரச்சினையின் விளைவு என்றார். “இந்தச் சதித்திட்டம் மதுரையிலும் விருதுநகரிலும் உள்ள சிலரால் ரகசியமாய் வகுக்கப்பட்டது. ஹரிஜனங்களில் ஒரு பகுதியினருக்குப் பணம் கொடுத்து இந்தக் கலகத்திற்கு ஏற்பாடு செய்துள்ளனர். இது ஆளும் காங்கிரசின் சதி” என்றார் முத்துராமலிங்கத் தேவர் (பக். 40).

(இந்நிலப்பகுதியில் மிகப்பல ஊர்களில் விரிந்து கிடந்த விவசாய நிலத்திற்குச் சொந்தக்காரராய் இருந்த தேவர் அந்நிலங் களின் பயிர் ஏற்றத்திற்குப் பல்வேறு நிலைகளில் தொடர்பு உள்ளவர்களைப் பகைத்துக்கொள்ள வாய்ப்பு மிகக் குறைவு. அந்த விவசாயக் கூலிகளைத் தம் கீழ் வைத்துக்கொள்ள வேண்டி அவர் சில நடவடிக்கைகளை எடுத்திருக்கலாம். எனவே தேவர், எந்த இனத்தைக் கலவரத்திற்குக் காரணமாகச் சுட்டுகிறார் என்பதை மேற்கண்ட குறிப்பிலிருந்து நாம் உணர முடியும்.)

காமராஜ் அமைச்சரவையில் உள்துறையைக் கவனித்துவந்த எம். பக்தவத்சலம், அரசியல், வகுப்புவாதம், நிர்ப்பந்தம் ஆகிய

மூன்றையும் சேர்த்துப் பிடித்த ராட்சஸப்பிண்டம் இக்கலவரம் என்றார். நிலப்பிரபுத்துவ முறை இன்னும் நீடிப்பதாய் நினைத்துக் கொண்ட ஒரு சமூகத்தின் மேலாண்மையின் விளைவு என்று பொருள்பட நிதி அமைச்சர் சி. சுப்பிரமணியம் கருத்துரைத்தார்.

சாதிகள் இருக்கும்வரை இந்தச் சண்டைகள் தீராது எனக் கலவரத்தின் ஆணிவேரைப் பிடித்தார் பெரியார். இப்படிச் சமூகத்தின் பலரும் இக்கலவரம் பற்றிப் பல்வேறு விதமாகக் கருத்து வெளியிட்ட நேரத்தில், 'கலகத்திற்கு வித்திட்ட வகுப்பிலும் நிலத்திலும் உதித்தவன் நான் என்பது வெட்கப்பட வேண்டிய விஷயந்தான்' என்று இக்கலவரக் காரணம் பற்றிய (முன் எண்ணத்தோடு) ஒப்புதல் வாக்குமூலத்தோடு, இந்நூலாசிரியர் எழுத முனைந்திருக்கிறார். "காங்கிரஸ் கட்சியின் கீர்த்தியைக் கெடுக்க, சென்னை சர்க்காரின் திறமையைப் பழிக்க, தமிழ் மக்களின் மானத்தைப் பறிக்க வந்த இந்தச் சம்பவங்கள்" (பக். 23) என்று காங்கிரஸ் கட்சி, ஆட்சி ஆகியவற்றுக்கு நேர்ந்துவிட்ட இழுக்கை, தமிழ் மக்களின் மானத்தின் பேரால் துடைப்பதாகச் சொல்லித் தன் நூலைத் தொடங்குகிறார். தொடர்ந்து பல இடங்களிலும் கட்சியின் செயல்களை நியாயப்படுத்தும் தொனியி லேயே நூல் நகர்கிறது. நூலின் பக்கங்கள் 36, 38, 45, 51, 70 எனப் பல இடங்களில் இதற்கான சான்றுகளைப் பார்க்க முடியும். கட்சியின் உயர்மட்டத் தலைவர்களுடன் அவருக்கு நெருக்கமான கட்சிசார்ந்த உறவு இருந்திருக்கிறது. 'இந்தக் கொலைக்கொள்ளி மனிதனைக் காங்கிரஸ் கட்சியில் கொண்டுவந்து சேர்த்தது யார்? என்று ஒரு சமயம் இராஜாஜி என்னிடம் கேட்டார்' என்று தேவரைக் குறிப்பிட்டு தினகரன் எழுதியுள்ளார் (பக். 39). ஒரு கட்சியில் ஒரு குறிப்பிட்ட குழுவின் உள் இடைவெளிகளைப் பெரிதுபடுத்தி, சம்பந்தப்பட்டவரின் செல்வாக்கைக் குறைக்கும் நுண் அரசியலின் விளைவு இந்தக் கேள்வி என்பது தினகரனுக்குத் தெரியாமலா இருக்கும்? இருந்தும் இதை எழுதுகிறார்.

கலவரப் பகுதிகளை மத்திய அமைச்சர் பார்வையிட்டபோது, களத்தில் பேசிய பேச்சுகளை நூலாசிரியர் வியந்து போற்றும் வரிகள், அவரது காங்கிரஸ் பார்வையை அப்பட்டமாகக் காட்டு கின்றன. கம்யூனிஸ்ட் கட்சி கொண்டுவந்த நம்பிக்கை இல்லாத் தீர்மானத்தைக் கிண்டல் செய்வதும் கட்சிச் சார்பை நன்கு வெளிப்படுத்துகிறது. எனவே, தினகரனின் இந்தப் பிரதியைக் காங்கிரஸ் கட்சியை, ஆட்சியைக் காப்பாற்ற எழுதப்பட்டதாகவே கொள்ள வேண்டியிருக்கிறது. தினகரனின் முன்வரலாறும் அதை உறுதி செய்கிறது. குறிப்பிட்ட சாதியின் அடையாளமாக ஒரு கட்சியில் இயங்கிய, 'பெரிதும் கட்சி சார்ந்த' எழுத்தாளர், பத்திரிகையாளர் என்று தினகரனைக் கருதலாம்.

கட்சிக்கு எதிராக அரசியல் செய்வதால் தேவர் மீது கோபம் கொண்டிருந்த காங்கிரஸ் தினகரன் மூலம் இந்தப் பிரதியை எழுதியிருக்கலாம். முதுகுளத்தூர் பயங்கரம் என்ற நூலை எழுதிய டி.எஸ். சொக்கலிங்கம் பிள்ளையின் பொருத்தப்பாட்டையும்விட மறவரான தினகரன் இது பற்றி எழுதுவது உயர்ந்தது என்று காங்கிரஸ் தலைவர் காமராஜ் நாடார் நினைத்திருக்கலாம்.

இந்நூலின் பின்னிணைப்பாகியுள்ள சிறு பிரசுரம் ஒன்று, இந்திரா காந்தியின் படத்தை அட்டையில் பிரசுரித்துக்கொள்ளும் அளவுக்குக் கட்சி சார்ந்த பிரசுரமாக உள்ளது. இச்சம்பவம் குறித்த உள்துறை அமைச்சரின் அரசு அறிக்கையும் கட்சியின் பார்வையிலேயே உருவாகியிருக்கும் என்பதைச் சொல்ல வேண்டியதில்லை. இத்தகைய தன்மை கொண்ட இரண்டு எழுத்துருக்களை நூலில் இணைத்ததன் மூலம் கட்சி சார்ந்த தொனி நூலில் மிகுதியாகிவிட்டது. மற்ற பின்னிணைப்புகளான நீதிமன்றத் தீர்ப்புகள் இந்தப் பேராயப் பேரொளியின் முன் மங்கிவிட்டன.

சாதிய ஒடுக்குமுறையின் எதிர்ப்புப் போராட்டமாக இந்தக் கலவரத்தைப் பார்க்கும் இந்நூலின் பதிப்பாளர்கள், ஆவணப்படுத்தப்படாத வரலாற்று மீட்பாகவே இதைக் கருதுகிறார்கள். ஆசிரியர் தினகரன் எப்படிச் சுயசாதி மறுத்துச் செயல்பட்டாரோ அப்படிப் பிற்படுத்தப்பட்டவர்கள் உயிர்த் தியாகம் செய்யுமளவிற்குச் சுயசாதி வெறியை எதிர்த்து வினையாற்றுவதுதான் தலித்தியத்திற்குச் செய்யும் முக்கியப் பங்களிப்பு என்னும் கருத்தை முன்வைத்து நூலைப் பதிப்பித்திருக் கிறார்கள். பதிப்பாளர்களின் பார்வையில் தினகரனின் இந்த நூல் தலித்தியத்திற்கு ஆதரவான நூலாக மாறி உள்ளது. எந்தச் சமூகத்திலும் எழுதப்படாத வரலாறுகளே எப்போதும் ஒடுக்கப்பட்டவர்களின் வரலாறாக உள்ளன. ஒடுக்கப்பட்ட மக்களின் வரலாற்றை இப்படிப் பட்ட மூலங்களிலிருந்தே நாம் உறிஞ்சி எடுக்க வேண்டியுள்ளது. ஆவணப்படுத்தாமல் அழிந்துகொண்டிருக்கும் இந்த வகை வரலாறுகள் உருப்பெற்று மேலெழும்போது, அதுவரையில் நிலவிய மைய நீரோட்ட வரலாறு முற்றிலும் தன்னை இழந்து காலக் கண்ணாடி முன் அம்மணமாய் நிற்கும்.

தமிழகத்தின் பிற்படுத்தப்பட்ட மக்களின் வரலாறு வைக்கம், சேரன்மாதேவிப் போராட்டங்களாக வரலாற்றில் மறைந்து கிடக்கின்றன. ஒடுக்கப்பட்டவர்களின் எழுச்சியின் விதைகள் சித்தனூர், கண்டதேவி, வடுகனி, இரவுசேரி, முதுகுளத்தூர், கொடியங்குளம், தாமிரபரணிக் கரை எனப் பல இடங்களில்

புதைந்து கிடக்கின்றன. அவை வெளிக் கிளம்பி, பெரிய மரமாகி, காற்றை நிரப்பும்போது வரலாறு முற்றிலும் மாறி நிற்கும்.

அரை நூற்றாண்டுக்கு முன் எழுதப்பட்ட நூலை இன்றைய காலத்தோடு இணைக்கும் முக்கியத்துவம் வாய்ந்த முன்னுரைகள் இரண்டும் பிற்படுத்தப்பட்டவர்களைத் தலித்தியத்திற்கு எதிராக நிறுத்துகின்றன. இதைப் புரிந்துகொள்ள முடியும். ஆனால், விதிவிலக்காக, முதுகுளத்தூர் கலவரம் உள்பட இன்றுவரை அநேகப் பிரச்சினைகளில் தலித்தியத்திற்கு ஆதரவு சக்தியாகப் பெரியாரும், இந்தத் தினகரன் போன்ற சுயசாதி அபிமானமற்ற பிற்படுத்தப்பட்டவர்கள் பலரும் இருக்கத்தான் செய்கின்றனர். ஆனால் இவர்கள் மிகச் சிலர்.

பிற்படுத்தப்பட்டவர்களில் தலித்திய ஆதரவு சக்தியாகச் செயல்படுபவர்களின் எண்ணிக்கையை அதிகப்படுத்துவது இந்த நூலின் நோக்கங்களில் ஒன்று என்றால் இந்நூல்வழி கிடைக்கும் அதன் வெற்றி உடனடியானதல்ல.

ஏற்கனவே, கடந்த 50 வருடங்களாகச் சமூகத்தில் செல்வாக்கு செலுத்திவந்த, நாட்டின் தபால்தலை வரை சென்றுவிட்ட சிலரது பண்புருக்களை இந்நூல் கடுமையாக அசைத்திருக்கிறது. ஒரு சாராரின் உயர்வுக்குக் காரணமானாலும் அது யார் பலியில் நிகழ்ந்திருக்கிறது என்பதை இந்நூல் சொல்லாமல் புரியவைத்து விட்டது. தென் மாவட்டங்களில் பேச்சு வழக்கில் புழங்கிவரும் சொல்லாடல்களுக்கு அச்சு வடிவம் தந்துள்ள பிரதி இது. களப் போராட்டத்துக்கான அறிவுப் பின்புலத்தை வலுவடையச் செய்யும் திசையில் இந்நூல் பெரும்பணி ஆற்றும்.

ஒரு குறிப்பிட்ட கலவரம் பற்றிய இந்த ஆவணம் மறவர்–பள்ளர் மோதலில் மறவர்களுக்குத் தலைமை தாங்கியவரின் செயற்பாடுகளை விளக்குகிறதே தவிர, அவரது முந்தைய குற்றப் பரம்பரைச் சட்ட நீக்கம் உள்ளிட்ட செயற்பாடுகளை ஒதுக்கிப் புறந்தள்ளவில்லை. ஆனால் அவற்றில் கலந்துள்ள சாதிய உணர்வு களை உணர்த்திச் செல்கிறது. நீதிமன்றத் தீர்ப்புகள் வாசக மனத்துக்குள் கட்டமைக்கும் பிம்பம் மிகக் கடுமையாக இருக்கும். பதிப்பாளர்கள் திறமையானவர்கள்.

ஆசிரியர் தினகரனின் தேவர் எதிர்ப்பு நிலை குறித்துத் தெளிவாக்கப்பட வேண்டிய சில புள்ளிகள் உள்ளன. அவர் தன் இதழை, தேவருடன் நெருங்கிய நட்பு கொண்ட ஒருவரின் (அ) இருவரின் துணையோடுதான் நடத்தியிருக்கிறார். எனவே அவ்விதழில் வெளியான தேவர் பற்றிய விமர்சனங்களைப் பகை முரணாகக் கொள்ளுவது பற்றி யோசிக்க வேண்டியிருக்கிறது.

தனது வளர்ப்பு மகனையும் மீறித் முத்துராமலிங்கத் தேவருக்கு ஆவணம் தேடிய குழந்தைசாமி, தனது வளர்ப்புப் பத்திரிகையையும் மீறி தேவருக்கு ஆதரவு காட்டிய (குழந்தைசாமி மகன்) ஆறுமுகம் ஆகியோரின் செயல்கள் சுலபமாகப் புறக்கணிக்கக்கூடியவை அல்ல. வழிவழியாய் வரும் ஆறுமுகங்களின் நியாயம் என்ன என்பதை அறியாமல் அவற்றை ஒதுக்கித் தள்ளிவிட முடியாது. கூடவே இருந்த பொன்னம்பலம் என்பவரின் வரலாறும் இதுவரை நமக்குத் தெரியவில்லை. இவை தினகரனின் சாதி கடந்த மனசாட்சியை மதிப்பிட உதவலாம்.

முதுகுளத்தூர் கலவரத்தைப் பள்ளர்களுக்கு எதிரான தேவரின் செயற்பாடாகப் பார்ப்பதும் நாடார்களின் சூழ்ச்சி யாகக் கணித்துப் பயனடைந்தது நாடார்கள் எனச் சொல்வதும் காமராஜ் அவர்களின் அதிகார அரசியலின் ஒரு நிலையாக விவரிப்பதும் முதுகுளத்தூர் கலவரம் பற்றிய பல்வேறு கருத்து நிலைகள் ஆகும். அரசியல், சமூக ஈடுபாடு மிக்க ஒரு வேளாண் பேராசிரியர் (என்னிடம் பேசிக்கொண்டிருந்தபோது) சொன்னது போலப் பள்ளர்கள் இன்று தேவேந்திரர் என்றும் மள்ளர் என்றும் ஆதிக்க சாதியினர் என்றும் கருதிக்கொள்ளும் அளவிற்குப் போர்க் குணம் மிக்க சக்தியாக வளர்ந்திருப்பதற்கு இந்தக் கலவரம் உதவியது என்பதுதான் கண்கூடான உண்மை.

தென் மாவட்ட சாதிக் கொத்தில் மறவர், நாடார், பள்ளர், பறையர், சக்கிலியர் என்னும் வகைப்பாட்டில் முதல் நால்வர் பல்வேறு உரிமைப் போராட்டங்களின் ஊடாகக் கல்வி, பொருளாதார, அரசியல் ஏணியில் ஏறத் தொடங்கிவிட்டனர். இப்போது ஏணியின் பல படிக்கட்டுகளில் அவர்கள் மாறிமாறி இருக்கலாம். ஆனால், ஏணியின் அடிவாரத்தைக்கூட அடையாமல் அந்தக் கொத்தின் கடைசிப் பகுதி இருக்கிறது.

வண்ண மை சேர்க்கப்பட்ட முத்திரைகளுடன் நண்பர்கள் காத்திருக்கும் சூழலில் இம்மாதிரியான நூல்களுக்கு அதன் உள்ளடக்கம், நிரல் முறை, ஆவணங்களின் நம்பகத்தன்மை, தகுதி, சூழல், முன்வைக்கும் வாதங்கள் சார்ந்த முழு விமர்சனங்களை அவ்வளவு எளிதில் எழுதிவிட முடியாது. இத்தகைய அரசியல் நூலின் விமர்சனங்களைப் பிரதிக்கு வெளியே உள்ள அம்சங்களே பெரிதும் தீர்மானிக்கின்றன. அதுவும் ஒருவகையில் சரிதான். அர்த்தம் பிரதியிலா இருக்கிறது?

***காலச்சுவடு*, ஆகஸ்ட் 2007**

முதுகுளத்தூர் பயங்கரம்

வரலாற்றின் குருதியிலிருந்து இன்னுமொரு துளி

1957இல் முதுகுளத்தூரில் நேர்ந்த தலித் எழுச்சியைக் குறித்து அந்தக் காலகட்டத்தில் இரு நூல்கள் வெளிவந்துள்ளன. இதைக் கலவரமாகச் சித்திரித்து தினகரன் எழுதிய 'முதுகுளத்தூர் கலவரம்' (1958), பயங்கரமாக அதை வர்ணித்து டி.எஸ். சொக்கலிங்கம் எழுதிய 'முதுகுளத்தூர் பயங்கரம்' (1957). 50 ஆண்டுகளுக்குப் பிறகு இப்போது இவ்விரண்டு நூல்களும் அடுத்தடுத்து மறுபதிப்புக் கண்டுள்ளன.

முத்துராமலிங்கத் தேவருக்கு எதிரான காங்கிரசின் தலித் ஆதரவு நூல்களேயானாலும் இவை இரண்டிற்கும் வித்தியாசம் உண்டு. ஒடுக்கப்பட்ட சாதி, ஆதிக்க சாதிக்கு எதிராக மேல் எழும் ஒரு நிகழ்வைக் கலவரமாகப் பார்ப்பதற்கும் பயங்கரமாகப் பார்ப்பதற்குமான வித்தியாசமே அது.

தினகரன் சுயசாதி அபிமானத்தையும் கடந்து தலித் ஆதரவு நிலைப்பாடெடுத்து எழுதினார். விளைவாகச் சொந்தச் சாதியினரால் கொல்லவும் பட்டார். சொக்கலிங்கத்தின் நூலிலும் தலித் ஆதரவு இழையோடுகிறது. அது காங்கிரஸ், குறிப்பாகக் காமராஜ் என்ற தறியிலிருந்து புறப்பட்ட இழை யாகும்.

சம்பவ காலத்தில் டி.எஸ். சொக்கலிங்கம் பத்திரிகைகளில் எழுதிய கட்டுரைகளைப் பத்திரிகையாளர் மயிலைநாதன் தொகுத்து 'முதுகுளத்தூர் பயங்கரம்' என்னும் பெயரில்

இந்நூலாக்கினார். முதுகுளத்தூர் சம்பவம், அரசியல் நிகழ் வல்ல, வகுப்புகளுக்கிடையிலான போராட்டமே என்பதை நிறுவிக்காட்டுவதே ஆசிரியரின் நோக்கம். குறிப்பிட்ட நிகழ்ச்சி, அதைத் தொடர்ந்த சம்பவங்கள், அவற்றைக் குறித்த பத்திரிகைச் செய்திகளில் படிந்துள்ள அரசியல் சாயம், அறியாமையின் தூசு, சதியின் பகுதி ஆகியவற்றை விளக்குவன நூலின் முதல் இரண்டு பகுதிகள். முதுகுளத்தூர் பகுதி நிலவரிகூட வசூலிக்க முடியாதபடி அராஜகப் பிடியில் இருந்தது பற்றிய விவரம் மூன்றாம் பகுதி. தலைவிரித்தாடிய அராஜகமும் அப்பகுதியைப் பார்வையிட வந்த மத்திய உள்துறை அமைச்சர் தத்தாரின் வருகையைப் பற்றிய விவரணையும் தொடரும் பகுதிகள். தலித்துகளின் துயர வரலாறும் சட்ட சபையில் காங்கிரஸ் கட்சிமீதான நம்பிக்கை இல்லாத் தீர்மானமும் அரசின் நடவடிக்கைகள் பற்றியதும் இறுதிப் பகுதிகள். இந்நூலின் முன் இணைப்பாக 'மதுரைக் கோயில் நுழைவு', 'உ. முத்துராமலிங்கம் பொய்மையால் வேயப்பட்ட காகித ஓடம்' என்னும் பதிப்பாசிரியரின் இரு கட்டுரைகளும், டி.எஸ். சொக்கலிங்கம் பற்றிய பொன். தனசேகரனின் அறிமுகக் கட்டுரையும் உள்ளன. பின்னிணைப்பாகத் தலித் தலைவர் பி. மருதையாவின் அறிக்கையும் நம்பிக்கை இல்லாத் தீர்மானத்தின் போது சகஜானந்தரின் சட்டசபைப் பேச்சும் இணைக்கப் பட்டுள்ளன.

சம்பவ காலத்தில் எழுதப்பட்ட இப்பிரதிகளை, நிகழ்ச்சிகளை வரலாற்றில் வைத்துப்பார்க்கும் அரிய வாய்ப்பை மறுபதிப்புச் செய்திருக்கும் பதிப்பாசிரியருக்குக் காலம் அளித்திருக்கிறது. அதனால் நிகழ்வுகளை அலசிக் கொள்கை ரீதியான தர்க்கங்க ளோடு அ. ஜெகநாதன் முன்னுரை எழுதியுள்ளார். அரசியல் சூழலை விளக்கும் இன்னும் பல அம்சங்கள் தேவைப்படினும் பயனுள்ள முன்னுரை.

சொக்கலிங்கத்தின் நூல் சந்தேகமில்லாமல் காங்கிரஸ் சார்பு எழுத்துகள்தாம். அவை முத்துராமலிங்கத் தேவருக்கு எதிராக இருப்பதால் தலித் ஆதரவு எழுத்துகளாகத் தோற்றம் தருகின்றன. தன் தொகுதிவாழ் மக்களின் சாதிகளைத் தம் கைப்பட எழுதி வைத்திருந்த காமராஜரின் சுயசாதி ஆதரவு நிலைப்பாட்டை, அவர் தலித்துகளை ஆதரிப்பதால் நாம் புறக்கணித்துவிட முடியாது. கட்சி அரசியலில் சாதிகளின் செல்வாக்கை மறுக்க முடியாத மோசமான நிலையை ஒப்புக்கொண்டு சொக்கலிங்கமும் வருந்துகிறார் என்பதுதான் நிலைமை.

அது அரசியல் கலவரமல்ல, வகுப்பு மோதல், அதுவும் ஒரு குறிப்பிட்ட சாதியினர் தம் ஆதிக்கத்திலேயே இன்னொரு

சாதியினரை வைத்திருக்க விரும்பி அதன் பொருட்டு வன்முறை யில் ஈடுபட்டதன் விளைவே முதுகுளத்தூர் பயங்கரம் என்பதாக இந்நூல் பேசுகிறது. ஒடுக்கப்பட்ட சாதியினர் தற்காத்துக்கொள்ள மேற்கொண்ட எதிர்ப்பு தன்னெழுச்சியாக நேர்ந்ததாகச் சொக்கலிங்கம் நூல் ஒப்புக்கொள்ளவில்லை. மாறாகக் காங்கிரஸ் சேவையின் விளைவு அது என்பதாகப் பீற்றிக்கொள்கிறது. அது காங்கிரஸ் சேவையின் விளைவென்றால் காங்கிரஸ்காரர் அனைவருக்கும் அதில் பங்கு உண்டுதானே?

சொக்கலிங்கத்துக்குத் தன் காங்கிரஸ் ஆதரவு வாதத்திற்கு வலுச் சேர்க்கப் பெரியாரின் நிலைப்பாட்டையும் பாராட்ட நேர்ந்துவிடுகிறது. முதுகுளத்தூர் சம்பவத்தில் தலித்துகளின் பக்கம் பெரியார் சார்புநிலை எடுத்ததற்கு அரசியல் காரணம் கற்பிக்கும் பிந்தைய வரலாறுகளை முன் உணர்ந்தோ என்னவோ ஒடுக்கப்படும் பிரிவினர்மீது எப்போதும் கவனம் குவிக்கும் பெரியாரின் இயல்பே தலித் சார்பு நிலைக்குக் காரணம் எனச் சொக்கலிங்கம் இந்நூலில் பதிவுசெய்திருக்கிறார். பெரியார், திராவிடம் என்ற கருத்தாக்கங்கள்மீது எப்போதும் எதிர்நிலை எடுப்பவர் சொக்கலிங்கம் என்பது வரலாறு அறிந்த செய்தி. பைத்தியக்கார ஆஸ்பத்திரியிலும் இட ஒதுக்கீடு வேண்டுமா என்பது சொக்கலிங்கத்தின் புகழ்பெற்ற கிண்டல். திராவிடர் கழகங்களின் உயிர்மூச்சான இட ஒதுக்கீட்டையே கிண்டல் செய்த சொக்கலிங்கம் பெரியாரை வேறு வழியின்றிப் பாராட்டி யிருக்கிறார் என்றுதான் சொல்ல வேண்டும்.

தலித்துகளின் தன்னெழுச்சியைப் போற்றி விதந்தோத வேண்டிய இந்நூல், காங்கிரசின் தலித் நிலைப்பாடுமீது சார்புணர்ச்சி எழுமாறு உருவாகிவிட்டது. அதற்கு உதவுவதுபோல் நூலின் முன் இணைப்புக் கட்டுரைகள் இரண்டும் தலித்துகளுக்காக உழைத்ததாகக் காங்கிரஸ் பலபடப் பேசும் வைத்தியநாத அய்யரையும் ராமேசுவரி நேருவையும் (நூல் நெடுக இவர் பெயர் ராஜேசுவரி நேரு என்று பதிவாகியுள்ளது. நூலில் காணலாகும் பல பிழையான பெயர்களுடன் இதுவும் சேர்த்தி) புகழ்ந்து தள்ளுகின்றன.

உணர்ச்சியின் பெருக்கில் கோபத்தின் திசைவழியில் இயங்கும் முன் இரு கட்டுரைகளின் மிகை அழுத்தம் காங்கிரஸ் சார்பு எழுத்தான இந்நூலைச் சொக்கலிங்கம் என்ற சுதந்திரப் போராட்ட வீரரின் சமத்துவ இந்தியா நோக்கிய கனவு பற்றிய எழுத்தாக நினைக்கவைத்துவிடுகின்றது.

ஒரு காலகட்டத்தில் ஒருவருக்கு எதிராக இருந்தவர்கள் இன்னொரு காலகட்டத்தில் அவருக்குச் சார்பான நிலை எடுப்பது

நாடாளுமன்ற அரசியலில் தவிர்க்க இயலாதது. தேவரை எதிர்த்த தினகரனோடு தோள் சேர்ந்து நின்ற ஆறுமுகம் பின்னாளில் தேவரைப் பாராட்டிப் புத்தகம் எழுதினார். சொக்கலிங்கத்தின் நிலைப்பாட்டையே அவருக்குப் பிறகும் வாழ்ந்த மயிலைநாதன் எடுக்க வேண்டும் என்று எதிர்பார்ப்பதும் அது நடக்காதபோது அவரைக் குருத்துரோகி என்று சொல்வதும் மீண்டும் யோசிக்க வேண்டியவை. ஏ.கே. செட்டியார், மயிலைநாதன், தி.வ. மெய்கண்டார், அன்பு பொன்னோவியம் போன்றோர் வரலாற்றின் தொடர்ச்சிக்கு அளிக்கும் ஆவணச் சேகரிப்புப் பங்களிப்பை நாம் கவனிக்க வேண்டியுள்ளது. நமது விமர்சனங்கள் வரலாற்றுக்குதவும் அவர்களின் இருப்பைக் காலிசெய்துவிடக் கூடாது. அதேசமயம் சந்தர்ப்பவாதப் புத்தக வியாபாரிகளைச் சாடுவதை நாம் வரவேற்றுத்தான் ஆக வேண்டும்.

முதுகுளத்தூர் சம்பவத்தைப் பள்ளர்களின் விடுதலைப் போராட்டமாக மட்டும் பார்க்காமல் ஒட்டுமொத்த தலித்துகளின் எழுச்சியாகப் பார்ப்பதும் உணர்வதும் தலித் எழுச்சிப் பயணத்தில் நல்ல சமிக்ஞைகள்.

கடைசியாக ஒரு வார்த்தை.

முதுகுளத்தூர் கலவரம் நூலில் நேர்ந்திருந்த இரண்டு தவறுகளுக்காகத் தமிழ் அறிவுலகத்திடம் இந்நூலில் மன்னிப்பைக் கோரியுள்ளார் பதிப்பு ஆசிரியர். அம்மாதிரியான தவறுகளைச் சுட்டிக்காட்ட வேண்டிய பொறுப்பும் கடமையும் விமர்சகர்களுடையவை. ஆனால் விமர்சகர்கள் அவற்றை உணர்ந்திருந்தாலும் சொல்லாமல் இருந்திருக்கலாம். அதற்குக் காரணங்கள் இரண்டு: இம்மாதிரியான நூல் முயற்சிகளுக்குப் பின்னால் நிற்கும் உழைப்பு பற்றிய மதிப்பும் தங்கள்மேல் ஊற்றப்படுவதற்காகக் காத்துக்கொண்டிருக்கும் தார் டின்களின் மீதான கவனமும்.

காலச்சுவடு, அக்டோபர் 2008

என் வாழ்க்கை

சுவை ததும்பும் மொழிபெயர்ப்பு

சமஸ்தான திவான்களின் வாழ்க்கை வரலாறுகள் ஒருவகையில் சுவையானவை. விடுதலைக்கு முந்தைய இந்தியாவில் பிரிட்டிஷ் இந்திய அலுவலர்கள் என அழைக்கப்பட்ட இவர்கள் ஒரு ரகமான அறிவாளிகள். இத்தகையர்களுள் சி.பி. ராமசாமி ஐயர், ஆர்.கே. சண்முகம் செட்டியார், மீர்சா இஸ்மாயில், கே.எம். பணிக்கர், வி.டி. கிருஷ்ண மாச்சாரி, டி. விஜயராகவாச்சாரி ஆகியோர் புகழ் பெற்ற சிலர். திவான்களாகப் பணிபுரிந்த இவர்கள் சமஸ்தானத்தை நிர்வகிப்பதுடன், பிரிட்டிஷ் அரசாங்கத்துடன் அவற்றின் சார்பில் நல்லுறவைப் பேணும் பணியையும் செய்தனர். ஏறக்குறைய பழைய துபாஷ் வேலையைப் போன்றதுதான். கூடுதலாக நிர்வாகத் தலைமைப் பணியும் சேர்ந்து கொண்டது அவ்வளவுதான்.

தேசத்தின் பழைய வரலாற்றை அறிய உதவும் இவர்களது வாழ்க்கை வரலாறுகள் சுவாரசிய மானவை. திருவாங்கூர் திவானாக இருந்த சி.பி. ராமசாமி ஐயரின் வாழ்க்கை வரலாற்றை 20 ஆண்டுகளுக்கு முன்னால் படித்தபோது என்னமாய் நாம் ஏமாற்றப்பட்டிருக்கிறோம் என்று நினைத்து இப்போது நினைவுக்கு வருகிறது. மூன்றாண்டுகளுக்கு முன் படித்த ஜெய்பூர் திவான் மீர்சா இஸ்மாயிலின் வாழ்க்கை ஒரு ராஜ குடும்பத்து இளைஞனின் வாழ்க்கைக்குச் சற்றும் குறையாதது. பீகானீர் திவான் கே.எம். பணிக்கரின் சுயசரிதையைச் சில ஆண்டுகளாகத் தேடிக்கொண்டிருந்தேன். திருவனந்தபுரம் கேரள வரலாற்று ஆராய்ச்சி அவை

நூலகத்தில் மலையாள பிரதியான 'ஆத்மகதா' இருந்தது. ஆங்கில நூலுக்காக அலைந்து கொண்டிருந்தபோது தமிழ்மொழிபெயர்ப்பு டிசம்பரில் கிடைத்தது. நா. தர்மராஜன் மொழிபெயர்ப்பில் கே.எம். பணிக்கரின் 'என் வாழ்க்கை' (2011) வெளிவந்துள்ளது. என்.சி.பி.எச். வெளியீடு. 272 பக்கம், 150 ரூபாய்.

இன்றைக்குப் பணிக்கர் என்றதும் தில்லி ஜவஹர்லால் பல்கலைக்கழகத்தின் சமகால வரலாற்று மையத்தில் பணியாற்றிய கே.என். பணிக்கர்தான் பலருக்கும் உடனே நினைவுக்கு வருகிறார். நாம் குறிப்பிட்டிருப்பது சர்தார் கே.எம். பணிக்கர். இவர் மனிதகுல வரலாற்றை யுனெஸ்கோவுக்காக எழுதுவதில் ஈடுபட்டவராயினும் பிரிட்டிஷ் இந்திய அலுவலர், சிறந்த நிர்வாகி, நேருவின் நண்பர், மாநில சீரமைப்புக் குழுவில் பணியாற்றியவர் என்றே அறியப்படுபவர். காவலம் மாதவன் பணிக்கர் (1895–1963) ஆக்ஸ்போர்டு பல்கலைக்கழகத்தில் படித்த கேரளத்து அறிவுஜீவி. *இந்துஸ்தான் டைம்சில்* ஆசிரியராக இருந்தவர். பாடியாலா, பீகானீர் முதலிய சமஸ்தானங்களில் திவானாகப் பதவி வகித்த இவர், சுதந்திர இந்தியாவில் சீனா, எகிப்து, பிரான்சு ஆகிய நாடுகளில் தூதுவராகவும் பணியாற்றியவர். பணிக்கரின் மணிவிழா, டாக்டர் பி. வரதராஜுலு, பெரியார், பி.கே. சாக்கோ ஆகியோர் முயற்சியில் சென்னையில் நடைபெற்றது. கே.எம். பணிக்கரின் 70 ஆண்டு காலப் பொதுவாழ்க்கையில், வரலாறு அவரை நினைவில் வைத்திருப்பதற்குக் காரணம் சுதந்திர இந்தியாவில் மாநிலச் சீரமைப்புக் குழுவில் அவர் உறுப்பினராகச் சிறப்பாகச் செயல்பட்டது எனலாம். சமீபத்தில்கூட ஒரு முன்னாள் அமைச்சர் பணிக்கரைப் பற்றி ஆசிரியருக்குக் கடிதம் பகுதியில் குறிப்பிட்டிருந்தார். பணிக்கரை, மாநிலச் சீரமைப்புக் குழுவின் தலைவர் என்று அவரைச் சுட்டியிருந்தார். பணிக்கர் உறுப்பினர்தான் (27 ஜனவரி 2012, *தினமணி*).

சமஸ்தானங்களின் ஆடம்பர டாம்பீகம், பெரிய நாடுகளைப் போன்ற அவற்றின் தோரணை, இந்தியா, பாகிஸ்தான் போல இராஜாஸ்தான் என்ற பெயரில் பல சமஸ்தானங்களின் கூட்டணி அமைத்துப் புதிய நாடாக உருவாக்க எண்ணமிட்டது போன்ற புதைந்துபோன வரலாற்றின் பழம் நிகழ்வுகள் பல கே.எம். பணிக்கரின் வாழ்க்கை வரலாற்றில் படிக்கக் கிடைக்கின்றன. மாநில சீரமைப்பின்போது நடந்த பல உரையாடல்கள் தெலங்கானா, உத்திர பிரதேசப் பிரிப்பு போன்ற இன்றைய பல மாநில, எல்லைப் பிரச்சினைகளில் பழைய வெளிச்சத்தைப் பாய்ச்சுபவை. அந்த வகையில் பணிக்கரின் வாழ்க்கை வரலாறு பயன்தரத்தக்கது.

1963இல் மறைந்த பணிக்கரின் 1960 வரையிலான வாழ்க்கை நிகழ்வுகள் இந்தச் சுயசரிதையில் கிடைக்கின்றன. பணிக்கர் என்ற ஆளுமையின் பொது அறிமுகம் மற்றும் முக்கியத்துவம் கொண்ட ஒரு முன்னுரை இருந்திருக்க வேண்டும். மொழிபெயர்ப்புக்கு எடுத்துக்கொண்ட மூலநூலின் விவரம் நூலில் இல்லை. பணிக்கரின் முழுப் பெயர் நூலின் ஓரிடத்தில்கூடக் குறிப்பிடப்படவில்லை. இவற்றை எல்லாம் கொண்டிருக்க வேண்டிய முன்னுரை இல்லை. இருக்கும் பதிப்புரையோ, நூலின் செய்திகளை கொஞ்சம் கொஞ்சம் எடுத்துத் தயாரிக்கப்பட்டிருக்கிறது. குடுகுடுப்பைக்காரனின் ஒட்டுப் போட்ட சட்டையை நினைவூட்டுகிறது பதிப்புரை. இப்படிச் சில குறைகள் இருப்பினும் நூலின் மொழி சுவையாக உள்ளது. பயணத்தின்போது படிப்பதைத் தவிர்க்கும் நான் இப்புத்தகத்தைப் பயணநேரத்திலும் படித்தேன். எடுத்த புத்தகத்தை வைக்க முடியவில்லை. 50க்கும் மேற்பட்ட ரஷ்ய நூல்களை மொழிபெயர்த்த புகழ்பெற்ற மொழிபெயர்ப்பாளர் நா. தர்மராஜனின் மொழிபெயர்ப்பில் திருப்தி அடையாத நண்பர்களின் கருத்தோடு, இந்நூலைப் பொறுத்தவரை முற்றிலும் நான் முரண்படுகிறேன். சுவை ததும்பும் மொழிபெயர்ப்பு நூல் இது. நூலின் சுவைக்கு மொழிபெயர்ப்பாளரின் நடை அல்ல, மூலநூலின் மொழியும் உள்ளடக்கமும் காரணங்கள் என நண்பர்கள் வாதிடக்கூடும். எப்படி இருப்பினும் வாசகர்கள் படித்து எடுக்கும் சுயமான முடிவுதான் இதில் இறுதியானது.

காக்கைச் சிறகினிலே, **மார்ச் 2012**

கெட்ட வார்த்தை பேசுவோம்

நேற்று காளமேகம்; இன்று பெருமாள்முருகன்; நாளை ரேவதி

ஜனவரியில் நான் படித்த மூன்றாவது புத்தகம் பெருமாள்முருகனின் 'கெட்ட வார்த்தை பேசுவோம் – பகுதி 1' என்ற இலக்கியக் கட்டுரை நூல். பாடலாசிரியர் வே. ராமசாமியின் கலப்பை பதிப்பகத்தின் நான்காம் வெளியீடு. 136 பக்கம் கொண்ட இதன் விலை நூறு ரூபாய். வா.மு. கோமுவின் *இறக்கை*, ஹரிகிருஷ்ணனின் *மணல்வீடு* ஆகிய சிற்றிதழ்களில் வெளிவந்த 15 கட்டுரைகளின் தொகுப்பு இந்நூல்.

கெட்ட வார்த்தைகள் நல்ல வார்த்தைகள் எனத் தோற்றத்தில் எவையும் இல்லை. நாம்தான் அவற்றுக்கு அத்தன்மைகளைத் தருகிறோம். மனிதர்களைவிடவும் சொற்கள் நிர்மலமானவை. பயன்படுத்துபவனைப் பொறுத்து அதற்குக் குணம் ஏறுகிறது / குறைகிறது / மாறுகிறது. புரட்சி, போராளி போன்ற சொற்களுக்கு இருந்த உயர்வான தொனிப் பொருள் இப்போது சீரழிந்து நிற்பது இதற்குச் சமகாலச் சான்று. இந்நூலின் கட்டுரைகளில் நீண்டகாலமாகத் தமிழ்ச் சமூகத்தில் கெட்ட வார்த்தைகளாகக் கருதப்படும், பெரும்பாலும் உடல்சார்ந்த சொற்களைப் பற்றி நூலாசிரியர் பேசியிருக்கிறார்.

பழைய நூல்களின் பதிப்பாசிரியர்கள் கெட்ட வார்த்தைகளாகக் கருதப்படும் சொற்களை நீக்கி

விட்டு அல்லது மாற்றிவிட்டு அல்லது வேறு விளக்கங்களுடன் தங்கள் பதிப்பைக் கொண்டுவரும் பதிப்பறமற்றச் செயல்களைக் கண்டிக்கும் கட்டுரைகள் இவை. மொழிக்குள் செயல்படும் மனித மனோபாவங்கள் பற்றிய ஆராய்ச்சிக்கு இந்நூல் ஒரு நல்ல தரவு.

உடல் சார்ந்த சொற்களை அருவெறுப்புடன் அணுகுபவர்களை அல்குல் தரும் இன்பத்தை அறியாத மூட ஜென்மங்கள் என்று கோபம் பொங்கக் கடிந்துகொள்கிறார் நூலாசிரியர். மொழி மற்றும் கலாச்சார தளத்தில் இவரைப் போன்ற பண்பாட்டுக் கலகக்காரர்களின் குரல் எப்போதும் ஒலித்துக்கொண்டுதான் இருக்கும். நேற்று காளமேகம் இன்று பெருமாள்முருகன் நாளை ரேவதி. பண்பாட்டுக் காவலர்கள் எங்கிருந்தாவது ஓடிவந்து கலகத்தை அந்த இடத்திலிருந்து அப்புறப்படுத்திவிட்டுப் போவார்கள். இன்னொரு இடத்தில் நடக்கும் கலகத்தை அடக்க அவர்கள் போக வேண்டாமா?

கெட்டவார்த்தை பேசலாம் என்று துணிந்துவிட்ட பின்பும் புனைபெயரிலேயே இக்கட்டுரைகளை எழுதத் தொடங்கியுள்ளார் பேராசிரியர் பெருமாள்முருகன். பெயர் கசிந்து பரவிய பிறகே புனைபெயரைத் துறந்திருக்கிறார். (புனைபெயரைத் துறப்பது அவருக்குப் புதிதல்ல). இந்தத் தயக்கத்தின் சிறு நிழலில்தான் ஒழுக்கவாதிகள் தங்கள் முகாம்களை முதலில் நிறுவுகிறார்கள். பிறகு சிறிதுசிறிதாக அதை விரிவாக்குகிறார்கள். எது நல்லது எது கெட்டது என்பதை அதிகாரத்தில் உள்ள வர்க்கமே அதன் இயல்பு/ அரசியல் சார்ந்து அவ்வப்போது உணர்த்திக்கொண்டிருக்கிறது. எல்லாக் காலத்துக்குமான ஒரே ஒழுக்கம் என்பது எப்போதும் இல்லை. இருக்கவும் முடியாது.

காக்கைச் சிறகினிலே, மார்ச் 2012

ரேவதி: ஆண் உடலில் சிக்கிக்கொண்ட பெண்

மக்களைப் பாகுபடுத்தும் எதுவும்
சமத்துவத்தைக் குலைக்கிறது

***— உச்ச நீதிமன்றத் தீர்ப்பொன்றில்
நீதியரசர் எஸ். முரளிதர் (2009)***

எதிர்பாலின ஈர்ப்பைத் தவிர்த்தவர்கள் மனித வர்க்கத்தில் சிறுபான்மையினராகக் கருதப்பட்டு ஒடுக்கப்படுகிறார்கள். பொட்டை, அலி, ஒன்பது, இஜரா, அரவானி, திருநங்கை என்னும் சொற்களால் அழைக்கப்படும் இவர்களுக்கு இப்போது சமூக ஏற்பு கூடிவருவது மகிழ்ச்சி தருகிறது. இப்பெயர் வரிசையே இதற்கு ஒரு சான்று. வசைச் சொல்லிலிருந்து மரியாதை கொண்டதாகப் பெயர் மாறிவருகிறது.

எதிர்பாலின ஈர்ப்பு தவிர்த்தவருள் ஒரு பகுதியினர் பொதுவாக மேற்கண்ட பெயர்களால் அழைக்கப்படுகின்றனர். எனினும் இவர்களுக்கென இவர்களே அமைத்துக்கொண்ட வட இந்தியாவில் இயங்கும் சமூக அமைப்பில் சிறு வித்தியாசங்களைப் புலப்படுத்தும் வேறு பல சொற்களும் உள்ளன. அவற்றைக் குழூஉக்குறி என்று சொன்னால் தமிழர்கள் நன்கு விளங்கிக்கொள்வர். வெளிப்படையான பெண் தன்மை கொண்டவர் மற்றும் / அல்லது மற்றொரு ஆணுடன் உடலுறவில் ஈடுபடுபவர் கோத்தி எனப்படுகிறார். பிறப்புறுப்பு நீக்கம் செய்துகொண்ட இப்படிப்பட்டவர் நிர்வாண் கோத்தி ஆகின்றார். ஆண் பெண் உறவுதான் முற்ற

முடிவானது என்ற பொதுப்புத்தியின் நிலைப்பாட்டைக் கேள்விக் குறியாக்குவோர் *queer* என்று அழைக்கப்படுகின்றனர்.

பாட்டாளி வர்க்கத்தினர், பிற்படுத்தப்பட்டோர், தாழ்த்தப் பட்டோர், பொருளாதார மற்றும் சமூகச் சமத்துவத்துக்காகப் போராடி மேல் உயர்ந்ததைப் போல, இந்தப் பாலியல் சிறுபான்மை யரும் தங்கள் குரலை ஓங்கி ஒலித்துப் பண்பாட்டுத் தளத்தில் மேலெழுந்து வருகின்றனர்.

சென்ற ஐந்தாண்டில் பாலினச் சிறுபான்மையரை மதிக்கும் செயலைத் தமிழகம் தொடங்கிவைத்திருக்கிறது எனலாம். அரவானிகள் பால் மாற்று அறுவைச் சிகிச்சையை இலவசமாக அரசு பொது மருத்துவமனையில் செய்ய அனுமதி (2009), நல வாரிய அமைப்பு (2008), குடும்ப அட்டை, அடையாள அட்டை வழங்கச் சென்னை, உயர் நீதிமன்ற ஆணை (2004) ஆகியவை அவற்றுள் சில. உடனடிப் பார்வைக்கு இவை ஆறுதலாகத் தோன்றினாலும் கொஞ்சம் உள்ளே பார்த்தால் அதிலும் பிரச்சினைகள் இருக்கின்றன. உதாரணத்திற்குக் குடும்ப அட்டையில் பாலினம் என்பதில் விரும்பும் இனத்தைக் குறித்துக்கொள்ள அவர்களை அரசு இப்போது அனுமதிக்கிறது. என்றாலும் ஆண் என்றோ பெண் என்றோதான் குறிக்க முடியும். இரண்டுமற்ற ‘நடுவின்பால்’ எனப் பதிவுசெய்தல் இயலாது. ஆண் உடலில் சிக்கியிருக்கும் பெண் என்றோ பெண் உடலில் சிறைப்பட்டிருக்கும் ஆண் என்றோதான் இவர்களைக் கருணை உள்ள சமூகம்கூடப் பார்க்கிறது. Behavioural Disorder என்பதாகத் தான் அறிவியல் அனுதாபம் கொள்கிறது. சமத்துவமான பார்வை இன்னும் சாத்தியமாகவில்லை. சில அமைப்புகளின் தொடர் போராட்டத்தால் சமூகத்தின் கவனத்தில் இந்தச் சிறு அசைவாவது ஏற்பட்டிருக்கிறது. எனினும் இவை தமிழக அளவில் இவர்களது அடுத்தகட்ட நகர்வை முன்னறிவிக்கும் சமிக்ஞைகளாகும்.

மாற்றுவெளி ஒரு மாற்றுப் பாலியல் சிறப்பிதழை 2011இல் கொண்டுவந்துள்ளது. 2005 – 2008க்குள் இவர்களைப் பற்றி சுமார் எட்டு நூல்களும் ஒரு குறும்படமும் வெளிவந்துள்ளது அவ்விதழிலிருந்து தெரிகிறது. இவை சமூகத்தில் உரையாடல்கள் தொடங்கிவிட்டதை உறுதிசெய்கின்றன. இந்தப் பின்புலத்தில் வெளிவந்துள்ளது ரேவதி எழுதிய வெள்ளை மொழி.

“பெண்ணாக வாழப் போராடும் அரவானி ஒருவரின் தன் வரலாறு வெள்ளை மொழி. பெண்ணாகத் தன்னை உணர்ந்த கணம் முதல் இவரது போராட்டம் தொடங்குகிறது. தம்மை ஒத்தவர்களைக் கண்டறிந்து அவர்களோடு ஒத்து அவர்களின்

மரபுகளைக் கடைபிடித்தல், அவர்களுக்கு விதிக்கப்பட்ட பாலியல் தொழில் சார்ந்து வாழ்தல், புரிதல் குறைபாடு காரணமாக ஒதுக்கியும் வெறுத்தும் இம்சிக்கும் குடும்பம் முதல் மனிதத் தன்மையே அற்ற காவல்துறை வரை எல்லாத் தரப்பினரோடும் ஏற்படும் சம்பவங்கள், பாலினச் சிறுபான்மையினர் பற்றிய புரிதல் கொண்டவர்களோடு இணைந்து செயல்படும் விதங்கள் என வெவ்வேறு வகை அனுபவங்களை வெளிப்படையாகப் பேசும் நூல் இது” என்று எழுத்தாளர் பெருமாள்முருகன் எழுதி யுள்ள முன்னுரையின் ஒரு பகுதி இந்நூலை நன்றாக அறிமுகப் படுத்தி விடுகிறது. வெளிப்படை என்ற சுருதியில்தான் இந்த முழுநூலே இயங்குகிறது. வள்ளலாரின் மரபு மீறிய எளிய பாடல்களை வெள்ளைப்பாட்டு என்று அழைத்தார் வ.ரா. அரசாங்க வெள்ளை அறிக்கைபோல அரவானிகளின் வெள்ளை அறிக்கை ரேவதியின் இந்நூல்.

‘உணர்வும் உருவமும்’ என்னும் தலைப்பில் அரவானிகளின் வாழ்க்கைக் கதைகளை முன்பே தொகுத்து நூலாக்கியுள்ள ரேவதியின் இரண்டாம் தமிழ் நூல் வெள்ளை மொழி. *The truth about my life* என்னும் பெயரில் இதன் ஆங்கில வடிவம் *Penguin* வழியாக முன்பே வெளிவந்துள்ளது. கன்னட வடிவமும் வெளியாகியுள்ளது. பாலியல் சமத்துவத்தை நோக்கிய செயலாக, பெண்ணிய உரையாடலின் அடுத்த கட்டமாகக் கருதத்தக்க இத்தகைய எழுத்துகளைத் தமிழ் புறந்தள்ளாது என நம்பலாம்.

இளம் பாலிலியை மகளாகச் சிலர் வரித்துக்கொள்ளுதல், அன்னையென, குருவெனச் சிலர் இயங்குதல், இளம் பாலிலிகளுக்கு அவர்கள் ஆதரவாகவும், அரணாகவும் செயல்படுதல், குறிப்பிட்ட சில சடங்குகள், சில முறைகளைப் பின்பற்றுதல் போன்ற தன்மைகளைக்கொண்ட அரவானி சமூகங்கள் சிலவற்றை இந்நூல் பொதுவுலகுக்கு அறிமுகப்படுத்துகிறது. இவ்வமைப்பின் செயல்பாடுகளில் பங்கேற்ற ரேவதி இந்நூலில் அவ்வனுபவங்களை வெளிப்படுத்தியுள்ளார். அவற்றுள் சில மட்டுமே பொது அனுபவ அறிவுக்கு விளங்குகின்றன. மற்றவை உளவியல், சமூகவியல் நோக்கில் விளக்கப்பட்டால் அச்சமூகம் பற்றிய புரிதலை மேம்படுத்தும். தில்லி, பம்பாய், ஹைதராபாத் ஆகிய நகரங்களில் மட்டும் இத்தகைய சமூகங்கள் செயல்படுவதும் மற்ற நகரங்களுக்கு அவை பரவாததன் காரணமும் அவ் விளக்கங் களால் தெரியவரலாம்.

உடலால் ஆணாக, உணர்வால் பெண்ணாகப் பிறந்த ஒருவர் பாலால் பிரிந்து கிடக்கும் ஒரு சமூகத்தில் பெண்ணாக வாழ, பட்ட / படும் வேதனைகளின் குவியல் இந்நூல். வாசிப்பு

முடிந்ததும் ஒரு பாட்டம் அழுது முடித்து மூடிவைக்க முடியாத நூல் இது. கருணைமிக்க ஒரு சமூக நலவாரியம் தன் திட்டத்துக்குள் சேர்க்க வேண்டிய பிரச்சினைகளின் பட்டியலை, உள்ளூரத் தேக்கிக்கொண்டுள்ளது இது. கசப்பும் வேதனையும் துக்கமும் அவலமும் கண்ணீரும் விரக்தியும் நிரம்பி வழியும் இந்தத் தன் வரலாற்று நூலில் ரேவதியைக் காதலித்த சினிமா ஆபரேட்டரும் திருமணமே செய்துகொண்ட பெங்களூர் சங்கமா அலுவலரும் நம்பிக்கை ஊட்டும் மனிதச் சித்திரங்கள். இவர்கள் உறவில் தொடர்ச்சியைக் கொண்டிருந்தால் ஒரு அரிய வாழ்க்கை ரேவதிக்குச் சித்தித்திருக்கும். ஒருவேளை நாம் இந்நூலை இழந்திருக்கக் கூடும்.

நூலைப் படித்து முடிக்கும் வாசகனுக்குத் திருப்தி அடைய இயலாத ஜீவனாக ரேவதி தோன்றுகிறார். ஒருவேளை திருப்தி ஏற்பட்டிருந்தால் நாமக்கல்லில் ஏதோ ஒரு ஊரில் ஆண் என்னும் போர்வையில் ரேவதி முடங்கிப் போயிருப்பார்தான். ரேவதியைப் போல அல்லாமல் மாற்றத்தை எதிர்கொள்ளத் துணிச்சலற்ற அல்லது விரும்பாத பாலிலிகள் ஆண் உடையிலும் பெண் உடையிலும் நம்முள் கலந்திருக்கிறார்கள். அவரது சொந்த ஊர் மளிகைக் கடைக்காரரின் மகனைப் போல. பெண் உறுப்பு வளர்ச்சிக் குறைவு, பூப்படைய முடியாத உடற்குறை என அறிவியல் ஒப்புக்கொள்ளும் பல காரணங்களைத் தெரிந்த மருத்துவர்களின் ஆதரவோடு சொல்லிக்கொண்டு மனங்குமைந்து ஒரு குறிப்பிட்ட சதவீதத்தினர் இவ்வகையில் வாழ்ந்து கொண்டிருக்கிறார்கள், சமூகம் என்ற பூச்சாண்டிக்காரனுக்குப் பயந்துகொண்டு. பெரியாரின் நீட்சியாக யாரும் இல்லாதுபோனதால் இந்தப் பூச்சாண்டிக்காரன் தானடித்த மூப்பாகத் திரிகிறான், பழமை வாதிகளின் பெரும் பலத்தோடு.

ஒருபால் ஈர்ப்புள்ளவர்கள் உள்ளிட்ட பாலினச் சிறுபான்மை யினரையும் சமூகம் வெறுப்பின்றி அங்கீகரிக்கும் காலம் ஒன்று வரும்போது பழமை போற்றிய அத்தனை மதிப்பீடுகளையும் நாம் இழந்து நிற்கக்கூடும். இந்தப் பயமே மாற்றத்தைத் தடுத்துக் கொண்டிருக்கிறது. அப்படி ஒன்றும் நடந்துவிடாது. பால்மாறி நிற்கும் ரேவதியின் இப்போதைய கிராம வாழ்க்கையே அதற்கொரு சான்று. ரேவதி வம்சவிருத்தி மறுக்கப்பட்ட இன்னொரு பெண் அவ்வளவுதான்.

ஒரு புனைகதைக்குரிய சுவாரசியமான சொல் முறையை நூல் கொண்டுள்ளது. தில்லி–கிராமம், தில்லி–கிராமம், பம்பாய்– கிராமம், பெங்களூர்– கிராமம் இப்படி மாறி மாறி அமைகிறது கதைக் களன். அரவானிகள் தாங்களே அமைத்துக்கொண்ட

இசைவான கூட்டு வாழ்க்கைகளின் சம்பவங்களும் யதார்த்த சமூகத்தில் அவர்கள் எதிர்கொள்ளும் பிரச்சினைகளும் மாறிமாறிச் சொல்லப்பட்ட முறை வாசிப்பைச் சுவாரசியப்படுத்துகிறது. வானுக்கும் மண்ணுக்குமாக மாறிமாறிக் காட்சி தந்த இந்திரஜித்தின் போர்க்காட்சி என் நினைவுக்கு வந்தது. இந்த முறையை நூலுக்குள் கொணர்ந்தவரைப் பாராட்ட வேண்டும்.

கடைசியாக ... இந்த ஜீவன்கள் மதம் கடந்தவர்கள். இவர்களுக்கென்று இவர்களே உருவாக்கிக்கொண்டுள்ள வட இந்திய அமைப்பில்கூட மத ஆதிக்கம் இருப்பதாகத் தெரிய வில்லை. அங்கு நிலவும் சில சடங்குகளும் சம்பிரதாயங்களும் உள்ளூர் நிகழ்வுகளின் எதிரொலிகளாக, மனஅவசம் சார்ந்த எச்சங்களாகவே கருதப்பட வேண்டும். எனவே மரியாதையுடனும் அன்புடனும் வழங்கப்பட்டதாயினும் 'அரவானி' என்ற மதம் சார்ந்த சொல்லையும் இவர்கள் மறுக்க வேண்டுமென்றே தோன்றுகிறது. 'ஹரிஜனை'த் தூக்கி எறிந்த தலித்துகளைப் போல ...

***காலச்சுவடு*, மே 2012**

Kasi Diaries

தானே வந்த தனம்

சில புத்தகங்களைத் தேடி அலைய வேண்டி யிருக்கிறது. சில புத்தகங்களோ நம்மைத் தேடி வருகின்றன. 'Kasi Diaries' தானே வந்த தனம். 2010 என்று நினைவு. என் நண்பர் ஒருவர் தன்னிடம் இருந்த மிகைப் பிரதிகளை நூலகத்துக்கு இலவச மாகக் கொடுக்க எடுத்து வந்தார். புத்தகப் பைத்திய மான என்னிடம் அவற்றைக் காட்டி உங்களுக்கு வேண்டியவற்றை எடுத்துக்கொள்ளுங்கள் என்றார். காசி டைரியை எடுத்துப் பிரித்தேன். எழுத்து முறையும் தகவல்களும் வரலாற்றில் ஆர்வமுடைய என்னை ஆச்சரியப்படுத்தின. நூலை எடுத்துக்கொண்டேன்.

காசி என்றழைக்கப்பட்ட N.D. வரதாச்சாரி (1903–1945) குறைந்த வயதே வாழ்ந்த சென்னை வழக்கறிஞர். எம்டன் வக்கீல் எனப் புகழ் பெற்றவர். காங்கிரசுக்காரர். சேலம் விஜயராகவாச்சாரியார் இவரது மாமா. எஸ். சீனிவாச ஐயங்கார், ஆர்.கே. சண்முகம் செட்டியார் இவரது நலம் விரும்பிகள். டி.டி. கிருஷ்ணமாச்சாரி, எஸ். பார்த்தசாரதி ஆகியோர் இவரது சமவயது சிநேகிதர்கள். செல்வாக்கு மிக்க இவர்களது தொடர்புகள் காசிக்கு உதவி இருக்கலாம் என்றாலும் இந்தத் தனிமனிதரின் உயர்விற்கு அடிப்படை இவரது ஆழமான அறிவும் வேறுபட்ட விருப்பங்களும் என்றே தோன்றுகிறது.

காசி எழுதிய நாட்குறிப்புகளைத் தொடக்ககாலம் (1916 – 1929), இடை ஆண்டுகள் (1930 – 1938), போர்க் காலம் (1939 – 1945) என மூன்றாகப் பகுத்துப் பதிப்பித்திருக்கிறார்கள். சென்னை வரலாற்று ஆய்வாளர் எஸ். முத்தையாவின் முன்னுரையுடன் பதிப்பாசிரியர்கள் என்.வி. சம்பத், மாலதி ரங்கசாமி, என்.வி. கஸ்தூரி ஆகியோரின் அறிமுகத்துடன்

நூல் உருவாகி யுள்ளது. 2004இல் வெளியானது. இது ஆங்கில நூல் என்பதைச் சொல்ல வேண்டியதில்லை.

20ஆம் நூற்றாண்டின் முதல் 50 ஆண்டு சென்னை வாழ்க்கையின் பதிவு இந்நூல் என ஒரே வரியில் சொல்லலாம். நவீனத் தமிழகத்தின் மேல்தட்டு வழக்கறிஞர் ஒருவரின் தொழில் மற்றும் அறிவு வாழ்க்கையின் குறிப்புகள். அக்குறிப்பிட்ட காலத்தில் அவரது பார்வைக்கு முக்கியமாகப்பட்ட சமூக நிகழ்வுகள் சிலவும் உள்ளன.

கொச்சி மகாராஜா, மீர்சா இஸ்மாயில், ஆர்.கே. சண்முகம் செட்டியார், டி.டி. கிருஷ்ணமாச்சாரி போன்ற பெரும் ஆளுமைகள் நாட்குறிப்பில் சாதாரணமாய் வந்து போகிறார்கள். 1925 – 1944 காலகட்டத்தில் மறைந்த தலைவர்களின் பட்டியலை இக்குறிப்புகளிலிருந்து தயாரித்துவிட முடியும். சி.ஆர். தாஸ், ஏ. ரங்கசாமி ஐயங்கார், சுப்பிரமணிய சிவம், வ.வே.சு. ஐயர் (இவர் பெயர் தவறாக அச்சாகியுள்ளது) அவர்களுள் சிலர். அவர் படித்த புத்தகங்கள் பற்றிய விவரங்கள் மலைப்பூட்டுபவை. மருந்துக்கும் தமிழ் கிடையாது என்று எழுதிவிட முடியாதபடி ஒரே ஒரு குறிப்பு கிடைக்கிறது. அது பாரதி பாடல். இரண்டாம் உலகப்போரின் ஒவ்வொருநாள் நடப்பு பற்றிக் காசி எழுதியவை படித்து மூன்று வருடம் கழித்தும் இன்றும் நினைவில் உள்ளன. போரை ஒட்டிச் சென்னையிலிருந்து மக்கள் வெளியேறியது. வானொலி ஒலிபரப்பு, விமானப் பயணங்கள், சமஸ்தானங்களில் வாரிசுரிமைப் பிரச்சினைகள், இசைக் கச்சேரிகள், சினிமாக்கள் போன்ற மேல்தட்டு வாழ்க்கையின் பல்வேறு அம்சங்கள் இந்த டைரிக் குறிப்புகளில் இடம்பெற்றுள்ளன. அவற்றுள் இசை, சினிமா, வானொலிக் குறிப்புகள் முக்கியமானவை; அரியவை.

வீணை தனம் குடும்பத்தவரின் இசை காசியை நெக்குருக வைத்துள்ளது. செம்மங்குடி சீனிவாச ஐயர், செம்பை வைத்தியநாத பாகவதர், டைகர் வரதாச்சாரி, டி.ஆர். மகாலிங்கம் ஆகியோரின் இசை ஆற்றலை எல்லாம் அவர்கள் முளைவிடும்போதே கண்டுணர்ந்து எழுதியுள்ளது வியப்பூட்டுகிறது. சினிமாவில் அவருக்கிருந்த ஆர்வம் பரந்துபட்டது. சினிமாவை நட்பு பேணுதலுக்குப் பயன்படுத்தியுள்ளார். ஒரு சினிமாவையும் அவர் தனியே பார்க்கவில்லை. சென்னையின் அறிவு வாழ்க்கையைப் பதிவு செய்துள்ள காசி, இந்தக் காலகட்டத்தில் தமிழகத்தில் நுழைந்த வானொலி பற்றிச் சொல்லாமல் விடுவாரா என்ன? வானொலி பற்றிய பதிவுகளைப் பற்றி மட்டும் இக்கட்டுரையில் சற்று விரிவாகப் பார்க்கலாம்.

தமிழ்ச் சமூகத்திற்குள் வானொலி நுழைந்தபோது அதைத் தமிழ்ச் சமூகம் எப்படி எதிர்கொண்டது என்பது இன்னும் ஆய்வாக

மலராத ஒரு பகுதி. அதன் உள்ளடக்கம் சார்ந்தும் அதன் மொழி சார்ந்தும் ஏன் அதன் பெயர் சார்ந்துமே முரண்பாடுகள் எழுந்தன. முன்பே தமிழ் மண்ணில் உருவாகியிருந்த அரசியலோடும் இம்முரண்கள் இசைந்து பொருந்தின. கி.ஆ.பெ. விசுவநாதன், வை.சு. சண்முகம் செட்டியார் மற்றும் பலர் இதுகுறித்து எழுதியும் பேசியும் வந்தவை பதிவாகியுள்ளன. இவையும் இன்னும் இவைபோன்ற தமிழ்ச் சமூகத்தின் பல்வேறு பிரிவினருக்கும் வானொலிக்குமான உறவும் தொடர்பும் எதிர்ப்பும் பற்றிய விவரிப்புகள் தமிழ்ச் சமூக ஆய்வாக மாறிவிடக்கூடியவை.

அவ்வாய்வின் மிகச்சிறு கூறாக அமைவது பின்வரும் பகுதி. ஒரு சமூகத்தின் மேல்தட்டில் வாழும் ஒருவர் வானொலியை எப்படி அணுகினார் என்பது பற்றிய பார்வையைத் தருவதாக மேற்சொன்ன காசியின் டைரிக் குறிப்புகள் அமைகின்றன. பெரும்பான்மை சமுதாயத்துக்கும் வானொலிக்குமான உறவு நேர்க்கோட்டில் ஆனதாகவும், சமூகத்தின் முன்முனையில் இருந்தோர்க்கும் வானொலிக்குமான உறவு படுக்கைக் கோட்டிலானதாகவும் தோன்றுகிறது. காசி டைரியில் கிடைக்கும் குறிப்புகள் அதைத்தான் நமக்கு உணர்த்துகின்றன. இனி நாட்குறிப்புகள்.

6 July 1925 Monday

(Listening to the radio) wireless broadcasting at S. Parthasarathy's. Much clear this time.

இதுதான் காசியின் நாட்குறிப்பில் வானொலி பற்றிக் கிடைக்கும் முதல் குறிப்பு. எஸ். பார்த்தசாரதி எனக் குறிப்பிடப்படுபவர் காங்கிரஸ் கட்சித் தலைவர் எஸ். சீனிவாச ஐயங்காரின் மகன். கம்பி இல்லாத ஒலிபரப்பைக் கேட்டதாகவும் இம்முறை முன்பை விடத் தெளிவாக இருந்ததாகவும் குறித்துள்ளார். இது அகில இந்திய வானொலியின் ஒலிபரப்பு அல்ல.

1924 முதலே சென்னை மாகாண ரேடியோ கிளப் போன்ற அமைப்புகளால் சென்னையில் கம்பி இல்லா முறையில் சிறு ஒலிபரப்புகள் நடந்துள்ளன. அவற்றுள் மாநகராட்சியின் துணையுடன் நடந்த கல்வி ஒலிபரப்புகள் முக்கியமானவை. இந்திய ஒலிபரப்புக் குழுமம் 1927இல் பம்பாய் (ஜூலை 23), கல்கத்தா (ஆகஸ்ட் 26) ஆகிய நகரங்களில் வானொலி நிலையங்களைத் தொடங்கியது. தணிக்கையோ பணமுடையோ அந்தக் கம்பெனி திவாலானது. 1932இல் அரசாங்கம் தன் மேலாண்மையில் இந்திய அரசு ஒலிபரப்புச் சேவையைத் தொடர்வது என்று முடிவு செய்தது. அரசாங்கத்துக்கே உரிய தாமதத்துடன் தொடர்ந்த அம்முயற்சி 1935இல் செயல் உருவம் பெற்றது. பி.பி.சி. அதிகாரி லயனல் பீல்டன் முதல் ஒலிபரப்புக் கட்டுப்பாட்டு அதிகாரியாகக்

கொண்டுவரப்பட்டார். அதற்குப் பிறகு வானொலி இந்தியாவில் முறையான வளர்ச்சியைப் பெற்றது. *1936*இல் *ISBS* என்பது *All India Radio* என்று பெயர் மாற்றம் பெற்றது. (ஆகாஷ்வாணி என்ற பெயர் மைசூர் நகராட்சி உதவியுடன் இயங்கிக்கொண்டிருந்த வானொலியின் பெயர். இதை 1958இல் மாற்றுப் பெயராக சுவீகரித்துக் கொண்டது ஆல் இண்டியா ரேடியோ. பின்னர் காலப்போக்கில் அது முதல் பெயராகவும் ஆல் இண்டியா ரேடியோ இரண்டாவதாகவும் ஆகிவிட்டது). 1938இல் டில்லி (ஜனவரி 1), 1938இல் லாகூர் (ஏப்ரல் 2), சென்னை (ஜூன் 16), 1939 திருச்சி (மே 16) நகரங்களில் வானொலி நிலையங்கள் தொடங்கின. 1947இல் விடுதலையடைந்த காலத்தில் இந்தியா முழுவதும் ஆறு நிலையங்கள் இருந்தன. அதில் இரண்டு தமிழ்நாட்டில். ஆனால் வானொலிப் பெட்டிகள் பரவவில்லை. 1960களில் ஆர்ம்ஸ்டிராங் நிலாவில் கால் வைத்த நாளில் அதைப் பற்றிக் கேட்க எங்கள் கிராமமே ஆவல் கொண்டது. அப்போது எங்கள் கிராமத்தில் ஒரே ஒருவர் வீட்டில்தான் ரேடியோ இருந்தது. அவர் ஆண்டெனா என்ற கொடி போன்ற ஏதோ ஒன்றை இங்கு மாட்டுவதும் பின் அதைக் கழற்றி வேறு இடத்துக்குக் கொண்டு போவதுமாகக் காட்டிய பந்தா இன்றும் எனக்கு நினைவில் இருக்கிறது.

9 June 1931 Tuesday

Beach where C.V. Krishnasamy Chetti, Electrical Engineer to Corporation and the man who introduced the Triplicane Beach Broadcasting, gave us a long and interesting account of the histroy and his view of the possibilities of electrical and radio activity in Madras.

இக்குறிப்பில் காணப்படும் சி.வி. கிருஷ்ணசாமி செட்டி (1883– 1965) தென்னிந்திய ஒலிபரப்பின் தந்தை என அறியப்பெற்றவர். சென்னை மாநகராட்சியில் மின்சாரப் பொறியாளராகப் பணிபுரிந்த இவர் 1924 முதலே ஒலிபரப்பில் முன்னோடி முயற்சிகளில் ஈடுபட்டவர். 1924இல் சென்னை மாகாண ரேடியோ கிளப்பை உருவாக்கியவர். சென்னை ஆளுநர் கோஷன், திருமலைப் பிள்ளை, சி.பி. ராமசாமி ஐயர் மற்றும் ஆங்கிலேயர் பலரின் உதவியுடன் இவர் அம்முயற்சியில் வெற்றியும் பெற்றவர். சென்னையில் தெரு விளக்குகளைக் கொண்டு வந்தது இவரே. ராவ் பகதூர் பட்டம் பெற்ற இவர் பொதுச் சேவையில் மிகுந்த ஆர்வமுடையவர்.

1 October 1933 Sunday

When you look at a Modren Indian Newspaper, like The Hindu two large sheets are consumed by commercial and Radio items, two more by sports . . .

நவீன இந்திய செய்தித்தாளை எடுத்துப் பார்த்தால், உதாரணத்திற்கு *தி இந்து*, அதன் இரண்டு பெரிய பக்கங்களை வணிக விளம்பரங்களும் வானொலிச் செய்திகளும் அடைத்துக்கொண்டு விடுகின்றன. மேலும் இரண்டு பக்கங்களில் விளையாட்டுச் செய்திகள். மூன்று அல்லது நான்கு பக்கங்களுக்கு விளம்பரங்கள். உள்ளூர் சமஸ்தானங்களைப் பற்றி ஒரு பக்கம். மற்றவை மாகாண செய்திகள். பிறகு இந்திய மற்றும் உலகச் செய்திகள் 12 காலம் மட்டுமே. ஆசிரியருக்குக் கடிதம் முழுவதுமாக *W.P.B* க்கானது என்று விரியும் மேற்கண்ட குறிப்பு, நவீன இந்திய செய்தித்தாளின் உள்ளடக்கத்தை விவரிக்கிறது. வணிக விளம்பரங்களின் அளவுக்கு, வானொலிச் செய்திகள் முக்கியத்துவமும் பெரிய இடத்தையும் பெற்றிருந்ததை இதிலிருந்து அறிய முடிகிறது. பிரிட்டிஷ் அரசாங்கம் இந்த ஒலிப்பரப்பைக் கைப்பற்றி அதில் நுழைந்த பிறகும் செல்வாக்கு தொடர்ந்தது. ஆனால் இன்றைக்கோ எந்தப் பத்தரிகையிலும் வானொலி நிகழ்ச்சிநிரல் வெளிவருவதில்லை. இசை நிகழ்ச்சிகளை மட்டுமாவது வெளியிட்டுவந்த தி இந்து பத்திரிகையும் சமீபத்தில் அதை நிறுத்திக் கொண்டுவிட்டது.

19 September 1938 Monday

Listened on the radio to a talk on 'Taking Stock' by T.T.K. He came off well.

பின்னால் மத்திய அரசில் நிதி அமைச்சராக உயர்ந்த டி.டி. கிருஷ்ணமாச்சாரி காசியின் நண்பர். குறிப்பிடப்படுவது அவரது ஆங்கில உரை. சென்னை வானொலி தொடங்கிவிட்டதால் அதில் ஒலிபரப்பானதாகவும் இது இருக்கலாம். நண்பரின் பேச்சு பற்றிய காசியின் விமர்சனம் இறுதி வரி.

2 April 1939 Sunday

Radio - Hitler's speech last night relayed. It is full of severe shouting and howling in an electrified atmosphere.

சென்னை வானொலியில் அஞ்சல் செய்யப்பட்ட பேச்சு இது. போர்க்கால ஒலிபரப்பு. பேச்சு பயங்கரமான சத்தமும் காட்டுக் கூச்சலும் கொண்டு உணர்ச்சிக் கொந்தளிப்பில் நிகழ்த்தப் பட்டது என்ற குறிப்பு போர் மற்றும் ஹிட்லர் மீதான காசியின் வெறுப்பைக் காட்டுவதாகும்.

16 May 1939 Tuesday

The opening of the Trichy Radio Station. Mr. Lionel fielden made a very attractive speech, though the Prime Minister (C. Rajagopalachar) and the Governor (Lord Erskine) talked claptrap. The Musical Programme (by Ariyakudi Ramanuja Iyengar) was a flop.

திருச்சி வானொலி நிலையம் தொடங்கியது. திரு. லயனல் பீல்டன் மிகச் சிறப்பான உரையை நிகழ்த்தினார். பிரதமரும் (சி. இராஜகோபாலாச்சாரி) ஆளுநரும் (லார்டு எர்ஸ்கின்) கைத்தட்டலைப் பெறுமாறு பேசினர். இசை நிகழ்ச்சி (அரியக்குடி ராமானுஜ ஐயங்கார்) எடுபடவில்லை.

திருச்சி நிலையம் தொடங்குவதற்கு ஒரு ஆண்டு முன்னால் தொடங்கிய சென்னை வானொலி பற்றிக் காசியின் டைரியில் குறிப்பேதுமில்லை. லயனல் பீல்டன் முன்னிலையில் திருச்சியில் இராஜாஜி தொடங்கிவைத்த வானொலி பற்றி மேற்கண்ட விவரம் கிடைக்கிறது. 1937இல் அமைந்த சென்னை மாகாண அமைச்சரவையில் பிரதமராக இருந்த இராஜாஜிக்குத் தமிழகத்தில் இரண்டு வானொலி நிலையங்களைத் தொடங்கி வைத்த பெருமை கிடைத்தது. லயனல் பீல்டன் இந்தியாவின் முதல் ஒலிபரப்புக் கட்டுப்பாட்டு அதிகாரி. பி.பி.சி.யில் 1927 முதல் பணியாற்றிவந்த இவர், இந்தியாவின் தொடக்ககால ஒலிபரப்புக்குத் தளம் அமைத்தவர். 1935 முதல் 1940 வரை இங்குப் பணியாற்றிவிட்டுப் பிறகு பி.பி.சி. பணிக்குத் திரும்பிவிட்டார். தமிழ்நாட்டில் சென்னை, திருச்சிராப்பள்ளி வானொலியின் தொடக்கங்களுக்குப் பொறுப்பானவர். சென்னை வானொலியின் தொடக்கவிழாப் புகைப்படத்தில், இராஜாஜி உட்கார்ந்து மைக்கில் பேசிக் கொண்டிருக்க, பக்கத்தில் அவர் அருகில் கையைக் கட்டிக்கொண்டு ஆறடி உயரத்திற்கு நிற்கும் படம் புகழ்பெற்றது. அவரது உயரம் 188 செ.மீ. காந்தி, நேரு, இராஜாஜி ஆகியோரிடம் லயனல் பீல்டனுக்கு ஏகப்பிரியம், மரியாதை. விடுதலை நாள் கொண்டாட்டங்களுக்கு நேரு அவரை இங்கிலாந்திலிருந்து அழைத்திருந்தார்.

> *20 May 1939 Saturday*
>
> *Some of my friends who heard my talk Loaded Dice, Handicap of opinion over the air yesterday think that unless I curtail the length and moderate my speed very considerably, my radio talks had better not be delivered at all - for they are quite incomprehensible!*

குறிப்பிடுவது சென்னை வானொலியில் காசி நிகழ்த்திய பேச்சாகவே இருக்கலாம். ஆங்கில உரை என்பதில் சந்தேகமில்லை. ‘பேச்சின் நீளத்தையும் வேகத்தையும் குறைத்தாலன்றிப் பேசாமல் இருத்தலே நல்லது’ என்று நண்பர்கள் கூறிய விமர்சனத்தை நாட்குறிப்பில் குறித்து வைத்திருப்பது ஆச்சரியமளிக்கிறது.

இவை காசியின் நாட்குறிப்பில் வானொலி பற்றிக் குறித்திருக்கும் குறிப்புகளுள் சில மட்டுமே. இன்னும் பல உள. கட்டுரையின் அளவு கருதி அவற்றைத் தவிர்த்துவிட்டேன்.

இலங்கையிலும் இந்தியாவிலும் வானொலியில் பணியாற்றிய சோ. சிவபாதசுந்தரம், வீ. சுந்தரலிங்கம், நாகராஜன், கோ. செல்வம், ஏ. நடராஜன், எம்.எஸ். கோபால், மீ.ப. சோமு போன்றவர்களைத் தவிர வானொலியில் பங்கேற்றோரும் வானொலி பற்றித் தமிழில் எழுதியுள்ளனர். ந.மு. வேங்கடசாமி நாட்டார், வ.ரா., தி.ஜ. ரங்கநாதன் ... இன்னும் பலர் தங்கள் வானொலி அனுபவங்களைத் தம் நாட்குறிப்பிலும் கட்டுரைகளிலும் குறித்து வைத்துள்ளனர். அவர்களிடமிருந்து காசியின் மேற்கண்ட குறிப்புகள் வேறுபட்டனவாக இருக்கின்றன. இந்தப் பதிவுகள் அகில இந்திய வானொலிக்கு முந்தைய முயற்சிகளையும் காட்டுவனவாக வித்தியாசப்பட்டு உயர்கின்றன. அதனால் முக்கியத்துவம் பெறுகின்றன.

கம்பி இல்லா முறையில் ஒலிபரப்பு முயற்சிகள் பம்பாய், கல்கத்தா நகரங்களில் தொடங்கி நடந்துள்ளன. அதுபோலவே சென்னையில் எஸ். சீனிவாச ஐயங்கார் மகனும் ஒரு ஒலிபரப்புக்கு முயன்றது அல்லது ஒலிபரப்பில் பங்கேற்றிருப்பது தெரிகிறது. அதைப்போலவே தென்னிந்திய ஒலிபரப்பின் தந்தை எனக் கருதப்படும் சி.வி. கிருஷ்ணசாமி செட்டி பற்றிய பதிவை வேறு டைரிக் குறிப்புகளில் நான் படிக்கவில்லை. அக்குறிப்புகளை எழுதி வைக்குமளவு வானொலி பின்னாளில் பெறவிருந்த வளர்ச்சியைக் காசி முன்னுணர்ந்தது ஆச்சரியப்பட வைக்கிறது. பத்திரிகையின் முக்கியப் பக்கங்களைச் செல்வாக்குள்ள விளம்பரங்களைப் போல வானொலிச் செய்திகள் ஆக்கிரமித்திருந்தது தெரிகிறது. தொடக்கத்தில் ஹிட்லர், டி.டி. கிருஷ்ணமாச்சாரி போன்ற ஆளுமைகளின் ஊடகமாக வானொலி இருந்ததும் தெரிகிறது. வான்வெளி, பொதுவெளியாகிப் பண்பலைகள் தோன்றிய பிறகே இந்திய வானொலி ஜனநாயகமானது.

ஒரு வானொலியின் தொடக்கவிழா பற்றிய செய்தியைக்கூட ஒரு சுறுசுறுப்பான வழக்கறிஞர் தன் டைரியில் எழுதி வைத்திருக்கிறார் எனில் 1930களில் சமூகத்தில் அதன் பிரதான இடத்தை உணரலாம். அண்மையில் திருச்சிராப்பள்ளி வானொலியின் பவளவிழா தொடங்கியது. சென்னை செய்தித்தாள் வாசிப்போருக்கு அவ் விழா பற்றிய தகவல் தெரியாது. இதுதான் வானொலிக்கு ஏற்பட்டிருக்கும் மாற்றமும் இன்றைய நிலைமையும்.

***கணையாழி*, ஜூலை 2013**

சொல்ல வந்ததைச் சொல்லவே சொல்லாமல்...

பேயோன் *ஆனந்தவிகடனில்* எழுதிவந்த பத்தி நின்றுவிட்டது. பலபேர் எழுதுபவை, பல பத்திரிகைகளில் நின்றிருக்கிறது. இதில் என்ன ஆச்சர்யம் எனக் கேட்கலாம். நகைச்சுவையான எழுத்து நகைச்சுவையான பத்திரிகையில் தொடராததுதான் ஆச்சர்யம். இந்த எழுத்து, அதனோடு முரணிவிட்டது எவ்வாறு என்பது முக்கியமான கேள்வி. பொதுத் தமிழ்ச் சமூகம் நகைச்சுவையை அணுகும் முறை பற்றிச் சிந்திக்க இது தூண்டி உள்ளது. ஆனால் இக்கட்டுரை அது பற்றி அல்ல. பேயோனின் நகைச்சுவையைப் பற்றி மட்டும் இது பேசுகிறது. சிந்திப்பது சிந்தனையாளர்கள் வேலை, மற்றவர் வேலையில் தலையிடுவது தவறு மட்டுமல்ல தண்டிக்கப்பட வேண்டிய குற்றம். குற்றம் செய்தால் தண்டனை உண்டு என்று சும்மாவாவது சொல்லி வைக்க வேண்டும். பயந்தவர்கள் செய்யாதிருப்பார்கள். அதுவரை லாபம்.

எப்போதும் நகைச்சுவைக்கு முக்கியத்துவம் தரும் *ஆனந்தவிகடன்* தற்போது சமூக அக்கறை கொண்ட இளைஞர்களின் பங்களிப்பில் திளைக்கிறது. தீவிர அம்சங்களில் கவனம் கூடியுள்ளது. ஒருவகையில் நகைச்சுவை பின் இருக்கைக்குச் சென்றுவிட்டது. அல்லது முன்னும் பின்னும் மாறி மாறி அமர்கிறது. ஒருவித எள்ளல் மிளிர்ந்த பேயோனின் நகைச்சுவை, இந்த வகையில்

சமப்படுத்தலாக மாறும் என எதிர்பார்த்தேன். ஆனால் அதுவோ, சர்க்கரை டப்பாவில் போடப்பட்ட கடுகைப் போல, கலக்காமல் தனியாய்த் தெரிந்தது. பிறகு வாசக பலமின்றி விழுந்துவிட்டது.

பேயோனின் எழுத்துமுறை முன் உதாரணம் அற்றது. நகைச்சுவைக்கு ஆட்பட்ட அம்சம் குறித்த அனுபவம், அறிவு, குறைந்தபட்சம் முன் பரிச்சயம் இல்லாமல் அச்சுவையை அனுபவிக்க இயலாது என்பதுதான் பேயோனின் ஆதார பலம் மற்றும் அடிப்படை பலவீனம். உதாரணமாகச் 'சூர்யா சாருக்கும் ஜோதிகா மேடத்துக்கும் ஆண்குழந்தை சார் பிறந்திருக்கிறது' என்பது பேயோனின் வரிகளுள் ஒன்று. சினிமாக்காரர்களிடம் மிதமிஞ்சி மரியாதை செலுத்தும், வாழும் எழுத்தாளர் ஒருவரைக் குறித்து சுந்தர ராமசாமி எழுதிய கிண்டல் கடிதத்தை அறிந்தவர்களே, இந்த வரியை அனுபவிக்க முடியும். இப்படித் தான் அநேகமாக அவரது எல்லா நகைச்சுவைகளும் ஏதோ ஒரு முன் பரிச்சயத்தைக் கோருவன. எழுதப்பட்ட வரிகளின் பின்புலம் அறிந்தவர்களே அவற்றை ரசித்திருக்க முடியும். அத்தகையவர் களின் எண்ணிக்கை மிகக் குறைவாக இருந்ததால் பேயோனின் எழுத்து இந்தப் பத்திரிகையில் தொடரவில்லை போலும். வாசகர்கள் ரசிகர்களாகிவிடுவார்கள் என்று எதிர்பார்த்தேன்.

நகைச்சுவையைக் குறிக்கொண்டது அல்ல, அதை உத்தி யாகக் கொண்டது பேயோனின் எழுத்து. சொல்ல வந்ததைச் சொல்லவே சொல்லாமல் நகைச்சுவை மூலம் எதிர்மறையால் வாசகனை உணர வைப்பது. உணர இயலாதவர்கள் அவர் எதையும் சொல்ல வரவில்லை என்று குற்றம் சுமத்துகிறார்கள். வறட்டு இழுப்பு என்கிறார்கள். நகைச்சுவையின் புரிதலில் ஒளிந்திருக்கிறது அவர் சொல்ல முயலும் கருத்து. நகைச்சுவையே புரியவில்லை எனில் உள் நுழைந்து அதன் அர்த்தத்தைக் கண்டுவிடச் சாத்தியமில்லை. முன்வாசலே திறக்கவில்லை எனில் வரவேற்பறையில் அமர்வதெப்படி?

பேயோனின் நகைச்சுவை யாரையும் காயப்படுத்தாமல் தவறைப் பார்க்க வைப்பது. புத்தகங்களை எழுதிக் குவிக்கும் எழுத்துத் தொழில்அதிபர்களைப் பற்றி அவர் அடித்த லூட்டி கொஞ்சமா? 108 நூல்களின் பட்டியல் என்று ஒன்று வெளியிட்டாரே அது தரிசனம் தரும் மெய்யின் நீட்சிதானே! கிண்டலை நிஜமாக்கிவிடும் தேசம் நம் தேசம். சென்னை அண்ணா மேம்பாலத்தின் கீழ் இருபக்கமும் குதிரை வீரன் சிலைகளையும் அதன்கீழ் உள்ள வாசகங்களையும் அதைக் கடப்பவர்கள் கவனித்திருக்கலாம். அந்தச் சிலைகள் மட்டும்தான் முதலில் இருந்தன. ஏதோ காரணத்துக்காக அவற்றை அப்புறப்படுத்த அரசு

நினைத்தது. அது 1974ஆம் ஆண்டு. கிண்டி குதிரைப் பந்தயத்தை ஒழித்த சமயம். குதிரைப் பந்தயத்தை ஒழித்ததன் நினைவுச் சின்னமாக அதை அறிவிக்கலாமே என்று கிண்டலாக ஆனந்த விகடன் எழுதியது. அதை நேர்மறையாக எடுத்துக்கொண்ட அரசு, அதே வாசகங்களை எழுதிச் சிலைகளை நிலை நிறுத்தி விட்டது. இதை நினைவில் இருந்தே எழுதுகிறேன். பேயோனின் பல நகைச்சுவைகள் வருங்காலத்தில் இப்படிச் சாதாரண நிகழ்வாகத்தான் ஆகப் போகின்றன. குறிப்பாக எழுத்தாளர்கள் பற்றிய கிண்டல்கள்.

பேயோனைப் பிடிக்காதவர்களுக்கு அவர் எழுத்து கெட்ட சுவையாகப்படுகிறது. அதற்குக் காரணம் முன்பே குறித்தபடி பின்புலம் குறித்த பரிச்சயமின்மையே என்று எனக்குப் படுகிறது. தீவிர வாசிப்புப் பழக்கம் அற்றவர்களைப் பேயோனால் கவர முடியாது. கெட்ட சுவையாக உணர்ந்த நண்பர், ஏறக்குறைய பின்புலப் பரிச்சயமும், வாசிப்புப் பழக்கமும் கொண்டவர்தான். அவருக்குப் பிடிக்காமல் போனதற்கு வேறு காரணம். பேயோன் யார் என அறியாததால், அவருக்குப் பிடிக்காத நவீன எழுத்தாளர் சிலரைப் பேயோனாக அவர் யூகித்ததால் வந்த வினை என்று நான் நினைக்கிறேன். பேயோன் யார் என வெளிப்பட்டிருந்தால் நண்பர் போன்ற பலரின் அணுகுமுறை மாறியிருந்திருக்கக் கூடும்.

பேயோனின் ரசிகர்கள் அவர் கவனம் குவித்த துறை சார்ந்து பரிச்சயம் உள்ளவர்கள். அவரது சொல் கொண்டே சொன்னால் 'பரிச்சயர்கள்.' மனத்தைத் திறந்து வைத்திருப்பவர்கள். கேலியிலும் கிண்டலிலும் திளைப்பவர்கள். உயர் நடுத்தர வர்க்கத்தினர். பெரும்பாலும் ஆதிக்க சாதியினர். ஏற்படுத்திக்கொண்ட தத்துவப் பின்புலம் அற்றவர்கள். commitment to the cause இல்லாதவர்கள். தான் பிடித்த முயலுக்கு மூன்று கால் என்று அடம் பிடிக்காதவர்கள். ஆனால் முயல் பிடித்தவர்கள்.

எப்படியோ, என் கருத்தில் பேயோன் உரிய காலத்துக்கு முன் பிறந்துவிட்ட குழந்தை. பிரசவம் பார்த்தவர்களுக்கும் பெற்றோர்களுக்கும் அது குழந்தை எனத் தெரிகிறது. ஆனால் பார்க்கவருகிறவர்கள் நம்ப மறுக்கிறார்கள். பார்க்கிறவர்களின் எண்ணம் போலச் சதைத் திரட்சி காட்சி அளிக்கிறது. ஆனால் உள்ளே உயிர் துடிப்பதை எப்படி உணராமல் போகிறார்கள் என்று தெரியவில்லை.

○

பேயோனின் முந்தைய முயற்சிகள்

சமகாலத் தன்மை என்பது பேயோனின் முக்கிய அம்சம். தன்னை இகழ்ந்துகொள்வது போலப் புகழ்ந்துகொள்ளும் வார்த்தைகளிலும் அல்லது புகழ்ந்துகொள்வது போல இகழ்ந்து கொல்லும் சொற்களிலும் தொடர்ந்து அதிர்ந்துகொண்டிருப்பது சமகால விமர்சனம்தான். 'சமகாலமே' என்று தன்னை வரவேற்றுத் தன்னுடைய தெருவில் போஸ்டர் ஒட்டியிருந்ததாக எழுதி யிருப்பார். இந்த வரிக்கு எதற்கு விளக்கம்? இதுதான் பேயோன். இல்லை இதுவும் பேயோன். *பேயோன் 1000* என்ற அவரது ட்விட்டர் நுண் பதிவுகள் மற்றும் இணைய எழுத்துகளின் தொகுப்பு தான் (டிசம்பர், 2009) பேயோனின் முதல் புத்தகம்.

இந்த பிளாஸ்டிக் ஸ்டூல்மீது ஒரு ஈ அமர்ந்து என்னையே பார்த்துக்கொண்டிருக்கிறது. எழுதும் போது வண்ணத்துப்பூச்சி என்றுதான் எழுத வேண்டியிருக்கும் ('பேயோன் 1000', ப. 29).

தஸ்தாவேஜு என யாராவது சொன்னால் தஸ்தாயெவ்ஸ்கி எனக் காதில் விழுகிறது. படித்தாலும் அப்படித்தான் ('பேயோன் 1000', ப. 33).

நவீன எழுத்தாளர்களின் மெய்யற்ற போலிமையை, வார்த்தை களை உதிர்த்துச் செல்லும் பகட்டைக் கிண்டல் செய்யும் இவ் வரிகள் விவரிக்க இயலாதவை. ஆனால் நமட்டுச் சிரிப்பை உண்டாக்குபவை. தாக்கப்பட்ட சம்பந்தப்பட்டவர்களுக்கும்.

டிசம்பர் 2010இல் வெளிவந்த 'திசைகாட்டிப் பறவை' என்ற பேயோனின் இரண்டாவது புத்தகத்தை அங்கதம் எனப் புத்தகக் குறிப்பு சொல்லியிருந்தாலும் அது, அது மட்டுமல்ல. எழுத்தை விதவிதமாக அர்த்தமற்று எழுதிப் பார்க்கும் பின்நவீனத்துவ முயற்சி (எப்படி எழுதினாலும் ஏதாவது அர்த்தம் வந்துவிடுவது வேறு. இது எழுத்தாளனின் தோல்வி, மொழியின் வெற்றி). பத்தி எழுத்துகள் என்ற வகைமையில் அடக்கிவிட முடிகிற 24 பத்திகளின் தொகுப்பு அந்நூல். திசைகாட்டிப் பறவை என்ற நெடுங்கதையும் அதில் ஒன்று. பத்தி என்றால் அல்புனைவு என்ற எண்ணம் வருகிறதல்லவா? ஆனால் இந்நூலில் புனைவே பத்தியாக உருப்பெற்றுள்ளது.

பிறிதொரு நிறுத்தத்தில் அசட்டுச் சிரிப்புடன் ஏறிய பலரில் அச்சிரிப்பு காணப்படாத முகம் வாய்ந்த 10 வயதுச் சிறுவன் ஒருவன் என்னை உற்றுப் பார்க்கிறான். 55 ஆண்டுகள் கழித்து என் கனவில் அவன் மனைவி பேருந்தை விட்டு இறங்கும் விதத்தைப் பற்றி நான் எழுதப் போவது தெரிந்துவிட்டது போல. காலி கிளாஸை அவனிடம் கொடுத்துவிட்டுக் கடையிலிருந்து வெளியேறிச்

சாலையைக் கடக்கிறேன். நான் பயணிக்கும் பஸ் மோதி நான் சாவு. பயம் உலுக்கிக் கனவு கலைந்து கண் விழிக்கிறேன் மூன்றாம் பக்கத்தின் பன்னிரண்டாம் பத்தியில் ('திசைகாட்டிப் பறவை', ப. 14).

'பேயோன் 1000' நூலின் முன்னுரை 'திசைகாட்டிப் பறவை' நூலில் ஒரு கட்டுரையாக இடம்பெற்றுள்ளது (ப. 26 – 30). ஒரே தரத்தில் தொடர்ந்து எழுதுவதும் தானே எழுதியது ஆயினும் பழையவற்றை மீண்டும் பிரசுரிப்பதைத் தவிர்ப்பதும் கடினமான காரியங்கள் தாம். ஆனந்த விகடனுக்கு டாட்டா காட்டியதால் கிடைக்கும் நேரத்தில் இன்னும் பலவற்றை எழுதி வைத்துக்கொண்டு தாக்குதலை மீண்டும் பேயாகத் தொடங்கக் கூடும்.

'முதலையும் சியாமள விகாச பட்சியும்' என்பது ஒரு பத்தியின் தலைப்பு. இது குழந்தைகளுக்கான மீள்புனைவு என்பது ஆசிரியரின் குறிப்பு. சியாமள விகாச பட்சி என்பது காக்கை என்று நான் சொன்னால் புரிந்த வாசகர்களைக் கிண்டல் செய்ததாகிவிடும். 'ஒரு மணி கண்ணசரலாம் என்று பார்த்தால் கதை யோசனைகள் ஏதாவது வந்து குறுக்கிட்டுக்கொண்டே இருக்கின்றன' (திசைகாட்டிப் பறவை, ப.82); புரட்சி என்று வந்துவிட்டால் புரட்சியாளர்கள் (மேலது, ப.34). இப்படி எழுத்தாளர்களைக் கிண்டல் செய்து எழுதப்பட்ட பத்திகளால் நிறைந்தது 'திசைகாட்டிப் பறவை'.

2011ஆம் ஆண்டில் 'காதல் இரவு', 'பாம்புத் தைலம்' என்ற பெயரில் பேயோனின் இரண்டு நூல்கள் வந்துள்ளன. இதில் எது மூன்றாவது, எது நான்காவது நூல் எனத் தெரியவில்லை. 'காதல் இர'வே மூன்றாவது என்று அகச்சான்றால் அறியலாம். 'காதல் இரவு' கவிதை நூல். அந்நூலிலிருந்து கல்வியை, கவிஞர்களை முறையே கிண்டல் செய்யும் இரு கவிதைகள்.

வாய்க் குழந்தை

டம்ளரில் மீதமிருக்கும்
ஒரு சொட்டுப் பாலைக் குடிக்கப்
பெரிதாகத் திறக்கிறான்
வாயைக் குட்டிப் பையன்
அவன் ஸ்கூல் பேகையே
உள்ளே போடலாம் போல ('காதல் இரவு', ப.38).

'கிறதுன்' கவிதை

உப்புப் போடாத
எண்ணெய் சொட்டுகிற
பிரெட் பஜ்ஜியை

ருசியற்ற சட்னியில்
தோய்த்து வாய்க்குள்
இடும் போது கவிகிறதுன் கவிதை *(காதல் இரவு, ப.20).*

'பாம்புத் தைலம்', 37 துண்டிலக்கியங்களைக் கொண்ட 128 பக்க நூல். சினிமா, எழுத்து, வாழ்க்கைத் துறைகளில் விளங்கும் போலிமை, சுய தம்பட்டம், நடிப்பு போன்ற நேர்வுகள் குறித்த விமர்சனங்களைக் கொண்டது இந்நூல். சம்பந்தப்பட்டவர்களும் இந்த அம்சங்களை முன்பே சந்தித்தவர்களும்தாம் இந்த விமர்சனங்களை ரசிக்க முடியும். அன்னியர்கள் பிரவேசிக்க முடியாது. ஏறக்குறைய பேயோனின் முழு எழுத்தும் அப்படித்தான். புதியவர்களும் ரசிக்க முடிவது மாதிரி அமைந்துவிடுமானால் மேம்போக்கானதாக மாறிப் பேயோனின் சின்முத்திரை அற்றதாகி விடும். அந்த வகையிலான ஒன்று பின்வருவது.

ஒரு சின்னப் பிரச்சினை (வெளியே சொல்ல முடியாது விவகாரமாகி விடும். சொல்லப்போனால் அடிதடியே ஆகிவிடும். ஆள் பலம் இருந்தால் பயப்பட மாட்டேன்; இல்லாததுதான் கவலை (கல்லூரியில் கூடப் படித்த நண்பர்கள் சிலர் போலீசில் இருக்கிறார்கள். இருந்தாலும் சில்லறை விவகாரங்களில் (அவர்கள் பார்வையில்) உதவுவார்களா என்று தெரியாது (நண்பர்களுக்கு உதவுவது ஒரு கடமை என்றாலும் நம் அன்றாடப் பிழைப்புக்குப் பங்கம் வராமலும் பார்த்துக்கொள்ள வேண்டும்) அவர்களுக்கும் குடும்பம் குட்டி இருக்காதா? (மானசீக ஒண்டிக் கட்டையான எனக்கே மனைவியும் மகனும் இருக்கிறார்கள் (தற்போது இங்கே இல்லை; ஊருக்கும் போயிருக்கிறார்கள் திரும்பி வர ஒரு வாரம் ஆகும் (அதற்குள் இந்தப் பிரச்சினைக்குத் தீர்வு காணவேண்டும்) இல்லையென்றால் பிரச்சினையே திரும்பி வந்தது போல ஆகிவிடும் ('பாம்பு தைலம்', பக். 25).

பேயோனின் நூல் ஓவியங்கள் (அவரது படத்தைச் சொல்ல வில்லை) முறையற்றவை, அதனால் நவீனமானவை; கவனம் செலுத்திப் பார்க்க வேண்டியவை அதனால் புரியாதவை.

II

பேயோன் பேன்கார்டு, ஓட்டுநர் உரிமம் சகிதம் போன வாரம் ரேஷன் கடைக்கு உள்தாள் ஒட்டுவதற்காக வந்தவர், அவரது டைரி உட்பட ஒரு சில தாள்களை மறந்து அல்லது மறக்காமல் போட்டுவிட்டுப் போய்விட்டார். அடுத்துப் போன எனக்கு அவை கிடைத்தன. அவர் பெயர் மாற்ற முயற்சியில் ஈடுபட்டிருந்தது உட்பட அரிய வரலாற்றுத் தகவல்கள் அதிலிருந்து கசிந்து வருகின்றன. அவற்றிலிருந்து தேர்ந்தெடுத்த ஒரு சில.

பாயான் என்று பெயரை மாற்றிக்கொள்ளலாமா என்று சில நாட்களாகத் தீவிர சிந்தனை. பாய் உடையவன், பாய் சுருட்டுபவன், பாய் முடைபவன், பாய் விற்பவன் இப்படியாகப் பலபொருள் கொள்ளலாம். பாயாதவன் என்ற எதிர்மறை மட்டும் வேண்டாம். நேர்சிந்தனைதான் நல்லது என்கிறார் டேல் கார்னகி. *Life Bouy,* முஸ்லிம் பாய், *A suitable boy* ஆகிய சொற்களில் வரும் பாய் என்பதன் விரிவு இல்லை இந்தப் பாயான். பெயரை நன்கு கவனியுங்கள். பாயோன் இல்லை. பேயோனுமில்லை. குழப்பவில்லை. அதாவது இரட்டைக் கொம்பு முளைக்காதவன். குழம்பாமல் இருக்கவே இத்தனை விளக்கமும்.

❍

ஒன்றுக்குப் போவதற்கே யோசனை தேவைப்படும்போது, பெயருக்கு யோசனை செய்வதில் தவறு இல்லை. சாய் பக்தர் என்று வாசகர்கள் நினைக்கும்படி சாயான் என்று வைத்துக்கொள்ளலாமே என்று முதலில் தோன்றியது. எந்தத் தரப்பிலும் சாயாதவன் என்று நடுநிலையையும் அது அடையாளப்படுத்துகிறது என்று பீற்றிக்கொள்ளலாம். ஆனால் அதில் ஆண்சாய்வு இருப்பதைப் பெண்ணியவாதிகள் சுலபமாகக் கண்டுபிடித்துச் சுளுக்கு எடுத்துவிடுவார்கள் என்று அந்த யோசனையைக் கை விட்டுவிட்டேன். #சுற்றுச்சூழல் பாதுகாப்பு.

❍

நன்றியோடு இருப்பதை மறைமுகமாகப் பளிச்செனச் சொல்லுவதற்கு வசதியாக நாயான் என்று வைத்துக்கொள்ளலாமா என்று காலையில் நடைப்பயிற்சிக்குப் போனபோது தோன்றியது. நாயேன் என்று வைத்துக்கொண்டால் நாயன்மார்களைக் காப்பி அடித்துவிட்டதாக இந்து மக்கள் கட்சி பின்னிவிடும். சேயோன் என்ற பெயரை நினைத்தாலே காது வலிக்கிறது. பாயானே இப்போதைக்குச் சரி. பிறகு பார்க்கலாம். நினைக்கும் சமயம் (எழுதவும்) எழுந்திருக்கவும் மற்ற நேரம் தூங்கிக்கொண்டிருக்கவும் வசதியாக இருப்பது பாய்தான் என்பதால் அதிலேயே படுத்துக் கொள்ளலாம். தன் பத்தி இந்த இதழிலேயே வரவேண்டும் என்று பாயாமல் இருப்பதைப் பொறுப்பாசிரியருக்கு நினைவூட்ட சூசகமாகவும் இது பயன்படும். #பன்முகத்தன்மை.

~

பாயான் என்று பெயர் மாற்ற முயற்சியில் ஈடுபட்ட பேயோன் எழுதி விட்டுச்சென்ற குறிப்புகளைப் புறவயக் கூற்றாக மாற்றிப் பாயான் பெயரில் கீழே தருகிறேன்.

சிறுபத்திரிகை அலுவலகங்களுக்குச் சென்று அவர்கள் திருப்பி அனுப்பத் தீர்மானித்திருக்கும் படைப்புகளை வாங்கிக் கொண்டு வந்து தன் பத்திரிகையை நிரப்பிவிடுவார் பாயான். அவர் நடத்தும் பத்திரிகைக்குப் பெயர் உன்னதம். #திடக்கழிவு மேலாண்மை.

○

பாயானுக்குக் காரில் லிஃப்ட் கொடுத்த ஒருவர், ராசிபலனில் உங்களுக்கு இன்று வாகனயோகம் என்று இருந்திருக்குமே என்றார் கிண்டலாக. உங்கள் ராசிக்குப் பெரிய மனிதர் சந்திப்பு என்று போட்டிருந்திருக்குமே என்றார் திரும்பிப் பாயான். தலைவிதி என்றார் அவர். என் தலைதானே என்றார் விடாமல் பாயான். தலையில் அடித்துக்கொண்டார் அவர். அவர் தலையில் #சுயஅறிவு.

○

உலக சினிமா, உலக இலக்கியம், உலக எழுத்தாளர் என்று பாயான் எப்போதும் உலக ஞாபகமாகவே இருக்கிறார். உலகம் யாவையும், உலகெலாம் எனத் தொடங்கும் இராமாயணத்தையும் பெரியபுராணத்தையும் நாத்திகராக இருந்தும் படிக்கத் தொடங்கியிருக்கிறாராம். வலது கண் வழியாக இராமாயணம், இடது கண் மூலமாகப் பெரியபுராணம். உலக நாதன், லோக நாதன், லோக நாயகி இப்படிப் பெயர் இருக்கும் பட்சத்தில்தான் தமிழ்நாட்டுக்காரர்களுடன் பேச்சாம். செல்போனில் நம்பர் பார்த்து வெளிநாட்டு அழைப்பை மட்டுமே ஏற்கிறாராம். உலக நாயகன் சார் ஆவதுதான் லட்சியமாம். #விடாமுயற்சி.

○

இங்க என்ன இவ்வளவு டிராபிக் ஆக இருக்கே என்றார் நண்பர். நான்கூட என் வருகையைச் சொல்லவில்லையே என்றாராம் பாயான். சார் இது இப்ப சேர்ந்த கூட்டம் என்றார் நண்பர். நண்பர் பெயர் அப்பாவு.

○

... என்ற பாடலைப் பாடிக்கொண்டே ... இந்தப் பாடல் உங்களுக்குப் பிடித்த பாடல்தானே என்றாராம் நண்பர். கடந்த நிமிடம்வரை என்றார் பாயான்.

○

அலுவலகத்துக்கு அண்மையில் வசிக்கும் ஒரு நண்பரின் பெயர் சேயோன். அவரை அலுவலக கிறித்தவ நண்பர் சியோன்

என்றுதான் அழைப்பார், *true christian. True* என்பதற்கு அர்த்தம் கேட்டால் உண்மையான என்றுதான் சொல்வார் பாயான். *truth* என்றால்தான் உண்மை என்பார். மணி கேட்டால் *3:15* இந்தியாவில் என்பார். இயல்பே இப்படியா, உலக எழுத்தாளரான பிறகு இப்படியா என்று தெரியவில்லை.

❍

பாயான் பணியாற்றும் அரசு அலுவலகத்திலிருந்து பலர் வாடகை வாகனத்தில் ஒருமுறை உணவருந்தச் சென்றார்கள். இங்கே இவ்வளவு பேர் வேலை செய்கிறீர்களா என்று வாடகை வண்டிக்காரர் ஆச்சரியமாகக் கேட்டார். அது எனக்குத் தெரியாது; இவ்வளவு பேரும் இந்த ஆபிசில்தான் சம்பளம் வாங்குகிறார்கள் என்றார் பாயான். ஒரே நாளில் அத்தனை பேரும் எதிரியாகிவிட்டார்கள். உண்மை தெரிந்து சொல்ல வேண்டும். #சுற்றுச்சூழல் பாதுகாப்பு.

❍

இந்த ஆண்டு கிஷ்ணுபுரம் விருது பாமணிக்கு. விழாவிற்கு, பத்திரிகைகாரர்களுக்கு அழைப்பில்லையாம். பாமணியை அழைக்கக்கூட ரொம்பவும் யோசித்தார்களாம். ரகசியம் காப்பது தான் செய்தியைப் பரப்புவதற்குச் சிறந்த வழி. #தத்துவம்.

~

பேயோன் எழுத்துகள் எப்படி இருக்கின்றன என்று ஒரு இளம் கவிஞரிடம் கேட்டேன். *refresh* ஆக இருக்கிறது என்றார். தமிழில்தானே எழுதுகிறார் என்றேன். வாங்கியதை வாங்கிய மாதிரிதானே கொடுக்க முடியும். இவன் என்ன! என்பது போலப் பார்த்தார். தொடரும் கேள்விகளைக் கேட்கவில்லை. வாத்தியார் களே பையன்களைக் கேள்வி கேட்பதில்லை. நமக்கேன் ஊர் வம்பு என்று இருக்கும்போது நமக்கெதற்கு என்று அமைதி காத்தேன் #அறிவுக் கொள்முதல்.

பாத்திரத்தில் சுண்டல் இருந்தால் கிண்டலாம். பாத்திரத்தில் ஒன்றுமே இல்லாமல் கிண்டினால் எப்படி! இரண்டு வாரம் படித்தேன், பிறகு திருப்பிவிட்டேன் என்றார் இருவர். மீட்டர் இல்லாமல் மீட்டர் ஓடினால் நன்றாகவா இருக்கிறது என்றனர் மூவர். பேயோன் நின்றதும் விழா கொண்டாடினர் என்றார் நாலாவது புனைவாளர். நான்கு பேர் என்ன சொல்கிறார்கள் என்று தெரிந்துகொள்ளவே இந்த வீண் முயற்சி. பேயோன் இலக்கிய உலகின் எஃஎம் என்றார் ஐந்தாமவர். எப்படி இருக்கிறது என்று தொடர்ந்து கேட்டதால் நான்தான் பேயோன் என்று சிலருக்குச்

சந்தேகம் வந்துவிட்டது. நான் எழுத்தாளனாக இருப்பதால் சுயமோகியாக இருப்பேன் என்று நினைத்துவிட்டார்கள் போல. சாரி சுயமோகன்.

◯

பேயோன் யார் என்று கண்டுபிடிக்கப் படாத பாடு பட்டும் பயனில்லை. அகச்சான்றுகள், புறக்கூற்றுகள், கிசுகிசுக்கள் ஒன்றும் விரும்பிய பயனை அளிக்கவில்லை. அவரது புத்தகங்களைக் காசு கொடுத்து வாங்கும்போது, ஒரு படத்தைப் பார்த்து, பில் போடும் பெண் நைச்சியமாகச் சிரித்தது; ஒரு நண்பர் சத்தியம் வாங்கிக் கொண்டு ஆருடம் சொன்னது . . . இவற்றைக் கொண்டு ஒரு பெயருக்கு வந்திருக்கிறேன். திடகாத்திரமானவர் என்று சொல்வதுதான் கொஞ்சம் இடிக்கிறது. எதுவாயிருந்தாலும் வரலாற்றாய்வாளர் ஒப்புக்கொள்ள வேண்டும்.

காலச்சுவடு, நவம்பர் 2013

யோபேன் பெயரில் வந்த இந்த நல்ல படைப்பை, நல்ல நல்ல! கட்டுரைகள் உள்ள என் தொகுப்பில் சேர்த்துக்கொள்ள கண்ணனிடம் கேட்டேன். கற்பனைக்கு அடங்காத பெருந்தன்மையுடன் இசைவளித்தார் (காசா பணமா?). யோபேன் அல்லது யோபேனில் மறைந்திருப்பவர் வெளியே வந்து கேட்டால் பார்த்துக்கொள்ளலாம் என்று நானும் சேர்த்துவிட்டேன், # செய்வது துணிந்து செய்.

பெரியார் ஈ.வெ.ரா. சிந்தனைகள்

முழுமையின் திசை நோக்கிய பயணம்

முப்பத்தைந்து ஆண்டு கால நீண்ட காத்திருப்பிற்குப் பிறகு பெரியார் ஈ. வெ. ரா. சிந்தனைகள் விரிவாக்கப்பட்ட இரண்டாம் பதிப்பு மார்ச் 2010இல் வெளிவந்துவிட்டது. பெரியார் எழுத்துக்களின் வெளியீட்டு உரிமைச் சிக்கலால், பெரியார் திராவிடர் கழகத்தின் குடி அரசு பதிப்பு முயற்சிகள் முடங்கியிருந்த சூழலில் பதற்றத்தோடும் ஆவலோடும் இவ்வெளியீட்டைத் தமிழ்ச் சமூகம் எதிர்பார்த்துக்கொண்டிருந்தது. வெளியீட்டு விழாவில் முதல்வர் கலைஞர் பங்கேற்பார் என்னும் தகவலால் புத்தகம் வெளிவந்துவிடும் என்ற நம்பிக்கை பிறந்து பதற்றம் கொஞ்சம் தணிந்தது. வெளியீடு நிகழ்ந்த பிறகே அச்சம் முழுமையாக அகன்றது.

திருச்சி சிந்தனையாளர் கழகத்தின் சார்பில் 1974இல் வெளிவந்த பெரியார் ஈ.வெ.ரா சிந்தனைகள் முதல் பதிப்பு வடிவத்தில் பெரியது (ராயல்).சென்னை பெரியார் ஈ. வெ. இராமசாமி – நாகம்மை கல்வி ஆராய்ச்சி அறக்கட்டளை வெளியிட்டுள்ள இந்த இரண்டாம் பதிப்பு அளவில் (டெமி 1/8) சிறியது. வடிவ மாற்றம், புதிய சேர்க்கை ஆகியவற்றால் பக்க எண்ணிக்கை மிகுந்துவிட்டது. இரண்டும் வே. ஆனைமுத்துவின் பதிப்பில் உருவானவை.

பெரியாரின் சிந்தனைகளைத் தொகுக்கும் பணி, தடை செய்யப்பட்ட 'குடி அரசுக் கலம்பகம்'

மூலம் 1930களில் இயல்பாகவே தொடங்கிவிட்டது. 1974இல் வெளிவந்த பெரியார் ஈ.வெ.ரா. சிந்தனைகள் இம்முயற்சியின் முக்கியக் கட்டம். மூன்று பாகங்கள் கொண்ட அந்நூல் பெரும் வரவேற்பைப் பெற்றது. பெரியார் சுயமரியாதைப் பிரசார நிறுவனம் (பெரியார் திடல்) மூலம் பெரியார் களஞ்சியம் 1976 முதல் வெளிவரத் தொடங்கியது. அது கடவுள், மதம், பெண்ணுரிமை, சாதி, தீண்டாமை ஆகிய தலைப்புகளில் இதுவரை 32 நூல்களாக 10,000 பக்கங்களைத் தாண்டிவிட்டது. 2009 முதல் குடிஅரசு, புரட்சி, பகுத்தறிவு இதழ்களின் கட்டுரைகளை ஆண்டு வாரியாகக் காலவரிசையில் பெரியார் சுயமரியாதைப் பிரசார நிறுவனம் வெளியிட்டுவருகிறது. 1925 ஆண்டினது ஒரு தொகுப்பாகவும், 1926 – 1934 வரை ஆண்டுக்கு (ஜனவரி முதல் ஜூன்; ஜூலை முதல் டிசம்பர்) இரண்டு தொகுப்புகளாகவும் இதுவரை 17 தொகுப்புகள் வந்துள்ளன. (நன்கொடை என்னும் நாகரிகப் பெயருடன் அதிக விலை கொண்டவை இவை.) இதற்கிடையில் (புதையலில் கிடைத்த செல்வம் போல) பெரியார் திராவிடர் கழகத்தினர், குடிஅரசு (1927–1949) இதழின் கட்டுரைகளை 27 தொகுதிகளாக அதிரடியாக ஜூன் 10, 11 தேதிகளில் சேலத்திலும் சென்னையிலும் வெளியிட்டுத் தமிழர்களுக்கு இன்ப அதிர்ச்சியை அளித்தனர். பெரியாரின் ஆங்கில இதழான Revolt தொகுப்பையும் இவர்கள் இவற்றுடன் வெளியிட்டுள்ளனர். இந்தப் பின்னணியில் பல இதழ், பல பொருள் அடிப்படையில் உருவாகி வெளிவந்துள்ள ஆனைமுத்துவின் பெரியார் சிந்தனைகள் தொகுப்பு முயற்சி முக்கிய இடத்தைப் பெறுகின்றது.

இந்தியாவின் மிக முக்கிய ஆளுமைகளான காந்தி, நேரு, அம்பேத்கர், தாகூர் ஆகியோருக்கு உருவாகியிருக்கும் அவர்தம் வாழ்க்கை, பணிகள், சிந்தனைகள் ஆகியவற்றின் ஆவணப் பதிவுகளைப் பார்க்கும்போது பெரியாருக்குச் செய்ய வேண்டிய ஆவண முயற்சிகள் ஏராளம் இருக்கின்றன எனத் தெரியவரும். காந்தி எழுத்துக்களின் ஆதாரபூர்வத் தொகுதிகள் வெளிவந்து பல பத்தாண்டுகள் ஆகின்றன. காந்தியின் அளவுக்கு முழுமையும் பரவலும் இல்லை எனினும் நேருவின் ஆவணங்களும் இந்த வகையில் மிகுந்திருக்கின்றன. அம்பேத்கரின் முழுச் சிந்தனைகள் மராத்தி, ஆங்கில மொழிகளில் நூலுருவாக்கப்பட்டுவிட்டன. இந்திய மொழிகள் அனைத்திலும் மொழிபெயர்த்து வெளியிடும் பணியை அரசாங்கமே எடுத்துக்கொண்டுள்ளது. இவ்வகையில் தமிழில் இதுவரை 25 தொகுதிகளுக்கு மேல் வந்துள்ளன.

பெரியாருக்கு எழுத்து ஆவணங்கள் வெளிவந்திருப்பினும், 1974இன் பெரியார் சிந்தனைகள் தொகுப்புக்குப் பிறகு எதுவும்

கிடைத்தவரை லாபம் ✦ 163 ✦

வெற்றியைத் தொடவில்லை. பெரியார் திடல் களஞ்சியங்கள் கட்சி, மற்றும் தொண்டர்கள் எல்லையைத் தாண்டவில்லை. எஸ்.வி. ராஜதுரை – கீதா உழைப்பில் வெளியான ஆவணங்கள் அல்லாத ஆனால் ஆவண மதிப்பைப் பெற்ற பிரசுரங்களால் பெரியாரின் சிந்தனைகள் கடந்த பத்தாண்டுகளில் அறிவுச் சூழலில் பெரும் பரவலைப் பெற்றன. 2003இல் தொடங்கிப் பெரியார் திராவிடர் கழகம் வெளியிட்ட குடிஅரசுவின் மூன்று தொகுப்புகள் தனிச்சுற்று சிறுபத்திரிகையின் நிலையை எய்தின. புதியனவற்றின் பரவலை இனிதான் உணர முடியும். இந்தச் சூழலில் ஆனைமுத்துவின் புதிய பதிப்பு நல்வரவேற்பைப் பெறும் என நம்பலாம். ஆனாலும் முழுமையை நோக்கிய ஆவண முயற்சிகளின் முதற்கட்டப் பணிகளின் தொடக்கமே இவை.

பெரியார் எழுத்து மற்றும் சொற்பொழிவுகளின் பிந்தைய காலம் அதாவது 1950 முதல் 1973ஆம் ஆண்டு காலப் பதிவுகளின் முழுமை, அதற்கு முந்தைய காலத்தில் (1925 – 50) விட்டுப்போனவை, அயலகப் பயணத்தில் நேர்ந்த பதிவுகள் (இவற்றை ஆனைமுத்து சிறப்பாகக் குறிக்கிறார்), அவர் நடத்தியது தவிர, மற்ற இதழ்களில் வந்த பெரியாரின் எழுத்துக்கள் என்னும் வகையில் தொகுக்க வேண்டியவை ஏராளம் உள்ளன. ஆனைமுத்துவின் அனுமானத்தில் அவை 300 நூல்களாக அமையும். இப்பணி முழுமைப்படின் முதற்கட்டப் பணி நிறைவுபெற்றதாகக் கொள்ளலாம்.

இங்ஙனம் உருவாகும் ஆவணங்களின் முழுத்தொகுப்புகள் முதலில் தமிழ் உலகில் பரவலாக வேண்டும். பிறகு அவை ஆங்கிலத்தில் மொழிபெயர்க்கப்பட வேண்டும். பின் தேவைப்படும் தென்னிந்திய, வட இந்திய மொழிகளுக்குப் பெயர்க்கப்பட வேண்டும். அதற்குரிய சிந்தனை வலு பெரியாரிடம் உண்டு. இந்தியாவின் மிகப்பெரும் சிந்தனையாளரின் தொகுப்பில் பெண்கள் சிந்தனைகள் பற்றிய பகுதியே இல்லை. ஆனால் பெரியாரின் பெண் விடுதலைச் சிந்தனைகளுக்கு 1929 தொடங்கி நீண்ட வரலாறு இருக்கிறது. இன்னும் இதுபோல் பல உண்டு. காலத்திற்கு முன் கூவிய குரலைத் தொகுத்து வெளிப்படுத்தும் போது அதன் முன்னோடித்தன்மை தெரியவரும். இவை எல்லாம் நடைபெற ஆனைமுத்துவின் இத்தொகுப்புகள் முன்னோடும் பிள்ளை.

சமுதாயம், இயக்கங்கள், அரசியல், மதமும் கடவுளும், தத்துவம், கிளர்ச்சிகளும் செய்திகளும், *Speeches and Writings* எனப் பொருளடிப்படையில் ஏழு நூல் தொகுதியாக அமைந்தது பெரியார் ஈ.வெ.ரா. சிந்தனைகள். இரு வரிசைகளாய் அமைந்த

இப்பெரும் தொகுப்பு மொத்தம் 20 நூல்களைக் கொண்டது. இதில் முதல் பதிப்பின் நூல்கள் ஒன்பது. இதில் ஒரு நூல் ஆங்கிலம். புதிய சேர்க்கைகளாக 11 நூல்கள். ஒவ்வொரு வரிசையின் முதல் நூலிலும் பதிப்பாசிரியரின் நீண்ட முன்னுரை உண்டு. தவிர ஒவ்வொரு நூலிலும் சிறப்பு முன்னுரையையும் அவர் எழுதியிருக்கிறார்.

பெரியாரின் புரட்சிகரச் சிந்தனைகளை முழுமையாகத் தொகுத்துவிட வாய்ப்புள்ள பொருள் பிரிவுகளைக் கொண்ட இத்தொகுப்பு அவரது சிந்தனைகளின் முழுப்பதிவுகளைப் பெற்றிருக்கவில்லை என்பது ஒரு பெரும் குறையாகத் தோன்றுகிறது. ஏறக்குறைய 1949வரை முழுமைக்குப் பக்கத்தில் இருக்கின்றன பதிவுகள். அதற்குப் பிறகான செயல்பாட்டின் 25 சதவிகிதம் அல்லது அதற்கும் குறைவானவற்றின் பதிவுகளே இதில் உள்ளன.

1953இல் தமிழ்நாட்டின் இராஜாஜி முதலமைச்சராக இருந்த காலத்தில் பெரியார் மேற்கொண்ட இந்தி எதிர்ப்புப் போராட்டம் பற்றியோ குலக்கல்வித் திட்ட எதிர்ப்பு பற்றியோ இத்தொகுப்பில் தகவல்கள் முழுமைபெறாதிருக்கின்றன. பெரியாரின் பிற்கால வாழ்க்கையின் செயல்களும் சிந்தனைகளும் குறித்துத் தகவல் பெற ஏதுவான ஆவணங்கள் பதிப்புக்குக் கிடைக்காதிருக்கலாம். குறிப்பாக 1950 முதல் 1973 வரையிலான காலத் தகவல்கள் மிகக் குறைவு. 1922 முதல் 1973 வரையில் வெளியான தந்தை பெரியாரின் கட்டுரைகள், அறிக்கைகள், சொற்பொழிவுகள் அடங்கிய அரிய தொகுப்பு எனப் பெருமை பொங்கக் குறிப்பிடுகிறது இப்பதிப்பின் விளம்பரத் துண்டறிக்கை ஒன்று. இக்கோரிக்கை தகுதி பற்றியதன்று, விருப்பம் சார்ந்தது.

இரண்டாம் பெரும் குறை, இத்தொகுப்பு நூல்களின் வரிசை முறை. இருபது நூல்களுக்கும் வரிசை எண்களோ தொடர்ச்சியான பக்க எண்களோ இல்லாதது நூல்களைப் படிப்பதற்குப் பெரும் தடையாக உள்ளது. பார்வை நூல்களாகப் பயன்படும் இவற்றுக்குத் தொடர்ச்சியான வரிசை எண் எதற்கு எனத் தோழர் ஒருவர் வினவினார். பார்வை நூலாக மட்டுமே பயன்படும் லெக்சிகனுக்குக்கூடத் தொடர்ச்சி எண் உள்ளது என்பது தோழருக்குத் தெரிந்திருந்தும் அப்படிக் கேட்டார்.

தொகுதியின் எண்களையும் பகுதியின் எண்களையும் நூற்புறத்தில் நூலின் அளவைப் பற்றிக் கருதாமல் ஒரே அளவில் அச்சிட்டிருக்கலாம். அதைவிட முக்கியம் 20 நூல்களுக்கும் சேர்த்து ஒரு தொடர் எண்ணை அளித்து அதை நூலின் முதுகில்

அச்சிட்டிருக்கலாம். நூலகத்தில் நூலைத் தேடிப் படிப்பவர்களுக்கு இது உதவியிருக்கும்.

இத்தொகுப்பு நூலின் சிறப்புகளாக ஆறு அம்சங்களைப் பதிப்பாசிரியர் குறிக்கிறார். குறிப்பெண் விளக்கம், புதிய சேர்க்கைகள் ஆகியன முதலிரண்டு சிறப்புகள். பெரியாரின் சொற்பொழிவுகளை இரண்டாம் நிலையினதாகக் கருதும் பதிப்பாசிரியர் கட்டுரைகள், தலையங்கங்கள், அறிக்கைகள் ஆகியவற்றினால் அமைந்த எழுத்துக்களையே முதல் நிலையினதாகக் கொள்கிறார். அதற்கேற்பவே இந்நூலை அமைத்ததாகவும் கூறுகிறார். இதையே மூன்றாம் சிறப்பம்சம் என்கிறார். நூலின் புறத்தோற்றமும் உள்ளமைப்பும் கண்ணையும் நெஞ்சையும் கவரும் தன்மை வாய்ந்தவை என்பது நான்காம் சிறப்பு எனச் சொல்லப்படுகிறது. 1917 – 19ஆம் ஆண்டுகளில் ஈரோடு நகராட்சித் தலைவராகப் பெரியார் விளங்கியபோது கூட்டத்தின் முடிவுகளை ஆங்கிலத்தில் கைப்பட எழுதியவற்றை முன்னுரையில் பதிப்பித்துள்ளது ஐந்தாம் அம்சம். ஆறு சிறப்பு ஒளிப்படங்கள்.

ஒவ்வொரு இயலின் முடிவிலும் அமையும் அடிக்குறிப்புகளைக் குறிப்பெண் விளக்கம் என்னும் புதிய பெயரில் கொடுத்திருக்கிறார் பதிப்பாசிரியர். இவை மிகுந்த எண்ணிக்கையில் அமைந்துள்ளன. பின் தலைமுறையினருக்கான இக்குறிப்புகளின் தேவையைப் பதிப்பாசிரியர் உணர்ந்துள்ளார். இது நன்று. எனினும் இவை இன்னும் கூடுதல் கவனத்துடன் உருவாக்கப்பட்டிருக்கலாமோ எனத் தோன்றுகிறது. இவற்றை வேகமாக வாசித்துக் கொண்டுபோனபோது இடறிய ஒன்றிரண்டை மட்டும் இங்கே சுட்டுகிறேன்.

இந்திய விடுதலைப் போராட்டத்தில் 1922இல் சௌரிசௌராவில் காவல் நிலையத்தைச் சத்தியாகிரகிகள் தாக்கி அழித்தது ஒத்துழையாமை இயக்க நிகழ்வில் ஒரு முக்கியச் சம்பவம். இதை, சட்ட மறுப்பு இயக்க நிகழ்வாகக் குறிப்பெண் விளக்கம் குறிக்கிறது (பக். 1701, இரண்டாம் வரிசை).

விடுதலைப் போராட்டத் தலைவர் ஜார்ஜ் ஜோசப் (1887–1938), ஆந்திரப் பல்கலைக்கழக முதல் துணைவேந்தர் கட்டமஞ்சி இராமலிங்க ரெட்டி ஆகியோரின் பிறப்பு – இறப்பு, குறிப்புகள் முதல் எழுத்து ஆகியவை முறையே தவறாகத் தரப்பட்டுள்ளன. ஆதார வலுவும் வரலாற்றுப் பொருண்மையும் கொண்ட நூலில் இத்தகைய சிறு பிழைகள்கூடத் தவிர்க்கப்பட வேண்டும் எனத் தோன்றுகிறது.

“லோக குரு சங்கராச்சாரி சுவாமி”களின் பாதத்திற்கு 1008 பவுன் கொண்டு, ஒவ்வொரு பவுனாய்ப் போட்டு அர்ச்சித்து (சஹஸ்திர நாமம் செய்து) அவரது பாத தீர்த்தம் சாப்பிட்டு, “தர்ம பூஷணம்” என்று கௌரவப் பட்டம் பெற்றவர்’ (பக். 3966, இரண்டாம் வரிசை) என்று பிரதியில் கிண்டல் செய்யப்படும் தி.நா. முத்தய்ய செட்டியார், குறிப்பெண் விளக்கத்தில் இதற்கு நேர்எதிராய்ப் பாராட்டு பெறுகிறார். அடிமைச் செயல் என்று கட்டுரை கிண்டல் செய்ததை, அறப்பணி எனக் குறிப்பெண் விளக்கம் புகழ்ந்துரைக்கிறது. இராமன், கிருஷ்ணன், திரௌபதை ஆகியோர் பற்றிய குறிப்பெண் விளக்கங்களும் இதைப் போன்று பொதுப்புத்தி சார்ந்தே உள்ளன. பெரியார் என்னும் புரட்சியாளரின் நூலில் கிடைக்கும் விளக்கங்கள் என்ற எண்ணம் துளிக்கூடத் தோன்றவில்லை.

“. . . ஆனாலும் புதுமையை வெளிப்படுத்தாத பத்திரிகை இருந்தென்ன? செத்தென்ன? இந்த நல்ல புதுமையை வெளியிடாத சித்திரபுத்திரன் இருந்தென்ன? அந்தமானுக்குப் போயென்ன?” (பக். 3909, இரண்டாம் வரிசை) என வருகிறது ஒரு வசவுத் தொடர். இதில் போகிறபோக்கில் குறிப்பிடப்பெறும் ‘அந்தமான்’ என்ற ஊர்ப் பெயருக்குக்கூடக் கர்ம சிரத்தையாக விளக்கம் அளிக்கப்பட்டுள்ளது. இன்னொரு இடத்தில், மணிமேகலை என்னும் கதாபாத்திரம் பற்றிய குறிப்பு வர, மணிமேகலை நூல் பற்றி விளக்கம் தரப்பட்டுள்ளது. (பக். 4152, இரண்டாம் வரிசை). மணிமேகலைக் காப்பியத்தின் முக்கியக் கதாபாத்திரம் மணிமேகலை என்றாவது சேர்த்திருக்கலாம். இப்படிப் பசுவை, கடைசியாக அந்தப் பனைமரத்திலாவது இழுத்து வந்து கட்டியிருக்கலாம். பசு வயலில் திரிகிறது; பனைமரம் தனியாக வரப்பில் நிற்கிறது. குறிப்பெண் விளக்கம் கவனமாகத் தயாரிக்கப்படவில்லை என்பதற்கு இவை சான்றுகள். வேண்டாத அந்தமானுக்கும் குறிக்கப்படாத மணிமேகலை நூலுக்கும் விளக்கம் தரும் பிரதி, முக்கியச் சுயமரியாதைக்காரர்கள் சிலர் குறித்து முழுமையான விவரம் தேடித்தராது விடுகிறது.

எல்லோருக்கும் விளக்கம் எழுதப் போதிய பொருள் அறக்கட்டளைக்கு இல்லை என்ற சமாதானம் ஏற்றுக்கொள்ளக் கூடியதே. எனினும் ராகு, கேதுகளுக்கெல்லாம் குறிப்பெண் விளக்கம் உள்ள நூலில் என்.வி. நடராஜன், எஸ்.வி. லிங்கம், ஒ. கந்தசாமி செட்டியார், திருமலை சாமி போன்றோருக்கு முழுமையான குறிப்பெண் விளக்கம் இல்லை. இந்து மகாசபையின் டாக்டர் மூஞ்சேவுக்கு இடம் உள்ள நூலில், தென்னிந்திய

நல உரிமைச் சங்கத்தின் பண்டிதர் எஸ்.எஸ். ஆனந்தம் அவர்களுக்கு இடமில்லையே! குறிப்பிட்ட நபருக்கு/பொருளுக்கு எந்தப் பக்கத்தில் குறிப்பெண் விளக்கம் உள்ளது என்று அறிய இப் பார்வை நூலில் குறிப்பு இல்லை. தேடித்தான் தீர வேண்டும்.

கருத்தியல் சார்ந்து இத்தகைய அறிமுகக் குறிப்புகள் இருந்து விடக்கூடாது என்ற பொது நடைமுறை இருப்பினும், பொதுப்புத்தி சார்ந்துதான் இருக்க வேண்டும் என்பது கிடையாது. எப்படியோ, குறிப்பெண் விளக்கங்கள் பொதுப்புத்தி சார்ந்தமைந்து, பெரியார் பிரதிக்கு எதிர் நிலையைக் கொண்டுள்ளன. ஆனால் கசப்பின் நிழல்கூட விழாது கவனத்துடன் எழுதப்பட்டுள்ளது கி. வீரமணி பற்றிய குறிப்பு!

"எங்கள் மாகாணத்தில் இரண்டு பேர் பார்ப்பனரல்லாதார் கவர்னராகிவிட்டார்கள். ஒரு சாயபும் ஒரு நாயுடுவும் கவர்னராகி விட்டார்கள். ஒரு செட்டியாரும் ஆகக்கூடும்." (பக். 4281, இரண்டாம் வரிசை). பிரதியில் இது ஒரு தொடர். மேற்கண்ட தொடரில் குறிப்பிடப்பெறும் சாயபும் நாயுடுவும் யார் எவர் என்று குறிப்பு எண் கொடுத்து விளக்கம் எழுதியிருக்கலாம். அப்படிச் செய்திருந்தால் பிரதி மேலும் நன்றாகப் புரிந்துகொள்ளப் பட்டிருக்கும். (சாயபு: முகம்மது உஸ்மான் (1934), நாயுடு: கே.வி. நாயுடு (1936) ஆகிய இரு பார்ப்பனரல்லாதாரும் பிரிட்டீஷ் ஆளுநர்கள் முறையே ஸ்டான்லி, எர்ஸ்கின் ஆகியோர் விடுப்பில் தாய்நாடு சென்றிருந்த குறைந்த காலத்தில் தற்காலிக ஆளுநர்களாகப் பணியாற்றியவர்கள். செட்டியார் எனப் பிரதி குறிப்பது ஆர்.கே. சண்முகம் செட்டியாரையாகும்.) சாதாரணமானவற்றுக்கும், எளிமையானவற்றுக்கும் விளக்கம் எழுதி நேரத்தைச் செலவிட்டிருக்கும் பதிப்பாசிரியர், மேலே கண்ட இது போன்றவற்றுக்கும் விளக்கம் எழுதியிருக்கலாம். அப்படிச் செய்திருந்தால் பிரதியின் மதிப்பு மேலும் கூடி ஒரு காலகட்டத்தின் தமிழ்நாட்டின் சமூக, அரசியல் மூல ஆவணமாக மாறிவிட்டிருந்திருக்கும்.

பெரியார் ஈ.வெ.ரா. சிந்தனைகள் தொகுப்பில் இடம் பெற்றுள்ள கட்டுரைகள் பெரியார் நடத்திய இதழ்களிலும் அவரது சமகால இதழ்களிலும் வெளிவந்தவை. விருதுநகர் முத்துநாடார் நடத்திய நாடார் குல மித்திரன் (1922) இதழில் வெளியான பெரியார் தொடர்பான கட்டுரைகள் முதன்முதலில் இத்தொகுப்பில் சேர்ந்துள்ளன. 1925இல் தொடங்கி 1949 வரை சிறிது இடைவெளியுடன் வெளிவந்த குடிஅரசுவின் பெரும் பகுதி, விடுதலை (1935)யின் சில இதழ்கள், புரட்சி, பகுத்தறிவு இதழ்களின் குறிப்பிட்ட கட்டுரைகள், *சுதேசமித்திரன்* (1923), *The Hindu* (1924),

Revolt (1928), *திராவிடன்* (1929), *உண்மை* (1970) *சண்டமாருதம்*, *புதுவை முரசு*, *கணையாழி* என்று சில குறிப்பிட்ட இதழ்களின் ஓரிரு கட்டுரைகள் ஆகியவை இத்தொகுப்பில் உள்ளன. குடிஅரசு இதழ்களே இத்தொகுப்பின் மூல பலம். குடிஅரசுவின் பங்கு 95 விழுக்காடு எனில் மற்றவை எல்லாம் சேர்ந்து 5 விழுக்காடு எனக் கொள்ளலாம். இருந்தாலும் குடிஅரசின் அனைத்துக் கட்டுரைகளும் இத்தொகுப்பிற்குள் வந்துவிட்டன எனவும் சொல்லிவிட முடியாது. அதற்கு இரண்டு சான்றுகள்.

குடிஅரசின் சில தலையங்கங்களும் சொற்பொழிவுகளும் கொண்ட நூல் 'குடிஅரசுக் கலம்பகம்' (1930). அத்தொகுப்பின் 10 கட்டுரைகளுள் ஆறு மட்டுமே இந்தத் தொகுப்பில் இடம்பெற்றுள்ளன. 'ஆரிய மத வண்டவாளம் 3' (பக். 4018, இரண்டாம் வரிசை) என்ற 1940இல் வெளிவந்த படைப்பு இத்தொகுப்பில் உள்ளது. இத்தலைப்பிலான வரிசையில் மூன்றாம் எண் பெற்றுள்ள இக்கட்டுரையின் முதலிரு கட்டுரைகள் இருக்குமிடம் தெரியவில்லை. இந்த அகச் சான்றிலிருந்து இத்தொகுப்பில் இடம்பெறாதவையும் உண்டு என அறிய முடிகிறது.

பெரியாரின் சிந்தனைகளாக இடம்பெற்றுள்ள இத்தொகுதியின் கட்டுரைகள் அனைத்தும் பெரியார் எழுதியவைதாமா என்னும் கேள்வி எழுவது பெரியாருக்கோ பதிப்பாசிரியருக்கோ எதிரானது அல்ல. கவனத்துடன் பரிசீலித்து முடிவு செய்ததாகப் பதிப்பாசிரியர் கூறுகிறார். பெரும்பாலானவற்றைப் பெரியார் எழுதியிருக்கலாம். பெரியாரின் நேரடிப் பார்வையில் அவரது ஒப்புதலுடன் உருவான பல எழுத்துக்களும் இருக்கலாம். மற்றவை பெரியாரின் பார்வையுடன் துணையாசிரியர்கள் எழுதியிருக்கலாம். இது மேலும் ஆராய வேண்டிய கருத்து.

'சுயமரியாதைத் தோழர்களும் காங்கிரசும்' என்ற கட்டுரை (பக். 4512, இரண்டாம் வரிசை) தத்துவம் என்ற தலைப்பிலமையும் முகாந்திரத்தைக் கட்டுரையை இரண்டு, மூன்றுமுறை படித்தும் புரிந்துகொள்ள முடியவில்லை. 'மற்ற இயக்கங்கள்' என்பதிலோ 'தன் விளக்கம்' என்பதிலோ இதை அடக்கியிருக்கலாம். இப்படிப் பல கட்டுரைகள் தலைப்புக்கு அடங்க மறுத்துத் திமிறி நிற்கின்றன.

சுயமரியாதை வீரர் சி. நடராசனின் தாயார் மறைவிற்கான இரங்கல் குறிப்பின் தலைப்பு மாயவரம் தோழர் சி. நடராசன் என உள்ளது (பக். 4702, இரண்டாம் வரிசை). பெரிய தவறு இல்லை என்றாலும் தலைப்புக்கும் உள்ளடக்கத்திற்கும் இயைபை விரும்பும் வாசகனுக்குப் பதிப்புத் தன்மை குறித்த நெருடலை இது தரக்கூடும். இன்னொரு இடத்தில் இத்தோழரின் மறைவுச் செய்தியும் தனியாகப் பதிவாகியுள்ளது.

‘ஈ. வெ. இராமசாமியும் வல்லத்தரசுவும்’ (பக். 4436, இரண்டாம் வரிசை) என்ற கட்டுரை 1933இல் விருதுநகர் நாடார் பரிபாலன சங்க ஆறாம் ஆண்டு விழாவில் பெரியார் ஆற்றிய சொற்பொழிவின் எழுத்து வடிவமாகும். இக்கட்டுரைக்கு இத்தலைப்பு ஏன் எனத் தெரியவில்லை. சடங்குகள் ஒழிப்பு, சமதர்மம் ஆகியன பற்றிப் பேசும் அக்கட்டுரையில் வல்லத்தரசுவின் பெயர் சுட்டி எந்தத் தகவலும் இல்லை. மறைமுகச் சுட்டு இருப்பதாகவும் தெரியவில்லை. இது ஒரு சந்தேகம். இதேபோல், பக். 4765 முதல் 70 பக்கங்கள் வரை தொடரும் அறிமுகச் செய்திகள் என்னும் தலைப்பிலான செய்திகளுக்கும் அத்தலைப்பு பொருத்தமாக அமையவில்லை. பிரதியின் அரிய தன்மை இத்தகையவற்றைச் சலுகைகளாகப் பெற முடியாது.

பக்கம் 4557 உட்படப் பல இடங்களில் பாண்டியன் எனக் குறிக்கப்படுபவர் கழகத்தின் பெருந்தலைவர்களுள் ஒருவரான டபிள்யூ. பி.ஏ சௌந்திர பாண்டிய நாடார்தானா என்ற குழப்பமும் வாசகனுக்கு ஏற்படுகிறது. முன் குறிப்பிட்ட சந்தேகம், இப்போது குறிப்பிட்ட இந்தக் குழப்பம் இன்னும் இவை போன்று பிரதிக்குள் காணக் கிடைக்கும் பலவற்றை விவரிக்கவல்ல கட்சி அனுபவம் வாய்ந்தவர் இப்பதிப்பாசிரியர். அவர் இவற்றை விரிவாக்கி அடுத்த பதிப்பில் தரலாம்.

பெரியார் ஒரு கட்டுரையில் ஆர்.கே. சண்முகம் செட்டியாரைத் தூக்கிக் கொண்டாடுகிறார்; இன்னொன்றில் போட்டுத் தாக்குகிறார். இது ஏன் என்று தொகுப்பைத் தொடர்ந்து வாசிக்கும் சராசரி வாசகனுக்குத் தோன்றக்கூடும். ஒவ்வொன்றுக்கும் பின்னால் இருக்கும் காரணத்தை யோசித்தால் அதில் ஒரு தொடர்ச்சி இருப்பதைப் புரிந்துகொள்ள முடியும். பெரியாரின் நீண்ட பொதுவாழ்வில் அவரால் கண்டிக்கப்படாத தலைவர்கள் எவரும் இல்லை எனலாம். பல்வேறு அரசியல் சூழல்களில் செய்யப்பட்ட உடனடிப் பதிவுகள் இவை என்பதை மனத்தில் கொள்ளும் வாசகனுக்கு இவை சுலபமாகப் புரிந்து விடும்.

இத்தொகுப்பின் சிறப்பாகப் பதிப்பாசிரியர் குறிப்பிடும் மற்றொன்று ‘அருஞ்சொற்பொருள் அகராதி’. இக்கால வாசகர் களுக்குப் பொருள் புரியாது எனப் பதிப்பாசிரியர் கருதும் பிரதியில் காணப்படும் கடினமான சொற்களுக்கான பொருளை ஆங்காங்கே குறித்துச் செல்கிறார். ஒரே இடத்தில் அகர வரிசையில் இச்சொற்பொருள் தரப்படாதிருக்க அகராதி என்று அதை ஏன் அழைக்கிறார் என்று தெரியவில்லை. பொருள் வழங்கப்பட்டிருக்கும் முறையை அறிய இரண்டு சான்றுகள் மட்டும் தருகிறேன்.

1931ஆம் ஆண்டில் ஆங்கில அரசுக்கும் காங்கிரசு கட்சிக்கும் இடையில் ஏற்பட்ட சமாதான உடன்படிக்கையை விமர்சித்துக் குடி அரசில் (8 மார்ச் 1931) வெளியான கட்டுரையின் ஒரு தொடர் பின்வருவது: "இராஜினாமா கொடுத்துவிட்ட உத்தியோக ஸ்தானங்கள் காயமாய் (ஏற்றுக்கொள்ளப்பட்டு – ப–ர்) பூர்த்தி செய்யப்பட்டிருந்தால் இராஜினாமா கொடுத்தவர்களுக்கு மறுபடி உத்தியோகம் கொடுக்கப்பட மாட்டாது" (பக். 2997, இரண்டாம் வரிசை). இதில் காயமாய் என வந்துள்ள அருஞ் சொல்லுக்கு ஏற்றுக்கொள்ளப்பட்டு எனப் பொருள் தந்துள்ளார் பதிப்பாசிரியர். இங்குக் காயமாய் என்பது *physically* என்ற ஆங்கிலச் சொல் தரும் பொருளிலேயே ஆளப்பட்டுள்ளது.

"சட்டமானது ஒரு வர்ஜாவர்ஜமில்லாமல் (வரையறை இல்லாமல் – ப–ர்), பத்ததி நிர்ணயம் (தெளிவான நோக்கம் – ப–ர்) ஆகியவை இல்லாமல்" என ஒரு தொடர் வருகிறது. (பக். 3007, இரண்டாம் வரிசை). இதில் வர்ஜாவர்ஜமில்லாமல் என்பதற்கு முழுப்பொருள் பதிப்பாசிரியர் குறிப்பிடுவது இல்லை யென்றாலும் அதை விட்டுவிடலாம். (வர்ஜம் என்றால் விலக்கத் தக்கது. வர்ஜாவர் ஜமில்லாமல் என்றால் விலக்கத்தக்கது எது, விலக்கத் தகாதது எது என்ற அளவுகோல் இல்லாமல் என்று பொருள்.) ஆனால் பத்ததி நிர்ணயம் என்பதற்குச் சரியான பொருள் முறை வரம்பிடுதல் அல்லது வரம்பிட்ட முறைகள் என்றல்லவா இருக்க வேண்டும்? இம்மாதிரியான சொற்களுக் கான பொருளைப் புரிந்துகொள்ளுவது வாசிப்புப் பழக்கம் உள்ளவர்களுக்கு எளிது. ஆனால் இன்னும் வேறு பல சொற்கள் பிரதியில் பொருள் அவாவி நிற்கின்றன. உளமாந்தை, பச்சகானா, வேல் மிரவணை (பக். 4261, 4263) என்பவை அவற்றுள் சில.

இத்தொகுப்பு, பார்வை நூலாகப் பயன்படுத்துவதற்கு ஏற்றாற்போல் உருவாக்கப்பட்டுள்ளது. பின்னிணைப்பாகத் தரப்பட்டிருக்கும் பெயர்ச் சொல், பொருள் குறிப்பு அடைவுகள் ஆராய்ச்சியாளர்க்கும், குறிப்பிட்ட விடயத்தைப் படிக்க விரும்பும் சாதாரண வாசகனுக்கும் உதவுபவை. யார் எல்லாம், எவை எல்லாம் பெரியாரைப் பாதித்திருக்கிறார்கள், பாதித்திருக்கின்றன என்பதைப் பொதுவாக அறியக்கூட இந்த அடைவுகள் பயன்படும். பெரியாரால் 100 இடங்களுக்கு மேல் குறிப்பிடப்பெறும் நபர்களும் பொருள்களும் யார்? எது? என்ற விவரத்தை இந்த அடைவுகளிலிருந்து பெற முடியும். எந்தக் காலத்தில் யார் அவருக்குப் பொருட்படுத்தும் எதிரியாய், நண்பராய் அமைந்திருந்தார்கள்; எந்த விடயத்தை அவர் கடுமையாக எதிர்த்தார் – இப்படிப்பட்ட தகவல்களைச் சிறிய உழைப்பு கொண்டு இந்த அடைவுகள் கொண்டு ஒருவர் தயாரித்துவிட

முடியும். தயாரிப்புக்குப் பெரும் உழைப்பைக் கோரினாலும் இவ்வடைவுகள் ஆயிரக்கணக்கில் பக்க எண்ணிக்கை கொண்ட இத்தகைய பார்வை நூல்களுக்கு மிகவும் தேவை. காந்தியின் தொகுப்புகள் போன்ற பெருந்தொகுப்புகளை அடைவுகள் இன்றி அணுகிப் பயன்பெறவே முடியாது. தமிழ் நூல்களில் இவை அத்திப்பூக்கள். பெயர்அடைவின் கீழ் உள்ள வரதராஜுலு நாயுடு பற்றி 1814, 2041, 2465, 2500, 2755, 3720 ஆகிய பக்கங்களில் உள்ள குறிப்புகள் கே.வி. நாயுடு, குப்புசாமி நாயுடு முதலியோரைக் குறிக்கின்றன.

'பெரியாரின் எழுத்துதானா? பேச்சுதானா?' என்ற உரைகல் ஒருபுறமிருக்க, எண்ணிக்கையில் மிக்க இக்கட்டுரைகளை, திரும்பத் திரும்பப் பேசும் தன்மை கொண்ட இக்கட்டுரைகளைப் பொருள் அடிப்படையில் வகைப்படுத்துவது எளிதான பணி அல்ல. அதைப் பதிப்பாசிரியர் முடிந்தவரை நன்றாகச் செய்திருக்கிறார். எனினும் பரிசீலனைக்குச் சில புள்ளிகள்.

'திருச்சியில் மாநாடு இரண்டாவது கூட்டம்' என்ற கட்டுரை (பக். 4563, இரண்டாம் வரிசை). சேலம் மாநாட்டையும் அதன் சூழ்நிலையையும் பற்றித் தெரியாதவர்களுக்கு இது விளங்காது. திராவிடர் கழக வரலாறு தெரியாதவர்களால் இத்தொகுப்பின் பெரும்பான்மை கட்டுரைகளை முழுவதும் புரிந்துகொள்ள முடியாது.

காலந்தோறும் மாறிவந்த தமிழ்நாட்டு அரசியல் காட்சிகள், காங்கிரசுக்கும் இந்து மகாசபைக்கும் கம்யூனிஸ்ட்களுக்கும் பெரியாருக்குமான உறவு நிலைகள், அவர் சார்ந்திருந்த கட்சியின் வரலாறு, கட்சி காலந்தோறும் எடுத்த அரசியல் நிலைப்பாடுகள், பொதுத் தேர்தலில் அவர் ஆதரித்த அரசியல் கட்சி போன்ற வற்றைப் பற்றிய முன் அறிமுகமில்லாமல் இந்தப் பிரதியை ஆழமாகப் புரிந்துகொள்ள வாய்ப்பில்லை. காலம் மற்றும் சூழல் பின்னணியை அறிமுக அளவிலேனும் தரவல்ல முன்னுரை இத்தகைய நூல்களின் அடிப்படைத் தேவைகளுள் ஒன்று.

இத்தொகுப்பின் நீண்ட முன்னுரைகள் உள்ளடக்கத்தின் சில பத்திகளை நகல்செய்து, பிரதியின் சிறப்பை விளக்குவனவாக அமைந்துவிட்டன. பாவண்ணனின் தமிழ் மொழிபெயர்ப்பான நாக மண்டலம் நூலுக்கு எஸ். வி. ராஜதுரை எழுதிய பின்னுரை போல இத்தொகுப்புகளுக்கு ஒரு முன்னுரை வேண்டும்.

திருப்தி தரும் வகையில் இல்லையென்றாலும் வாசிப்புக்கு நெருடல் அதிகமில்லாமல் மெய்ப்புப் பார்க்கப்பட்டிருக்கிறது. சுயமரியாதை பிரசார நிறுவன வெளியீடுகளான குடிஅரசு

✧ 172 ✧ பழ. அதியமான்

தொகுப்புகளைவிட நன்றாகப் பார்க்கப்பட்டிருக்கிறது எனச் சமாதானம் சொல்லலாம். பெரியார் உவமை கூறிய கம்பர் பாடல் ஒன்றை ('யுத்த காண்டம்' 7002ஆம் பாடல்) மெய்ப்புப் பார்த்திருக்கும் விதத்திற்குச் சான்றாகக் காட்டலாம். பக்கம் 2485, இரண்டாம் வரிசையில் அமைந்துள்ள அப்பாடல், *குடிஅரசு* தொகுதி I – பக்கம் 90இல் இடம்பெற்றுள்ளது.

இந்தத் தொகுப்புகளின் முதல் பதிப்பு வெளியீட்டு விழாக்கள், பெரியார் வாழ்க்கை, பதிப்பாசிரியர் இயக்க உறவு, இத்தொடர்புகளில் அமைந்த ஒளிப் படங்கள் 100 பக்க அளவில் இடம்பெற்றுள்ளன. எவ்வளவு பழைய படங்களையும் ஒழுங்கு செய்து நேர்த்தியாக வெளியிடும் தொழில்நுட்பம் வளர்ந்துவிட்ட இக்காலத்தில் 70களில் எடுக்கப்பட்ட படங்கள்கூடப் பார்க்கும் படியாக அச்சிடப்படவில்லை.

கறுப்பு அட்டையில் பொன்னிற எழுத்துகளுடன் ஒரே வடிவில் அமைந்த 20 நூல்களும் 1970களில் வெளிவந்த நூல்களின் அமைப்பை நினைவூட்டுகின்றன. பொதுவுடைமை பேசிய பெரியார் தன் சிந்தனைகள் அடங்கிய பிரதிகளின் அட்டையில் தங்கப் பூச்சுடன் ஒளிர்கிறார். பின்னட்டையில் மனைவி நாகம்மையுடன் தங்கமுலாமில் மிளிர்கிறார். முப்பத்தைந்து ஆண்டுகளுக்குப் பின்னும் தொடரும் இந்தத் தங்க நிற அமைப்பை விவரிக்கும்போது தாடிக்குள் புதைந்த பதிப்பாசிரியரின் முகமும் கண்களும் மலர்வதை நூல் முன்பதிவின் பல கூட்டங்களில் கண்டேன்.

1944 முதல் இயக்கத்தில் செயலாற்றியவர், பெரியாரோடு மூன்று பத்தாண்டுகள் நெருக்கமாக இருந்தவர், லௌகீக லாபங்களுக்காகத் தன்னை இழக்காதவர், தான் செய்வதை உறுதியாக, உண்மையான நம்பிக்கை கொண்டு செய்பவர், இயக்கம், பெரியார் குறித்த பல முக்கியமான நூல்களை உருவாக்கியவர் எனத் தமிழ் அறிவுலகில் அறிமுகத்தையும் நம்பிக்கையையும் பெற்றுள்ள வே. ஆனைமுத்து உழைத்துப் பதிப்பித்த நூல் இது. அவ்வகையில் பிரதியின் நம்பகத் தன்மையும் நூலின் பொருண்மை வழிப் பதிப்பாசிரியர் எய்தும் பெறுமதியும் மிகுதி என்பதில் சந்தேகமில்லை. ஆனால் அதன் பொருட்டு நூலைப் பற்றிக் கருத்து சொல்லாதிருப்பது பெரியாருக்குச் சிறப்புச் செய்வதாகாது.

நூலை விமர்சிக்கக் கூடாது என்பதற்கு, நீண்ட காலத்திற்குப் பிறகு வாராது வந்தது, ஒரு இயக்கத்தின் மூல ஆவணம், எளிதில் செய்ய இயலாத பணி எனப் பல காரணங்களைப் பட்டியலிடலாம். விமர்சகனின் தகுதிக் குறைவையும் இதோடு சேர்த்துக்

கொள்ளலாம். எனினும் இந்த விமர்சனக் குறிப்பில் சுட்டப் பட்டவை பதிப்பாசிரியரை நோக்கியன அல்ல. முழுமையின் திசை நோக்கி நகர விரும்பும் வாசகனை நோக்கியவை. வாசிப்புக்கு உதவவும், பிழைகள் வழியாக வாசகன் பிரதியிலிருந்து வெளியே வந்துவிடாதிருக்கவும் தரப்பட்ட குறிப்புகள். பிரதியை மேம்படுத்தச் சொல்லப்பட்ட எளிய குறிப்புகள்.

காலச்சுவடு, அக்டோபர் 2010

பின்னிணைப்பு

பெரியார் ஈ.வெ.ரா. சிந்தனைகள்
நூல் விமர்சனம்

எதிர்வினை

தோழர் வே. ஆனைமுத்து அரிதின் முயன்று தொகுத்துப் பதிப்பித்த 9304 பக்கங்களைக் கொண்ட 'பெரியார் ஈ.வெ.ரா. சிந்தனைகள்' நூல் தொகுப்பானது 7 தொகுதிகளில் 20 நூல்களாக வெளியிடப்பட்டுள்ளது. மார்க்சியப் பெரியாரியப் பொதுவுடைமைக் கட்சி, பெரியாரிய அம்பேத்கரிய தமிழ்த் தேசிய அமைப்புகள், சூலூர் பாவேந்தர் பேரவை மற்றும் பல தமிழ் அமைப்புகளைச் சார்ந்த தோழர்கள் சில பத்துப் பேர்களின் பேருழைப்பில் ஈட்டிய முன்பதிவின் அடிப்படையில் சென்னை 'பெரியார் ஈ.வெ.ரா. – நாகம்மை கல்வி மற்றும் ஆராய்ச்சி அறக்கட்டளை'யினரால் கடந்த 21.03.2010இல் இத்தொகுதிகள் வெளியிடப்பட்டன.

ஏறக்குறைய தமிழ்நாட்டில் வெளிவரும் அனைத்து நாளிதழ்களும், சில வார மாத ஏடுகளும், பெரியாரிய – அம்பேத்கரிய – தமிழ்த் தேசியச் சிந்தனையைத் தாங்கிய சில சிற்றிதழ்களும் அவ் வரலாற்று நிகழ்வினை நிகழ்ச்சிக்கு முன்னும் பின்னும் பதிவுசெய்திருந்தன.

"எங்கெல்லாம் மடமை – ஒடுக்குமுறை என்கிற பொருள்படுகிற நிகழ்வுகள் எந்த வடிவத்திலேனும் நடக்கின்றனவோ அங்கெல்லாம் பெரியாரின் தேவை இன்றும் நாளையும் இன்னும் அதிகரித்துக் கொண்டேதான் இருக்கும்' எனப் பரவலாகப் பேசப்படும் தமிழ்நாட்டில், ஆறுமாத காலம் நாடு முழுவதும் ஊண் உறக்கமின்றித் தோழர்கள் அலைந்து திரிந்தும் மொத்த நூல் முன்பதிவு எண்ணிக்கையில் 3000த்தைத் தொட முடியவில்லை. இவ்வரிய நூல்

தொகுப்பை வாங்கும் ஒவ்வொருவரும் 50 ஆண்டுக்கேனும் பொத்திப் பாதுகாக்க வேண்டும் என்கிற தேவை கருதி நூலின் தாள், அட்டை, கட்டமைப்பு என அனைத்தும் மிகத் தரமாகவும், மிகுந்த பொருள் செலவிலும் பதிப்பிக்கப்பட்டு ரூபாய் 3500க்கு (ஏறக்குறைய நூலின் அச்சாக்கத்தின் அடக்க விலை) வழங்கியும் எண்ணிக்கையில் 3000த்தைத் தொட முடியவில்லை என்பது மேற்கூறிய நம்பிக்கைக்கு நாமும் நம் மக்களும் எந்த அளவிற்குப் பொருத்தமானவர்கள் என்பதைச் சிந்திக்க வைக்கிறது.

அஃதேபோல், நூல் வெளிவந்த பிறகு அந்த நூல் தமிழ்ச் சமுதாயத்தில் என்ன தாக்கத்தை விளைவித்தது என்று நெஞ்சில் கை வைத்துக் கூறுவோமேயானால் ஏறக்குறைய 2000க்கும் மேற்பட்ட வீடுகளில் பாதுகாப்பாக உறங்கிக்கொண்டிருக்கிறது என்றுதான் சொல்லத் தோன்றுகிறது. ஏனெனில், பெரியாரியலை, அம்பேத்கரியலை, தமிழ்த் தேசியச் சிந்தனையைத் தூக்கிப் பிடிக்கிற – இச்சிந்தனைகளில் களத்தில் நின்று தொடர்ந்து செயல்படுகின்ற சிற்றிதழ்கள், எழுத்தாளர்கள், அறிஞர்கள், ஆசிரியர்கள், பேராசிரியர்கள் எனக் கூட்டினால் சில நூறு பேரையாவது காணமுடியும். அப்படி இருந்தும் தமிழ்நாட்டின் எந்த ஒரு மூலை முடுக்கிலிருந்தும் இவ்வரலாற்றுச் சிந்தனைப் பெட்டகத்தைப் பற்றி, அதன் நிறை குறைகளைப் பற்றிய விமர்சனம், திறனாய்வு என எந்தத் தன்மையிலும் ஒரு சிறு அளவில்கூடச் செய்திகளோ கட்டுரைகளோ கடந்த ஆறுமாத காலத்தில் வெளிவந்ததாக நம் சிற்றறிவிற்கு எட்டவில்லை. இத்தொகுப்பின் பதிப்பாசிரியரைத் தலைமை ஆசிரியராகக் கொண்டு வெளிவரும் ‘சிந்தனையாளன்’ ஏட்டில்கூடச் சில கடிதங்கள் வெளிவந்தனவே தவிர வேறொன்றும் இல்லை.

மொழி, இனம், சிந்தனை, தத்துவம் என எல்லாவற்றிலும் நம் தமிழர்கள் தங்கள் நிலைப்பாட்டில் எப்போதும் ஒரே அளவுகோலை வைத்துத்தான் பார்க்கிறார்கள் என்றுதான் சொல்லத் தோன்றுகிறது. அது யாதெனில், சொல்வதும் வெளியிடுவதும் யார், எந்த அமைப்பு, எந்த ஏடு என்கிற கண்ணோட்டத்தில் பார்த்து அதனுள் புதைந்துள்ள செய்தியை, அதன் தேவையைக் காற்றில் பறக்கவிட்டுப் பிரிந்தே கிடப்பது என்பதும்; ஒத்த சிந்தனையாளர்கள் மொழி, இன, சமூகப் போராட்டங்களின்போதும் அதன் தேவை கருதிகூட ஒன்றுசேர முனையாததும் என்பதுமாகும். அந்த வகையில்தான் ‘பெரியார் ஈ.வெ.ரா. சிந்தனைகள்’ நூலும் பார்க்கப்பட்டது.

இந்து ஆங்கில நாளேடு மட்டும் 2010 ஆகஸ்டு திங்களில், ‘பெரியார் ஈ.வெ.ரா. சிந்தனைகள்’, பெரியார் சுயமரியாதைப்

பிரச்சார நிறுவனத்தார் வெளியிட்ட '*குடிஅரசு* –17 தொகுதிகள்', பெரியார் திராவிடர் கழகத்தினர் வெளியிட்ட '*குடிஅரசு* – 27 தொகுதிகள்' ஆகிய மூன்று வெளியீடுகளையும் உள்ளடக்கி ஒரு கட்டுரை வெளியிட்டது.

அந்த வகையில், பழ. அதியமான் அவர்கள் 'பெரியார் ஈ.வெ.ரா. சிந்தனைகள்' தொகுப்பு முழுவதையும் வாசித்துத் திறனாய்வு செய்து, *காலச்சுவடு* திங்களிதழ், அக்டோபர் 2010 இதழில், 'பெரியார் ஈ.வெ.ரா. சிந்தனைகள் – முழுமையின் திசை நோக்கிய பயணம் – திருத்தப்பட்டு விரிவாக்கம் பெற்ற இரண்டாம் பதிப்பு: சில விமர்சனக் குறிப்புகள்' என்னும் தலைப்பில் ஒரு மதிப்பீட்டுக் கட்டுரையை வெளியிட்டுள்ளமை நமக்குப் பெரும் மனநிறைவைத் தந்தது. அவரின் பொறுப்புணர்வுக்கு நாம் நன்றி பாராட்டக் கடமைப்பட்டுள்ளோம். அக்கட்டுரை முழுமையாகச் 'சிந்தனையாளன்' நவம்பர் 2010 இதழில் அப்படியே வெளியிடப்பட்டுள்ளது.

திறனாய்வாளர் பழ. அதியமான் அவர்கள் *காலச்சுவடு* அக்டோபர் 2010 இதழ் பக். 22 முதல் 28 முடிய ஏழு பக்கங்களில் தீட்டியுள்ள அக்கட்டுரையில் 22 குறைகளைச் சுட்டியுள்ளார். 'பெரியார் ஈ.வெ.ரா. சிந்தனைகள்' பதிப்பாசிரியர் தோழர் வே. ஆனைமுத்து தன் முதுமை மற்றும் பணிச்சுமை கருதியும் தன் கட்டுரைகள், தன் மீதான விமர்சனங்கள் எதற்கும் விளக்கம் கூறித் தேவையில்லாமல் தோழமைக்குள் விவாதங்கள் எழுப்ப வேண்டாம் – பிழையிருந்தால் திருத்திக்கொள்ளலாம் என்கிற கருத்துடையவர். பதிப்புப் பணியில் ஏறக்குறைய 2 ஆண்டுகளாக முழுவதும் பதிப்பாசிரியருக்கு உதவி புரிந்தவர்கள் என்கிற ஒரு தகுதியோடு மட்டும் திறனாய்வாளரின் சுட்டுகள் சிலவற்றிற்கு எங்களுக்குத் தெரிந்த விளக்கங்களைக் கூறக் கடமைப்பட்டுள்ளோம். மேலும், திறனாய்வாளரால் சுட்டப்பட்டுள்ள பிழைகளுள் முடிந்தவரை திசம்பர் 2010இல் பதிப்பிக்கப்பட இருக்கும் மறுவெளியீட்டில் திருத்தப்பட்டு வெளிவரும் என்று நன்றியோடு தெரிவித்துக்கொள்கிறோம்.

பழ. அதியமான் சுட்டு 1: *1922 முதல் 1973 வரையில் வெளியான தந்தை பெரியாரின் கட்டுரைகள், அறிக்கைகள், சொற்பொழிவுகள் அடங்கிய தொகுப்பு.......... இக்கோரிக்கை தகுதி பற்றியதன்று. விருப்பம் சார்ந்தது.*

மார்க்சியக் கோட்பாட்டில் இயங்கியல் தத்துவத்தை எளிமையாகச் சொல்ல முனையும் எவரும் "இந்த உலகில் மாறாத ஒன்று மாற்றம் மட்டுமே" என்பதை அறிவர். இவ்வடிப்படை 'முழுமை' என்கிற கூற்றுக்கும் பொருந்தும் என்றே கருதுகிறோம்.

ஏனெனில், 'முழுமை' என்கிற சொல்லைத் தவிர வேறு எதுவும் இவ்வுலக இயங்கியலில் முழுமையை அடைந்துவிட முடியாது என்றே கருதுகிறோம். இக்கூற்று இத்தொகுப்புக்கும் பொருந்தும். பெரியாரின் பேச்சுகளையும் எழுத்துகளையும் தொகுக்க முனையும் எவருக்கும் அதனூடான தேடல் எப்பொழுதும் முழுமை அடையாது. 1925 'குடி அரசு' தொடக்கம் முதல் 1950 வரை சம கால இடைவெளிகளில் வெளிவந்த *சுதேசமித்திரன். மெட்ராஸ் மெயில், நாடார்குல மித்திரன், குமரன், தன வைசிய ஊழியன், முன்னேற்றம், வெடிகுண்டு, சுயமரியாதைத் தொண்டன், தோழன், தமிழ்நாடு, திராவிடன், திராவிட நாடு, சண்டமாருதம், பகுத்தறிவு, புரட்சி* முதலான பல நாளேடுகள், மாத–வார ஏடுகள், சிற்றிதழ்கள் முதலானவற்றில் பெரியாரின் கட்டுரைகள் பலவும் வெளிவந்திருக்கக் கூடும் என்பதை உறுதிப்படுத்தித் தன்னால் முயன்றவரை பதிப்பாசிரியர் சேகரித்துத் தந்துள்ளார்.

பெரியார் அவர்கள் 1940 முதற்கொண்டு 1973 வரையில் ஆண்டுக்குச் சராசரியாக 200 நாட்களுக்கு மேல் பயணம் செய்துள்ளார் என்பதை அவரோடு ஏறக்குறைய 20 ஆண்டுகள் அணுக்கமாக இருந்த இத்தொகுப்பின் பதிப்பாசிரியர் தோழர் வே. ஆனைமுத்து பல இடங்களில் பதிவு செய்திருக்கிறார். பெரியார் தான் அறிவித்த ஒவ்வொரு கிளர்ச்சியைப் பற்றியும் குறைந்தது ஒரு மாதம் தமிழ்நாடு முழுவதும் பயணம் செய்து விளக்கிச் சொற்பொழிவாற்றியுள்ளார். அவை அனைத்தும் அவராலேயே கைப்பட எழுதப்பட்டோ அல்லது அவருடைய சொற்பொழிவுகளைப் பிறர் தொகுத்து எழுதி அவரால் திருத்தம் செய்யப்பட்டோ *குடி அரசு, விடுதலை*, முதலான ஏடுகளில் வெளியிடப்பட்டுள்ளன. 1950 முதல் 1973 வரையில் அவை பெரும்பகுதி விடுதலையில் வெளியிடப்பட்டுள்ளது. அவற்றில் ஒரு பொருள் பற்றி அல்லது ஒரு கிளர்ச்சி பற்றிப் பெரியார் பேசிய அல்லது எழுதிய பல கட்டுரைகளில் சிலவற்றைத் தேர்வு செய்துகொண்டு மற்றவை விடப்பட்டுள்ளன. இது பெரியாரின் அறிவுரைப்படி 1974இலேயே மேற்கொள்ளப்பட்ட முறையாகும்.

புதுதில்லி, சென்னை, திருவனந்தபுரம், கோட்டயம் எனப் பல ஆவணக் காப்பகங்களுக்குச் சென்று மாதக் கணக்கில் தங்கி, செல்லரித்துப்போன பல ஏடுகளிலிருந்து பல புதிய செய்திகளை இத்தொகுப்பில் சேர்த்துள்ளார்.

எடுத்துக்காட்டாக, தோழர் வே. ஆனைமுத்து 2005இல் திருவனந்தபுரம் ஆவணக் காப்பகத்தில் 15 நாட்கள் தகவல் திரட்டியபோது நான் (ஆ. முத்தமிழ்ச் செல்வன்) என் பணி நேரம் போக இரு வேளையிலும் நாள்தோறும் சந்தித்திருக்கிறேன்.

15 நாட்கள் அப்படித் தேடியதில் அவர் கண்ட புதையல்களில் ஒன்று, 28.4.1924இல் திருவனந்தபுரத்தில் ஈ.வெ.இரா அவர்கள் வைக்கம் கிளர்ச்சி பற்றித் தமிழில் சொற்பொழிவாற்றியதைக் கோட்டாறு அரசு உளவுத்துறை அதிகாரி இ. சுப்பிரமணி பிள்ளை மலையாளத்தில் பதிவு செய்திருந்த திருவனந்தபுரம் அரசு ஆவணக் காப்பகக் கோப்பு. அந்தச் சொற்பொழிவு பழைய மலையாளத்தில் கையெழுத்துப் படிகளாக 40 முழுப் பக்கங்கள் (Fullscape) இருந்தன. அதனை 82 அகவை கொண்ட ஒரு முதிய மலையாளப் பத்திர எழுத்தரிடம் கொடுத்துப் புதிய மலையாளத்திற்கு மொழிபெயர்க்கப்பட்டு, அந்தப் படியானது மீண்டும் கேரளப் பல்கலைக்கழகக் கல்லூரித் தமிழ்ப் பேராசிரியர் ச.பொ. சீனிவாசன் வழியில் தமிழில் மொழிபெயர்க்கப்பட்டு இத்தொகுப்பில் இரண்டாம் வரிசையில் பக்கம் 72 முதல் பக்கம் 88 வரையில் சேர்க்கப்பட்டுள்ளது. அதேபோல், 1924 தொடக்கத்தில் *தி இந்து* ஆங்கில நாளேட்டில் வெளிந்த ஈ.வெ.ரா. அவர்களின் முழுமையான அறிக்கையும்; 1924இல் திருவண்ணாமலை தமிழ் மாகாணக் காங்கிரசில் ஈ.வெ.இரா. ஆற்றிய உரை 'நாடார்குல மித்திரன்' ஏட்டில் இருந்தும் திரட்டப்பட்டு வெளியிடப்பட்டுள்ளன. இப்படி யாகப் புதியனவாகத் தொகுக்கப்பட்டுள்ள பல செய்திகள் இத்தொகுப்பில் உண்டு. இத்தொகுப்பானது முறையே முதல் வரிசையில் 73, இரண்டாம் வரிசையில் 61 தலைப்புகளாகப் பொருள் அடிப்படையில் பகுத்து வெளியிட்டுள்ளது. இவை முழுமையானவை அல்ல. ஆனால், முழுமையானவை ஆக்கப்பட நிறைய வாய்ப்பு உண்டு.

இந்தியா முழுவதும் மற்றும் இலங்கை, மலேசியா, சிங்கப்பூர், பர்மா, சோவியத்து நாடுகள், ஐரோப்பிய நாடுகள் எனப் பெரியார் பயணித்த உலக நாடுகளிலெல்லாம் அவர் ஆற்றிய உரைகளையும் எழுதிய கட்டுரைகளையும் தேடித் தொகுத்தோமேயானால் அவை 300 நூல்களாக வரக்கூடும் எனப் பதிப்பாசிரியர் தம் முன்னுரையில் தெளிவாகக் குறிப்பிட்டுள்ளார் என்பதைத் திறனாய்வாளரே ஒப்புக்கொள்கிறார். இருப்பினும், தந்தை பெரியாரை மானிடப் பற்றாளர், சமூகவியலாளர், நாத்திகர், அறிவியலாளர், அரசியலாளர், கொள்கையாளர், இயக்கத் தலைவர், உலகத் தலைவர்களுள் ஒருவர் எனப் பன்முகப் பார்வையில் அவருடைய 56 ஆண்டு காலச் (1917 – 1973) சிந்தனை களைக் கால அடிப்படையில் துறை வாரியாகப் புரிந்துகொள்ள இத்தொகுப்பு ஏறக்குறைய போதுமானது என்கிற அடிப்படையில் பதிப்பாசிரியர் "1922 முதல் 1973 வரையில் வெளியான தந்தை பெரியாரின் கட்டுரைகள், அறிக்கைகள், சொற்பொழிவுகள்

அடங்கிய அரிய தொகுப்பு" என்பது 1974இலேயே முன்னுரையில் பதிவு செய்யப்பட்டுள்ளது.

பழ. அதி. சுட்டு 2: 1953இல் தமிழ்நாட்டில் இராஜாஜி முதலமைச்சராக இருந்த காலத்தில் பெரியார் மேற்கொண்ட இந்தி எதிர்ப்புப் போராட்டம் பற்றியோ குலக்கல்வித் திட்ட எதிர்ப்பு பற்றியோ இத்தொகுப்பில் தகவல்கள் முழுமை பெறாதிருக்கின்றன.

இந்தி எதிர்ப்புக் கிளர்ச்சிகள் பற்றியும், குலக்கல்வி முறையை எதிர்த்தும் முறையே முதல் வரிசை பக்கம் 1143 – 1156, 2781 – 2900, இரண்டாம் வரிசை பக்கம் 4645 முதல் 4680 முடிய ஏறக்குறைய 170 பக்கங்களில் வரும் கட்டுரைகள் விரிவாகப் பேசுகின்றன. தகவல்கள் முழுமையடையாதிருப்பினும், மேற்கண்ட பக்கங்களில் உள்ள கட்டுரைகளின் வழி இந்தி எதிர்ப்பு – குலக்கல்வித் திட்ட எதிர்ப்பு – இராஜாஜி ஆட்சி எதிர்ப்பு என்பனவற்றைப் பற்றிய பெரியாரின் நிலைப்பாடு மற்றும் கிளர்ச்சிகள் பற்றிய புரிதலுக்கு வாசகர்களும் ஆய்வாளர்களும் வரமுடியும் என்று நம்புகிறோம்.

பழ. அதி. சுட்டு 3: இருபது நூல்களுக்கும் தொடர்ச்சியான வரிசை எண்களோ தொடர்ச்சியான பக்க எண்களோ இல்லாதது பெரும் குறை.

இருபது நூல்களுக்கும் முறையே தொடர்ச்சியான வரிசை எண்களும் தொடர்ச்சியான பக்க எண்களும் இடப்படாதது பெரும் குறைதான். 1974இல் வெளியிட்ட பதிப்பின் இரண்டாவது பதிப்பையும் இப்போது புதியதாகத் தொகுத்தவற்றின் முதல் பதிப்பையும் தனித் தனியாகவே வெளியிட வேண்டிய கட்டாயத்தினால் தொடர் பக்க எண்கள் இடமுடியாத குறை நேர்ந்துவிட்டது. ஆயினும், 2010 திசம்பரில் வெளிவரும் இரண்டாம் பதிப்பின் மறுவெளியீட்டில் இருபது நூல்களின் முதுகுப்புறத்திலும் முறையே 1, 2, 3 . . ., 20 என வரிசை எண்கள் இட்டு அச்சிட்டுள்ளோம்.

பழ. அதி. சுட்டு 4: தொகுதியின் எண்களையும் பகுதியின் எண்களையும் நூற்புறத்தில் நூலின் அளவைப் பற்றிக் கருதாமல் ஒரே அளவில் அச்சிட்டிருக்கலாம்.

2010 திசம்பரில் வெளிவரும் இரண்டாம் பதிப்பின் மறுவெளியீட்டில் இருபது நூல்களிலும் அட்டையின் முதுகில் வரும் செய்திகள், படங்கள், எண்கள் ஆகிய அனைத்தும் ஒரே அளவு வடிவத்தில் அச்சிடப்பட்டுள்ளன.

பழ. அதி. சுட்டு 5: 20 நூல்களுக்கும் சேர்த்து ஒரு தொடர் எண்ணை அளித்து அதை நூலின் முதுகில் அச்சிட்டிருக்கலாம்.

2010 திசம்பரில் வரும் மறுவெளியீட்டில் இருபது நூல்களுக்கும் தொடர்ச்சியான வரிசை எண்களும் அட்டையின் முதுகில் கொடுக்கப்பட்டுள்ளன.

பழ. அதி. சுட்டு 6: ஒவ்வொரு இயலின் முடிவிலும் அமையும் அடிக்குறிப்புகளைக் குறிப்பெண் விளக்கம் என்னும் புதிய பெயரில் கொடுத்திருக்கிறார் பதிப்பாசிரியர்.

குறிப்பெண்களுக்கான விளக்கங்கள் எண் இடப்பட்டுள்ள பக்கத்தின் அடிப் பகுதியிலேயே கொடுக்கப்பட்டால் அவை அடிக்குறிப்புகள் என்றும் இயல் அல்லது பகுதியின் முடிவில் விளக்கங்கள் கொடுக்கப்பட்டால் அவை குறிப்பெண்களுக்கான விளக்கங்கள் என்றும் பொருள் கொள்ளப்பட்டு, “குறிப்பெண் விளக்கம்” என்னும் பெயர் பயன்படுத்தப்பட்டுள்ளது. பெருமளவிலான முனைவர் பட்ட ஆய்வேடுகளும், ஆய்வு நூல்களும் இப்போது இவ்வகையில் காணப்படுகின்றன.

பழ. அதி. சுட்டு 7: இந்திய விடுதலைப் போராட்டத்தில் 1922இல் சௌரி சௌராவில் காவல் நிலையத்தைச் சத்தியாகிரகிகள் தாக்கி அழித்தது ஒத்துழையாமை இயக்க நிகழ்வில் ஒரு முக்கியச் சம்பவம். இதை, சட்ட மறுப்பு இயக்க நிகழ்வாகக் குறிப்பெண் விளக்கம் குறிக்கிறது (பக். 1701, இரண்டாம் வரிசை).

இந்தப் பிழை 2010 திசம்பரில் வரும் மறுவெளியீட்டில் ஒத்துழையாமை இயக்க நிகழ்வு எனத் திருத்தம் செய்யப்பட்டுள்ளது.

பழ. அதி. சுட்டு 8: விடுதலைப் போராட்டத் தலைவர் ஜார்ஜ் ஜோசப் (பக். 180, முதல் வரிசை) பிறப்பு – இறப்பு, ஆந்திரப் பல்கலைக் கழக முதல் துணைவேந்தர் கட்டமஞ்சி இராமலிங்க ரெட்டியின் (பக். 785, 4943 – இரண்டாம் வரிசை) முதல் எழுத்து ஆகியவை முறையே தவறாகத் தரப்பட்டுள்ளன.

2010 திசம்பரில் வெளிவரும் இரண்டாம் பதிப்பின் மறுவெளியீட்டில், ஜார்ஜ் ஜோசப் (1887 – 1938) எனவும்; சட்டமஞ்சி என்பது கட்டமஞ்சி எனவும் திருத்தம் செய்யப்பட்டுள்ளன. *Cattamanch* என்கிற ஆங்கிலச் சொல்லில் வரும் ‘சி’ என்கிற எழுத்தை மொழிமாற்றம் செய்யும்போது நேர்ந்துவிட்ட பிழை இது.

பழ. அதி. சுட்டு 9: பாத தீர்த்தம் சாப்பிட்டு, ‘தர்ம பூஷணம்’ என்று கௌரவப் பட்டம் பெற்றவர் (பக். 3966, இரண்டாம்

வரிசை) என்று பிரதியில் கிண்டல் செய்யப்படும் தி.நா. முத்தய்ய செட்டியார், குறிப்பெண் விளக்கத்தில் இதற்கு நேர்எதிராய்ப் பாராட்டு பெறுகிறார். அடிமைச் செயல் என்று கட்டுரை கிண்டல் செய்ததை, அறப்பணி எனக் குறிப்பெண் விளக்கம் புகழ்ந்துரைக்கிறது.

எந்த ஒரு நபருக்குமான குறிப்பெண் விளக்கத்திலும் நம் சிந்தனைப் பார்வையை அவர்மீது திணிக்காமல், கிடைத்த பொதுமையான தரவுகளின் அடிப்படையில் சுருக்கமாகக் கொடுக்கப்பட்டுள்ளது. இவ்வகையில், "27.7.1883இல், செட்டி நாட்டில், கடியாப்பட்டி என்னும் ஊரில், தீ. நாச்சியப்பர் – உமையாள் ஆச்சி இணையருக்குப் பிறந்தார். 1913இல் புதுக் கோட்டை அரசர் இவரைத் தம் சமஸ்தானத்தின் மேலவை உறுப்பினராக நியமித்தார். பல்வேறு அறப்பணிகளில் ஈடுபட்டுத் 'தருமபூஷன்' பட்டம் பெற்ற இவர் 5.9.1936இல் மறைவுற்றார்" என்பதே அவரைப்பற்றி நாம் தந்துள்ள குறிப்பாகும். பெரியாரின் விமர்சனங்களுக்கு அப்பாற்பட்டு எந்தத் தலைவரைப் பற்றியும் கிடைக்கக்கூடிய குறிப்பினை அவர்களுடைய வரலாற்றில் உள்ளவாறு தருவதுதான் ஆய்வு நெறியும் நேர்மையும் ஆகும் என்றே கருதுகிறோம். முதன்மையான சில நபர்களுக்கு மட்டும் பெரியாருடனான நட்பு முரண், பகை முரண் குறிக்கப்பட்டுள்ளது.

பழ. அதி. சுட்டு 10: இராமன், கிருஷ்ணன், திரௌபதை ஆகியோர் பற்றிய குறிப்பெண் விளக்கங்களும் பொதுப்புத்தி சார்ந்தே உள்ளன. பெரியார் என்னும் புரட்சியாளரின் நூலில் கிடைக்கும் விளக்கங்கள் என்ற எண்ணம் துளிகூடத் தோன்ற வில்லை.

புராண இதிகாசங்களை விமர்சிப்பதில் பெரியாருக்கு நிகர் பெரியாரே. அதற்குமேல் விமர்சனம் தேவையில்லை என்றே கருதுகிறோம். அவை முழுவதும் இத்தொகுப்பில் 'மதமும் கடவுளும்' என்னும் தொகுதியில் இரண்டு நூல்களாக 800 பக்கங் களில் காணக் கிடைக்கின்றன. தொகுப்பு முழுவதிலும் விரவியும் காணப்படுகின்றன. அவற்றில் வரும் நூல், கதைமாந்தர், இடங்கள் முதலானவற்றிற்குக் குறிப்பெண் விளக்கங்கள் எழுத முற்படும்போது அவை குறித்த இலக்கியக் குறிப்பினை மட்டும் பொது நிலையில் குறிப்பதும், பெரியாரின் பார்வையைச் சுருக்கமாகச் சிலவற்றில் பதிவு செய்வதும் என்கிற அடிப்படையிலேயே குறிப்புகள் தரப்பட்டுள்ளன. எடுத்துக்காட்டாக, பெரிய புராணத்திற்கு, "சிவனடியார்களான 63 நாயன்மார்களைப் பற்றிச் சேக்கிழாரால் எழுதப்பட்ட காவியம் பெரிய புராணமாகும். சுந்தரர் எழுதிய திருத்தொண்டர் தொகையை முதல் நூலாகவும், நம்பியாண்டார்

நம்பி எழுதிய திருத்தொண்டர் திருவந்தாதியை வழிநூலாகவும் கொண்டு இயற்றப்பட்ட நூலாகும்” என்றும், இராமனுக்கு, “இராமாயண இதிகாசக் கதைத் தலைவன். அயோத்தியில் தசரதன் – கோசலை ஆகியோருக்கு மகனாகப் பிறந்தவன். சீதையை மணந்தவன். இராவணன், வாலி, சம்பூகன் முதலிய தென்னாட்டுத் தலைவர்களைக் கொன்றவன். பெரியாரால் 1922 முதல் 1973 முடிய மிகவும் கடுமையாக விமரிசிக்கப்பட்ட கடவுள். இராமன் படம் 1971இல் சேலத்தில் பெரியாரால் எரிக்கப்பட்டது; ஏப்பிரலில் அவரவர் வீட்டில் செருப்பால் அடிக்கப்பட்டது” (முதல் வரிசை – பக்.86) என்றும் கொடுக்கப்பட்டுள்ளமை திறனாய்வாளர் பழ. அதியமான் குறிப்பிட்டுள்ளபடி எந்த வகையில் பெரியாரின் புரட்சிகரச் சிந்தனைக்கு முரணானது என்று நமக்கு விளங்கவில்லை.

பழ. அதி. சுட்டு 11: மணிமேகலை என்னும் கதாபாத்திரம் பற்றிய குறிப்பு வர, மணிமேகலை நூல் பற்றி விளக்கம் தரப் பட்டுள்ளது. *(பக். 4152, இரண்டாம் வரிசை).*

இந்தப் பிழை 2010 திசம்பரில் வரும் மறுவெளியீட்டில் திருத்தம் செய்யப்பட்டுள்ளது.

பழ. அதி. சுட்டு 12: வேண்டாத அந்தமானுக்கும் குறிக்கப் படாத மணிமேகலை நூலுக்கும் விளக்கம் தரும் பிரதி, முக்கியச் சுயமரியாதைக்காரர்கள் சிலர் குறித்து முழுமையான விவரம் தேடித்தராது விடுகிறது. ... ...ராகு, கேதுகளுக்கெல்லாம் குறிப்பெண் விளக்கம் உள்ள நூலில் என்.வி. நடராஜன், எஸ்.வி. லிங்கம், ஓ. கந்தசாமி செட்டியார், திருமலை சாமி போன்றோருக்கு முழுமையான குறிப்பெண் விளக்கம் இல்லை.

“பெயர்க் குறிப்பு அகராதி என்னும் சொல்லடைவில் தரப்பட்டுள்ள எல்லாப் பெயர்களுக்கும் வாழ்க்கைச் சுருக்கம் தரப்பட முடியவில்லை. அதற்கு வேண்டிய முயற்சிகளை மேற்கொள்ளுவதற்கான ஆய்வு அறிஞர்கள், ஆய்வு மாணவர்கள், அவர்களுக்கு வேண்டிய வசதிகளைச் செய்து தருவதற்கான ஏந்துகள் போதிய அளவில் பெரியார் ஈ.வெ. இராமசாமி – நாகம்மை கல்வி, ஆராய்ச்சி அறக்கட்டளையினருக்கு இல்லை.” (முன்னுரை – பக். 51, இரண்டாம் வரிசை). “எல்லோருக்கும் விளக்கம் எழுதப் போதிய பொருள் அறக்கட்டளைக்கு இல்லை” என்பதைத் திறனாய்வாளரே ஒப்புக் கொள்கிறார். இருப்பினும், என்.வி. நடராஜன், திருமலை சாமி, எஸ்.வி. லிங்கம் முதலானோருக்குக் கிடைத்த குறிப்புகள் முறையே முதல் வரிசை பக்கம் 1687, இரண்டாம் வரிசை பக்கங்கள் 1582, 1882இல்

கொடுக்கப்பட்டுள்ளன. எவ்வளவு முயன்றும் ஓ. கந்தசாமி செட்டியார், எஸ்.எஸ். ஆனந்தம் முதலானோருக்குக் குறிப்புகள் கிடைக்கவில்லை. பெரியாரோடு வாழ்ந்து, பெரியாருக்கு அடுத்த நிலையில் பல கிளர்ச்சிகளில் தீவிரமாகப் பங்காற்றிய சுயமரியாதை இயக்க, நீதிக்கட்சி மற்றும் திராவிடர் கழகத் தலைவர்கள், தொண்டர்களின் வரலாறுகள் முறையாகத் தொகுக்கப்படவில்லை. அதன் தேவையை இத்தொகுப்புப் பணியில் ஏற்பட்ட இடர்பாடுகள் நமக்கு நன்கு உணர்த்தியுள்ளன.

பழ. அதி. சுட்டு 13: குறிப்பிட்ட நபருக்கு / பொருளுக்கு எந்தப் பக்கத்தில் குறிப்பெண் விளக்கம் உள்ளது என்று அறிய இப்பார்வை நூலில் குறிப்பு இல்லை. தேடித்தான் தீர வேண்டும்.

'பெரியார் ஈ.வெ.ரா. சிந்தனைகள்' என்னும் பெயரைத் தாங்கி இப்போது வெளியிடப்பட்டுள்ள 20 நூல்களிலும் அடங்கியுள்ள பெயர்ச்சொல் அடைவில் அடங்கிய பெயர்களுக்கு உரியவர்களுள் எண்ணற்றோரைப் பற்றிய சுருக்கமான வாழ்க்கைக் குறிப்புகள், நாடுகள், புராணச் செய்திகள், இலக்கிய இலக்கணச் செய்திகள், நூல்கள், ஏடுகள் பற்றிய குறிப்புகள் – சற்று விரிவாகவும், சுருக்கமாகவும், மிகச்சுருக்கமாகவும் முடிந்த வரையில் திரட்டப்பட்டு வெளியிடப்பட்டுள்ளன. அப்படி விவரங்கள் கிடைத்தவர்களின் – கிடைத்தவைகளின் பெயர் பெரியாரால் முதன் முதலில் குறிக்கப்படும் இடத்தில் வரிசை எண் இடப்பட்டு, அக்கட்டுரை அல்லது சொற்பொழிவு எந்தத் தொகுதியில் எந்த உட்பிரிவில் *(Chapter)* வெளிவந்துள்ளதோ அந்த உட்பிரிவின் இறுதியில் அவர்களை – அவைகளைப் பற்றிய குறிப்பெண் விளக்கம் முழுவதுமாக அச்சிடப்பட்டுள்ளது. அவ்வாறு குறிப்பெண் விளக்கம் கொடுக்கப்பட்டவர்களின் – கொடுக்கப்பட்டவைகளின் பெயர்கள் மட்டும் இரு வரிசை களிலும் தனித்தனியே கொடுக்கப்பட்டுள்ள பெயர்ச்சொல் அடைவில் தடித்த எழுத்தில் அச்சிடப்பட்டுள்ளன. முதல் வரிசையில் குறிக்கப்பட்டுள்ள பெயர்கள் இரண்டாவது வரிசையின் பெயர்ச்சொல்லடைவிலும் வந்து தடித்த எழுத்தில் காட்டப்பட்டிருக்குமானால் அதற்கான விளக்கம் முதல் வரிசையில் கொடுக்கப்பட்டுவிட்டதால் அங்கே பார்க்க வேண்டும். முதல் வரிசையில் இடம்பெற்ற பெயர்கள் தடித்த எழுத்திலில்லாமல் இரண்டாவது வரிசையிலும் இடம்பெற்று முதல் வரிசையில் குறிப்புத் தராத நிலையில், இரண்டாவது வரிசையில் குறிப்பு விளக்கம் தரப்பட்டிருந்தால் இரண்டாவது வரிசையில் மட்டும் தடித்த எழுத்தில் காட்டப்பட்டிருக்கும். பெரியாரால் முதன் முதலில் குறிக்கப்படும் இடத்தில் குறிப்பெண்

விளக்கம் கொடுக்கப்பட இயலாமல் போன மிகச்சில பெயர் களுக்கு மட்டும் எந்த இடத்தில் – அதாவது, எந்தக் கட்டுரையில் வரிசை எண் இடப்பட்டுள்ளதோ, அக்கட்டுரை எண் வரும் பக்க எண்ணும் பெயர்ச்சொல் அடைவில் தடித்த எழுத்தில் அச்சிடப்பட்டுள்ளது. (முன்னுரை – பக். 50, 51, இரண்டாம் வரிசை.)

பழ. அதி. சுட்டு 14: "... ஒரு சாயபும் ஒரு நாயுடுவும் கவர்னராகிவிட்டார்கள். ஒரு செட்டியாரும் ஆகக்கூடும்." (பக். 4281, இரண்டாம் வரிசை). பிரதியில் இது ஒரு தொடர். மேற்கண்ட தொடரில் குறிப்பிடப்பெறும் சாயபும் நாயுடுவும் யார் எவர் என்று குறிப்பு எண் கொடுத்து விளக்கம் எழுதியிருக்கலாம்.

இந்தச் செய்தி இரண்டாம் வரிசையில் பக்கம் 4287இல் வருகிறது. 'பெரியார் ஈ.வெ.ரா. சிந்தனைகள்' 20 நூல்களிலும் அண்ணாமலை செட்டியார், முத்தய்யா செட்டியார், சண்முகம் செட்டியார், முத்தய்யா முதலியார், திரு.வி. கல்யாண சுந்தர முதலியார், வரதராசலு நாயுடு, கே.வி. ரெட்டி நாயுடு முதலான பலரும் பெயர் குறிக்கப்படாமல் செட்டியார், முதலியார், நாயுடு, ரெட்டியார் எனச் சாதிப்பெயர்களால் மட்டும் குறிக்கப் பட்டுள்ளனர். பெயர்ச் சொல்லடைவு தயாரிக்கும்போது முடிந்தவரையில் அவர்களுள் யார் என்பது கண்டறியப்பட்டு பெயர்ச்சொல்லடைவில் சேர்க்கப்பட்டுள்ளது.

பழ. அதி. சுட்டு 15: *குடிஅரசு* இதழ்களே இத்தொகுப்பின் மூல பலம். *குடிஅரசு*வின் பங்கு 95 விழுக்காடு எனில் மற்றவை எல்லாம் சேர்ந்து 5 விழுக்காடு எனக் கொள்ளலாம். இருந்தாலும் *குடிஅரசி*ன் அனைத்துக் கட்டுரைகளும் இத்தொகுப்பிற்குள் வந்துவிட்டன எனவும் சொல்லிவிட முடியாது.

இக்கூற்று இரண்டாம் வரிசைக்குச் சாலப்பொருந்தும். ஆனால், முதல் வரிசையில் *குடிஅரசி*ன் பங்கு ஏறக்குறைய 50 விழுக்காடுதான். இந்த 20 நூல்களுள் *குடிஅரசு* ஏட்டில் வந்த கட்டுரைகள் முழுமையடைந்துவிட்டன என்று நம் பதிப்பில் எங்கும் குறிப்பிடப்படவில்லை. சில செய்திகளுக்கான கட்டுரைகள் விடுபட்டிருந்தாலும், நாம் முன்பே குறிப்பிட்டதுபோல் செய்திகள் அடிப்படையில் கூறியது கூறல் என்பதை நீக்கிப் பெரியாரின் பன்முகத் தன்மைக்கான கட்டுரைகள் பெரும்பகுதி இத்தொகுப்பில் கொடுக்கப்பட்டுவிட்டதாகவே கருதுகிறோம்.

பழ. அதி. சுட்டு 16: பல கட்டுரைகள் தலைப்புக்கு அடங்க மறுத்துத் திமிறி நிற்கின்றன.

இவ்வாறு தலைப்புகளுக்குள் அடங்கவில்லை எனக் கருதப் படும் கட்டுரைகள் எதிர்வரும் பதிப்புகளில் மாற்றி அமைக்கப் படும்.

பழ. அதி. சுட்டு 17: சுயமரியாதை வீரர் சி. நடராசனின் தாயார் மறைவிற்கான இரங்கல் குறிப்பின் தலைப்பு மாயவரம் தோழர் சி. நடராசன் என உள்ளது (பக். 4702, இரண்டாம் வரிசை). . . . இன்னொரு இடத்தில் இத்தோழரின் மறைவுச் செய்தியும் தனியாகப் பதிவாகியுள்ளது.

இத்தொகுப்பில் வரும் செய்திகளுக்கான தலைப்புகள் அனைத்தும் அச்செய்திகளை வெளியிட்ட இதழ்களில் அவற்றின் ஆசிரியர் குழுவினரால் தரப்பட்டவை. அவற்றில் எந்த மாற்றமும் செய்யவில்லை. இங்கு, மாயவரம் சி. நடராசன் என்கிற தலைப்பு ஒத்ததாக இருப்பினும், செய்திகள் வெவ்வேறானவை. ஒன்று, சி. நடராசனின் தாயாரின் மறைவுச் செய்தி மற்றொன்று சி. நடராச னின் மறைவுச் செய்தி என்பதால் காலவரிசையில் வெவ்வேறு இடங்களில் வந்துள்ளன. எனினும் இரண்டுமே இரங்கற் செய்திகள் என்பதால் ஒரே பகுதியில் இடம் பெற்றுள்ளன.

பழ. அதி. சுட்டு 18: ஈ.வெ. இராமசாமியும் வல்லத்தரசுவும் (பக். 4436, இரண்டாம் வரிசை) என்ற கட்டுரை 1933இல் விருதுநகர் நாடார் பரிபாலன சங்க ஆறாம் ஆண்டு விழாவில் பெரியார் ஆற்றிய சொற்பொழிவின் எழுத்து வடிவமாகும். இக்கட்டுரைக்கு இத்தலைப்பு ஏன் எனத் தெரியவில்லை.

இக்கட்டுரைத் தலைப்பு *குடி அரசு* ஆசிரியர் குழுவினரால் 12.3.1933இல் *குடி அரசில்* வெளியிடப்பட்டதே தரப்பட்டதாகும். இப்போது நாம் அதைத் திருத்தவில்லை. ஈ.வெ.ரா. வல்லத்தரசு முதலானோருடன் 10,000 பேர் ஊர்வலமாக மாநாட்டுப் பந்தலுக்குச் சென்றனர். அந்த மாநாட்டில் ஈ.வெ.ரா. ஆற்றிய உரையே இக்கட்டுரை ஆகும்.

பழ. அதி. சுட்டு 19: பக். 4765 முதல் 70 பக்கங்கள் வரை தொடரும் அறிமுகச் செய்திகள் என்னும் தலைப்பிலான செய்தி களுக்கும் அத்தலைப்பு பொருத்தமாக அமையவில்லை.

பெரியாரால் கொடுக்கப்பட்ட பொதுவான அறிவிப்புகள்; ஏடுகள், இதழ்கள், நூல்கள் முதலானவற்றைப் பற்றிய பெரியாரின் அறிமுகச் செய்திகள், தலைவர்களைப் பற்றிய அறிவிப்புகள் முதலான செய்திகளே இப்பகுதியில் அமைக்கப்பட்டுள்ளன. ஆகவே, 'அறிமுகச் செய்திகள்' என்கிற பொதுத் தலைப்பின்கீழ் தரப்பட்டுள்ளன.

பழ. அதி. சுட்டு 20: பக்கம் *4557* உட்படப் பல இடங்களில் பாண்டியன் எனக் குறிக்கப்படுபவர் கழகத்தின் பெருந்தலைவர் களுள் ஒருவரான டபிள்யூ. பி. ஏ. சௌந்திர பாண்டிய நாடார் தானா என்ற குழப்பமும் வாசகனுக்கு ஏற்படுகிறது.

சுட்டு 14இல் குறிப்பிட்டுள்ளதுபோல் இங்கும் 'பாண்டியன்' எனக் குறிப்பிடுவது டபிள்யூ.பி.ஏ. சௌந்திர பாண்டிய நாடார் தான் எனக் கண்டறியப்பட்டு, பெயர்ச் சொல்லடைவில் சேர்க்கப்பட்டுள்ளது.

பழ. அதி. சுட்டு 21: . . . 'அருஞ்சொற்பொருள் அகராதி.' இக்கால வாசகர்களுக்குப் பொருள் புரியாது எனப் பதிப்பாசிரியர் கருதும் பிரதியில் காணப்படும் கடினமான சொற்களுக்கான பொருளை ஆங்காங்கே குறித்துச் செல்கிறார். ஒரே இடத்தில் அகர வரிசையில் இச்சொல் பொருள் தரப்படாதிருக்க அகராதி என்று அதை ஏன் அழைக்கிறார் என்று தெரியவில்லை.

எதிர்வரும் பதிப்புகளில் இவை அனைத்தும் தொகுக்கப்பட்டு அகர வரிசைப்படி தனி அகராதியாக அமைக்கப்படும்.

பழ. அதி. சுட்டு 22: பெயர்அடைவின்கீழ் உள்ள வராதராஜுலு நாயுடு பற்றி 1814, 2041, 2465, 2500, 2755, 3720 ஆகிய பக்கங்களில் உள்ள குறிப்புகள் கே.வி. நாயுடு, குப்புசாமி நாயுடு முதலியோரைக் குறிக்கின்றன.

2010 திசம்பரில் வெளிவரும் மறுவெளியீட்டில், கே.வி. ரெட்டி நாயுடு – 1814, 2465, 2500, 2755, 3720: குப்புசாமி நாயுடு – 2041 எனத் திருத்தம் செய்யப்பட்டுள்ளது.

'பெரியார் ஈ.வெ.ரா. சிந்தனைகள்' 20 நூல்களையும் முழுமை யாகவும் ஆழமாகவும் ஆறு மாத கால அவகாசத்தில் வாசித்து முடித்தல் என்பது எளிதானதன்று. ஒரு தலைசிறந்த வாசகராலும் தந்தை பெரியாரின் மீது அளப்பரிய மதிப்பும் உள்ள ஒருவராலும் மட்டுமே அது முடியும். அவ்வகையில் திறனாய்வாளர் பழ. அதியமான் அவர்கள் 9304 பக்கங்களையும் மிகக் கூர்மையாகவும் ஆய்வு நோக்கிலும் வாசித்து அவர் கண்ட சில பிழைகளையும் சுட்டியுள்ளார். அப்பிழைகளுள் மேலே குறிப்பிட்டுள்ளதுபோல் முடிந்தவற்றை 2010 திசம்பரில் வெளிவரும் மறுவெளியீட்டில் திருத்தம் செய்துள்ளோம். கால அவகாசமில்லாத நிலையில் சிலவற்றைத் திருத்தம் செய்ய முடியவில்லை. அவை எதிர்வரும் பதிப்புகளில் திருத்திக்கொள்ளப்படும். திறனாய்வாளர் குறிப்பிட்டுள்ளதுபோல இன்னும் சில பிழைகளும் இருக்கக்கூடும். அவை கண்டறியப்பட்டால் எதிர்வரும் பதிப்புகளில் திருத்திக்

கொள்ளப்படும். மீண்டும் ஒருமுறை பழ. அதியமான் அவர்கள் இத்தொகுப்பு முழுவதையும் வாசிக்க நேர்ந்தால் அவர் காணும் பிழைகளை அவரிடம் இருந்து நன்றியோடு வரவேற்கிறோம்.

நிற்க. இலக்கணம், இலக்கியம் அல்லது ஒரு துறை சார்ந்த நூலுக்குச் சொல்லடைவு, பொருளடைவு, குறிப்பெண் விளக்கங்கள் தயாரிப்பதென்பதுகூட ஓரளவுக்கு எளிமையானது. ஆனால், சமூக – அரசியல் சிக்கல்களை அலசிப் புரட்டும் 56 ஆண்டின் கால இடைவெளிகளில் வந்த கட்டுரைகளின் தொகுப்புக்கு, அதிலும் ஏறக்குறைய 9000 பக்கங்கள் கட்டுரைகள் கொண்ட ஒரு தொகுப்புக்கு இவற்றையெல்லாம் தயாரிப்பது என்பது எவ்வளவு துன்பம் மிகுந்த பணி என்பது திறனாய்வாளருக்கும் வாசகர்களுக்கும் தெரியாமலிருக்க வாய்ப்பில்லை. தொகுப்பு முழுவதிலும் பெரியாரால் குறிக்கப்படும் தலைவர்கள், தோழர்கள், நாடுகள், புராணச் செய்திகள், இலக்கிய, இலக்கண, அறிவியல் செய்திகள், நூல்கள், ஏடுகள் பற்றிய விவரங்கள் தொகுக்கப் பட்டுப் பெயர்ச்சொல்லடைவு என்னும் பெயரில் ஒவ்வொரு வரிசையின் இறுதியிலும் கொடுக்கப்பட்டுள்ளது.

இத்தொகுப்பின் பதிப்பாசிரியர் வே. ஆனைமுத்து, “தமிழர்கள் தொன்றுதொட்டே வரலாற்று அக்கறையற்றவர்கள்” என்று அடிக்கடி சொல்லுவார். அதைக் குறிப்பெண் விளக்கங்களுக்கான தகவல்களைத் திரட்டும்போது நாங்கள் உணர்ந்தோம். தலைவர் களுக்கான பெரும்பகுதித் தகவல்கள் ஆங்கில நூல்களில் தேடித் தேடி எடுத்து மொழிபெயர்க்கப்பட்டவை. தொகுப்பின் 20 நூல்களிலும் 9000 பக்கங்களில் அமைந்த கட்டுரைகளுக்கு 1069 குறிப்பெண் விளக்கங்கள் கொடுக்கப்பட்டுள்ளன.

மேற்குறிப்பிட்டதுபோல், 1922 முதல் 1973 வரையிலான அரை நூற்றாண்டுக்கான பெரியார் ஈ.வெ.ரா.வின் சிந்தனைகளின் பன்முகப் படிநிலை வளர்ச்சியினை ஏறக்குறைய முழுமையாக அறிந்துகொள்ள 1974இல் திருச்சி *சிந்தனையாளர் கழகம்* வெளியிட்ட இத்தொகுப்பின் முதல் பதிப்பும், இவ்விரண்டாம் பதிப்பும் பெரும் பங்காற்றும் என்பதில் திறனாய்வாளருக்கு அய்யமிருக்காது என்றே கருதுகிறோம்.

குடிஅரசு ஏட்டில் 1925 முதல் 1938 வரை 13 ஆண்டுகள் 8 மாதங்கள் ஈ.வெ.ரா.வின் கட்டுரைகளை அப்படியே கால வரிசைப்படி 27 தொகுதிகளாகப் பெரியார் திராவிடர் கழகத்தினர் வெளியிட்டுள்ளனர். இத்தொகுப்பும் மிகமிகப் பயனுடையது என்பதில் அய்யமில்லை. ஆனால், திறனாய்வாளர் குறிப்பிட்டுள்ளதுபோல், *குடிஅரசு* 1927 முதல் 1949 வரை

வெளியிட்டுள்ளனர் என்பது பிழையானது என்பதைத் திறனாய்வாளரின் கவனத்திற்காகக் குறிப்பிடுகிறோம்.

காலச்சுவடு திங்கள் இதழானது தமிழ்நாடு, இந்தியாவின் பிற மாநிலங்கள், அயல்நாடுகள் என 5000 படிகளில் தன் பரவலையும், இணைய வழியில் சில ஆயிரக்கணக்கான வாசகர்களையும் கொண்டுள்ளது. அதனூடே இத்தொகுப்பினைத் திறனாய்வு செய்த பழ. அதியமான் அவர்கள், நிறைகளைப் பெருமளவில் சுட்டாமலும், குறைகளைச் சுட்டும்போது "பிரதியின் அரிய தன்மை இத்தகையவற்றைச் சலுகைகளாகப் பெற முடியாது", "திருப்தி தரும் வகையில் இல்லை", "இக்கோரிக்கை தகுதி பற்றியதன்று, விருப்பம் சார்ந்தது", "பசு வயலில் திரிகிறது; பனைமரம் தனியாக வரப்பில் நிற்கிறது", "குறிப்பெண் விளக்கம் கவனமாகத் தயாரிக்கப்படவில்லை", "பெரியார் என்னும் புரட்சியாளரின் நூலில் கிடைக்கும் விளக்கங்கள் என்ற எண்ணம் துளிக்கூடத் தோன்றவில்லை", "குறிப்பெண் விளக்கங்கள் பொதுப்புத்தி சார்ந்தமைந்து, பெரியார் பிரதிக்கு எதிர்நிலையைக் கொண்டுள்ளன" என்றெல்லாம் கடுமையான விமர்சனங்களை வைத்து, இப்பதிப்பே ஒரு பிழை மிகுந்த பதிப்பு என்கிற பார்வையைத் தன்னையறியாமல் பல்லாயிரவரிடையே உருவாக்கிவிட்டது வருந்தத்தக்கது. எனினும், திறனாய்வாளரின் பொறுப்புணர்வு மிக்க இந்தச் சுட்டல்களுக்கு நன்றி.

ஆ. முத்தமிழ்ச்செல்வன்,
முனைவர் சோம. இராசேந்திரன்
(பதிப்புக்குழு உறுப்பினர்கள்)

சிந்தனையாளன், டிசம்பர் 2010